ധാർമികതയ്ക്കുള്ളിൽ ഒളിഞ്ഞിരിക്കുന്ന അധികാര രൂപങ്ങൾ: മഹാഭാരതം, ഇതിഹാസം, മനുഷ്യബോധം, വിധേയത്വം

Book Title – DHARMIKATHAYKKULLIL OLINJIRIKKUNNA ADHIKARA ROOPANGAL: Mahabharatham, Ithihazam,Manushya Bodham, Vidheyathwam.

Published by Notion Press

7, Red Cross Rd, Egmore, Chennai, Tamil Nadu 600008

Cover Design: Binny P.John

Academic correspondence and critical feedback may be addressed to the author at:
Email: boldrinmichael@gmail.com

ORCID:0009-0003-5873-3098

Published 2026.
Printed in India

Academic Position, Scope, and Legal Awareness Integrated Statement

This work is an academic and psychological study. It is not a polemical critique of religion, a declaration of unbelief, or a campaign aimed at denying the divine. The study is grounded in recognised academic frameworks within the humanities, psychology, power studies, narrative analysis, and cultural hermeneutics.

The present study does not evaluate the *Mahabharata* or the figure of Krishna on the basis of theological truth claims. The question of whether Krishna is divine or human is deliberately left within the domain of faith. The inquiry undertaken here concerns how a symbol believed to be divine has functioned within human societies, how it has produced obedience and perceptions of authority, and how it has operated as a mechanism of social regulation.

The psychological terminology used in this work does not constitute medical diagnosis. These terms are employed solely as descriptive and analytical concepts. The study explicitly acknowledges that diagnosing mythological characters or historical figures through modern clinical criteria would be scientifically and legally untenable.

This research is interdisciplinary in nature. Its analytical framework draws upon narrative psychology, moral psychology, studies of power and control, research on post-war psychological trauma, and cultural hermeneutics. The work does not claim to present a final or definitive truth. Rather, it proposes a parallel academic framework that can coexist alongside existing devotional interpretations.This study is not an attack on devotion. It does not question an individual's personal faith or spiritual experience. However, when devotion operates as a social force, becomes a language through which authority is justified, or functions as an instrument of obedience, it becomes a legitimate subject of academic inquiry. When belief remains private, it is an experience. When it becomes a form of public authority, it becomes open to analysis.

This work has been prepared with due respect for the principles of freedom of expression enshrined in the Constitution of India and within the boundaries of Indian law. It is not intended to promote religious hostility or hatred. The purpose of the book is neither to create social conflict nor to insult religious practices. All observations are presented within the legally protected sphere of academic criticism.

It is also acknowledged that Artificial Intelligence (AI) has been used as an auxiliary tool in the preparation of this work. AI does not function here as an independent thinking authority or as a source of judgement. It is a human-made technological aid, developed by science to ease the cognitive and practical burden of human intellectual labour. Just as tools such as the pen, the printing press, computers, and databases have accelerated intellectual activity, AI has been used here as a technical instrument assisting with linguistic organisation, structural coherence, and academic clarity.

The ideas, arguments, analyses, ethical positions, and responsibilities contained in this work arise entirely from human intellectual engagement. AI serves only as an assistant and not as a substitute for the author's thought. Its role is limited to facilitating clarity of language, improving structural organisation, and reducing technical errors. Accordingly, the intellectual and ethical authorship of this work belongs entirely to human agency. AI is merely a tool, not an authority or creator of ideas.

Finally, this work does not seek to dismantle faith. Rather, it records, at an academic level, the dangers that may arise for human consciousness and democratic societies when intellectual questioning is entirely suspended in the name of belief. This text is not a pronouncement of judgement. It is an intellectual warning and a defensive academic inquiry.

മുഖവുര

അധികാരം മനുഷ്യബോധത്തിൽ പ്രവർത്തിക്കുന്നതിന്റെ സാമൂഹ്യ പാഠരേഖയാണ് മഹാഭാരതം.

മഹാഭാരതം പലർക്കും ഒരു മഹായുദ്ധത്തിന്റെ കഥയാണ്. ചിലർക്കത് ധർമ്മത്തിന്റെ ജയകഥയാണ്. മറ്റുചിലർക്കത് ഈശ്വര ഇടപെടലുകളുടെ മഹത്താ യ ഇതിഹാസമാണ്. എന്നാൽ ഈ ഗ്രന്ഥം മറ്റൊരു രീതിയിൽ വായിക്കപ്പെടാനും കഴിയും. മനുഷ്യസമൂഹങ്ങൾ തകരുമ്പോൾ, അധികാരം എങ്ങനെ പുനർനിർമ്മിക്കപ്പെടുന്നു, നൈതികത എങ്ങനെ ഭാഷയായി മാറുന്നു, മനുഷ്യന്റെ തീരുമാനശേഷി എങ്ങനെ പതുക്കെ അപ്രസക്തമാ കുന്നു എന്നതിന്റെ ദീർഘവും സങ്കീർണ്ണവുമായ രേഖയായി.ഈ പുസ്തകം അത്തരം ഒരു വായനയാണ് മുന്നോട്ടുവയ്ക്കുന്നത്.

ഇവിടെ മഹാഭാരതം ഒരു ആരാധനാവസ്തുവായി അല്ല, മറിച്ച് ഒരു പരിവർത്തനരേഖയായി സമീപിക്കുന്നു. യുദ്ധം ഇവിടെ ഒരു സംഭവമല്ല; അത് ഒരു ഘട്ടമാണ്. പഴയ സാമൂഹികക്രമങ്ങൾ തകരുന്ന ഘട്ടം, പുതിയ അധികാരരൂപങ്ങൾ ജനിക്കുന്ന ഘട്ടം, മനുഷ്യബന്ധങ്ങൾ ഉപകരണങ്ങളായി മാറുന്ന ഘട്ടം. ഈ മുഴുവൻ മാറ്റത്തിന്റെയും കേന്ദ്രത്തിൽ ഒരു രൂപം സ്ഥിരമായി നിലകൊള്ളുന്നു: കൃഷ്ണൻ.ഈ ഗ്രന്ഥം കൃഷ്ണനെ ദൈവമാണോ അല്ലയോ എന്ന തർക്കത്തിലേക്ക് കടക്കുന്നില്ല. വിശ്വാസം ഈ പഠനത്തിന്റെ വിഷയമല്ല. ഇവിടെ പരിശോധിക്കുന്നത് മറ്റൊന്നാണ്: ദൈവീകമായി വിശ്വസിക്കപ്പെടുന്ന ഒരു രൂപം മനുഷ്യബോധത്തിൽ എങ്ങനെ അധികാരമായി പ്രവർത്തിക്കുന്നു എന്നത്. കൃഷ്ണൻ ഇവിടെ ഒരു വ്യക്തിയല്ല; ഒരു

പ്രവർത്തനമാതൃകയാണ്. അധികാരം എങ്ങനെ സംസാരിക്കുന്നു, എങ്ങനെ ആശ്വാസം നൽകുന്നു, എങ്ങനെ സംശയം നിശ്ശബ്ദമാക്കുന്നു, എങ്ങനെ മനുഷ്യരെ സ്വന്തം തീരുമാനങ്ങളിൽ നിന്ന് അകറ്റുന്നു എന്നതിന്റെ ഒരു മാതൃക.

ആദ്യ അധ്യായങ്ങൾ മഹാഭാരതത്തെ ഒരു സാമൂഹിക മാറ്റത്തിന്റെ രേഖയായി തുറന്നു കാണിക്കുന്നു. പഴയ ചട്ടങ്ങൾ തകരുമ്പോൾ, പുതിയ ക്രമം സ്വയം ജനിക്കുന്നില്ല. അതിന് ഒരു ഇടനിലക്കാരൻ ആവശ്യമാണ്. കൃഷ്ണൻ ആ ഇടനിലക്കാരനാണ്. അദ്ദേഹം നിയമം നിർമ്മിക്കുന്നില്ല; പക്ഷേ നിയമമാകുന്നതെന്താ ണെന്ന് തീരുമാനിക്കുന്ന നിലയിലേക്കാണ് ഉയരുന്നത്.

തുടർന്ന് ഗ്രന്ഥം മനുഷ്യബന്ധങ്ങളിലേക്കാണ് കടക്കുന്നത്. ഇവിടെ ബന്ധങ്ങൾ സ്നേഹത്തിന്റെ കേന്ദ്രങ്ങളായി അല്ല, ഘട്ടങ്ങളായി പ്രത്യക്ഷപ്പെടുന്നു. ഓരോ ബന്ധവും ഒരു ലക്ഷ്യത്തിനായി ഉപയോഗിക്കപ്പെടുന്നു. ലക്ഷ്യം പൂർത്തിയായാൽ, ബന്ധം സ്വാഭാവികമായി അപ്രസക്തമാകുന്നു. ഇത് ക്രൂരതയായി അല്ല, കാര്യക്ഷമതയായി അവതരിപ്പിക്കപ്പെടുന്നു. ഈ ഘടനയിൽ മനുഷ്യർ വ്യക്തികളല്ല; അവർ ഘട്ടങ്ങളാണ്.ഈ ഘട്ടത്തിൽ പാണ്ഡവരും മാറുന്നു. അവർ തീരുമാനമെടുക്കുന്ന ഏജന്റുകളല്ല; തീരുമാനങ്ങൾ നടപ്പിലാക്കുന്ന ഘടകങ്ങളായി മാറുന്നു. നിരന്തരമായ ഭീഷണിയും നഷ്ടവും അവരെ കൃഷ്ണനോട് കൂടുതൽ ആശ്രിതരാക്കുന്നു. ആശ്രിതത്വം പതുക്കെ അടിമത്തമാകുന്നു. സ്വന്തം നൈതിക സംശയങ്ങൾ പോലും അവർ പുറത്തുനിന്നുള്ള വാക്കുകൾകൊണ്ട് അളക്കാൻ തുടങ്ങുന്നു. മനുഷ്യബോധം ഇവിടെ തകരുന്നില്ല; അത് പുനർക്രമീകരിക്കപ്പെടുകയാണ്.

ഗീതയുടെ ഇടപെടൽ ഈ ഗ്രന്ഥത്തിൽ ഒരു നിർണായക മാനസിക ഇടപെടലായി വായിക്ക പ്പെടുന്നു. അർജ്ജുനന്റെ സംശയം ദുർബ ലതയായി മുദ്രകുത്തപ്പെടുന്നു. സ്വാഭാവികമായ ഭയം തെറ്റായ

ബോധമായി ചിത്രീകരിക്കപ്പെടുന്നു. ഇതോടെ, സ്വന്തം അനുഭവങ്ങളെ സംശയിക്കാൻ പഠിക്കുന്ന മനുഷ്യൻ രൂപപ്പെടുന്നു. ഇതാണ് അധികാരത്തിന്റെ ഏറ്റവും സുരക്ഷിതമായ വിജയം.

ഇതിന്റെ തുടർച്ചയായി, മനുഷ്യബന്ധങ്ങൾ മാത്രമല്ല, മനുഷ്യജീവൻ തന്നെയും ഉപകരണമായി മാറുന്ന ഘട്ടത്തിലേക്ക് കഥ കടക്കുന്നു. ശിശുപാലൻ, അഭിമന്യു, ദ്രോണർ, കർണ്ണൻ—ഇവർ ആരും വെറും യുദ്ധബലിയല്ല. ഓരോരുത്തരും ഒരു സന്ദേശമാണ്. ഒരാൾ പൊതുമധ്യത്തിലെ ഭയം ഉറപ്പിക്കുന്നു. മറ്റൊരാൾ യുദ്ധത്തെ വ്യക്തിപരമാക്കുന്നു. മറ്റൊരാൾ ധാർമ്മിക അതിർത്തികളെ തകർക്കുന്നു. അവസാനത്തെയാൾ എല്ലാ സംശയങ്ങൾക്കും വിരാമമിടുന്നു. ഇവിടെ ക്രൂരത വികാരപരമല്ല. അത് തന്ത്രപരമാണ്.ഈ ഘട്ടത്തിൽ ഏറ്റവും നിശ്ശബ്ദരാക്കപ്പെടുന്നത് സാധാരണ മനുഷ്യരാണ്. സ്ത്രീകൾ, കുട്ടികൾ, സാധാരണ സൈനികർ—തീരുമാനങ്ങളിൽ പങ്കില്ലാത്തവർ. അവർക്ക് ധർമ്മമില്ല, വിജയം ഇല്ല, നൈതിക ഭാഷയില്ല. അവർക്കുള്ളത് നഷ്ടവും വിലാപവും മാത്രമാണ്. ഗാന്ധാരിയുടെ നിലവിളി ഈ ഗ്രന്ഥത്തിൽ ഒരു ദുഃഖരംഗമല്ല; അത് അധികാരത്തിന്റെ മറഞ്ഞിരിക്കുന്ന ഇരകളുടെ ശബ്ദമാണ്.

ഇവയെല്ലാം കഴിഞ്ഞിട്ടും, മഹാഭാരതം ഒരു തകർച്ചകഥയായി സംസ്കാരത്തിൽ നിലനിൽ ക്കുന്നില്ല. അതാണ് ഈ പുസ്തകം ഉയർത്തുന്ന ഏറ്റവും പ്രധാനപ്പെട്ട ചോദ്യം. സമ്പദ്വ്യവസ്ഥ തകർന്നു. ഭൂമി ശൂന്യമായി. ജനസംഖ്യ കുറഞ്ഞു. എന്നാൽ ധർമ്മവും മോക്ഷവും കൂടുതൽ ശക്തമായി നിലനിന്നു. കാരണം മനുഷ്യർ കഥകൾ സൃഷ്ടിക്കുന്നത് ജയിക്കാൻ അല്ല; തകർച്ചയെ സഹിക്കാൻ ആണ്. അർത്ഥം നൽകുന്നവർ, തകർച്ചയ്ക്ക് ശേഷം, അധികാരമായി മാറുന്നു.

ഈ ഗ്രന്ഥം അവിടെ എത്തിയാണ് അവസാനിക്കുന്നത്. കൃഷ്ണൻ ഒരു വ്യക്തിയല്ല; തകർച്ചയ്ക്കുശേഷം ഉയരുന്ന

അധികാര രൂപത്തിന്റെ ചരിത്രപരമായ മാതൃകയാണ്. അത്തരം രൂപങ്ങൾ ഒരിക്കൽ മാത്രമല്ല പ്രത്യക്ഷപ്പെടുന്നത്. സിസ്റ്റങ്ങൾ തകരുമ്പോൾ, അർത്ഥം നൽകുന്നവർ വീണ്ടും വീണ്ടും ഉയരും. അവർ രക്ഷകരായി തോന്നും. അവർ ആശ്വാസം നൽകും. എന്നാൽ അതിനൊപ്പം മനുഷ്യന്റെ സ്വന്തം തീരുമാനശേഷി പതുക്കെ മാഞ്ഞുപോകും.

ഈ പുസ്തകം ഒരു വിധിപ്രസ്താവനയല്ല. ഇത് ഒരു മുന്നറിയിപ്പാണ്.
ധർമ്മത്തിന്റെ ഭാഷയിൽ സംസാരിക്കുന്ന എല്ലാ അധികാരങ്ങളും മോചനത്തിലേക്കല്ല നയിക്കുന്നത്. ചിലത് മനുഷ്യനെ കൂടുതൽ കാര്യക്ഷമമായ ഉപകരണമായി മാത്രമാണ് മാറ്റുന്നത്.

ആ തിരിച്ചറിവിലേക്കുള്ള ക്ഷണമാണ് ഈ ഗ്രന്ഥം.

ഉള്ളടക്കം

അധ്യായം 1

സാമൂഹിക ഘടന, അധികാരം, കൂട്ടായ മനസ്സാക്ഷി

(Power, Stratification, and Collective Order in the Mahabharata)

മഹാഭാരതത്തെ ഇതിഹാസമായോ ധാർമ്മിക ഉപദേശഗ്രന്ഥമായോ മാത്രം വായിക്കുന്നത്, അതിന്റെ സാമൂഹിക ഘടനയുടെ ആഴത്തെ പൂർണ്ണമായി മറച്ചുവയ്ക്കുന്നതിന് തുല്യമാണ്. മഹാഭാരതം അടിസ്ഥാനപരമായി ഒരു സാമൂഹിക പരിവർത്തന രേഖയാണ്.

വ്യക്തികളുടെ ധാർമ്മിക സംഘർഷങ്ങൾക്കപ്പുറം, ഒരു നാഗരികതയുടെ അധികാര ഘടനകൾ എങ്ങനെ തകരുന്നു, പുനഃസംഘടിതമാകുന്നു, വീണ്ടും നിയമ സാധുത കൈവരിക്കുന്നു എന്നതാണ് ഇതിന്റെ കേന്ദ്ര വിഷയം. സാമൂഹ്യഘടനയുടെ പരിശോധന യിൽ , മഹാഭാരതം ഒരു നിയമാനുസൃത സാമൂഹിക ക്രമത്തിന്റെ തകർച്ച (normative order collapse) രേഖ പ്പെടുത്തുന്നു. പഴയ സാമൂഹിക ചട്ടങ്ങൾ പ്രവർത്ത നരഹിതമാകുന്ന നിമിഷവും, പുതിയ ക്രമം അതി ന്റെ സ്ഥാനം പിടിക്കാൻ ശ്രമിക്കുന്ന സംഘർഷവു മാണ് ഇതിന്റെ ആന്തരിക ഗതി. ഈ പരിവർത്ത നഘട്ടത്തിലാണ് കൃഷ്ണന്റെ സ്ഥാനം നിർണായ കമാകുന്നത്. കൃഷ്ണൻ ഇവിടെ ഒരു വ്യക്തിത്വമായി മാത്രമല്ല പ്രത്യക്ഷപ്പെടുന്നത്; അദ്ദേഹം സാമൂഹിക ഇടനിലക്കാരനും, അധികാരത്തിന്റെ വാസ്തുവിദ്യ രൂപപ്പെടുത്തുന്ന ഒരു നിർമ്മാണ വിദഗ്ധനുമാണ്.

പരമ്പരാഗത വർണ്ണവ്യവസ്ഥയിൽ, അധികാരവും ധർമ്മത്തിന്റെ സംരക്ഷണവും ക്ഷത്രിയരോടാണ് അനുഭവപരമായി ബന്ധിപ്പിക്കപ്പെട്ടിരുന്നത്. എന്നാൽ കൃഷ്ണൻ യാദവനാണ്. ഇടയവംശവുമായി ബന്ധമുള്ള, പരമ്പരാഗത ക്ഷത്രിയ അധികാരക്രമത്തിന് പുറത്തുള്ള ഒരു സാമൂഹിക സ്ഥാനം ആണ് യാദവന് ഉണ്ടായിരുന്നത്.

ഇതുതന്നെയാണ് കൃഷ്ണന്റെ സാമൂഹിക പ്രാധാന്യത്തിന്റെ ആദ്യ സൂചന. ലൂയി ഡുമോണ്ടിന്റെ ക്രമാനുഗത മനുഷ്യൻ (Homo Hierarchicus) എന്ന സിദ്ധാന്തപ്രകാരം, ഇന്ത്യൻ സമൂഹം ശുദ്ധി–അശുദ്ധി മൂല്യക്രമം (purity–pollution hierarchy) അടിസ്ഥാന മാക്കിയുള്ള ഒരു പടിപ്പടിയായുള്ള സാമൂഹികഘട നയിലാണ് പ്രവർത്തിച്ചിരുന്നത്[1]. ഈ ഘടനയിൽ യാദവർ അധികാരത്തിന്റെ കേന്ദ്രത്തി ലേക്ക് വരേണ്ടവരല്ല. എന്നിരുന്നാലും മഹാഭാരത ത്തിൽ, ക്ഷത്രിയ രാജാക്കന്മാർ തന്നെ കൃഷ്ണന്റെ മാർഗ്ഗനിർദ്ദേശം തേടുന്നു. ഇത് യാദൃച്ഛികമല്ല. ഇത് ഒരു ഘടനാപരമായ വ്യതിചലനം (structural anomaly) ആണ്.

ഈ അസാധാരണ സ്ഥാനം കൃഷ്ണനെ ഒരു വ്യക്തി യെന്നതിലപ്പുറം, പരിവർത്തനകാലത്തെ സാമൂഹിക ശക്തിയാക്കി മാറ്റുന്നു. പഴയ വർണ്ണക്രമം തകരുമ്പോൾ, അതിന്റെ അകത്ത് നിന്നുള്ളവർക്ക് പുതിയ ക്രമം രൂപപ്പെടുത്താൻ കഴിയില്ല. സാമൂഹ്യ ശാസ്ത്രത്തിൽ ഇതിനെ ഇടക്കാല അധികാരം (liminal authority) എന്ന് വിളിക്കുന്നു. പഴയ ഘടനയുടെ അകത്തുമല്ല, പുതിയ ഘടനയുടെ ഭാഗവുമല്ലാത്ത ഒരു ഇടനിലസ്ഥാനം.

ഈ ആശയം വിശദീകരിക്കാൻ വിക്ടർ ടർണറുടെ ഇടക്കാലാവസ്ഥ (liminality) എന്ന സിദ്ധാന്തം നിർണായ കമാണ്[2]. ഇടക്കാലാവസ്ഥ ഘട്ടത്തിൽ, പഴയ നിയമ ങ്ങൾ പൂർണ്ണമായി തകർന്നിട്ടില്ല; പുതിയ നിയമങ്ങൾ ഇതുവരെ സ്ഥാപിതമായിട്ടില്ല. ഈ ഇടക്കാല ഘട്ടത്തി ലാണ് സമൂഹങ്ങൾ ഏറ്റവും അപകടകരവും, ഒരേ സമയം ഏറ്റവും സൃഷ്ടിപര വുമായ അവസ്ഥയിൽ എത്തുന്നത്. മഹാഭാരതം ഒരു ഇടക്കാലാ വസ്ഥയി ലൂടെ കടന്നു പോകുന്ന സമൂഹത്തിന്റെ കഥയാണ്. ഭീഷ്മനും ദ്രോണരും പഴയ ധർമ്മക്രമത്തിന്റെ പ്രതിനിധികളാണ്. ദുര്യോധനൻ അതിന്റെ ക്ഷയിച്ച അധികാര രൂപമാണ്. പാണ്ഡവർ പുതിയ ക്രമത്തിന്റെ അസംസ്കൃതവും അസ്ഥിരവുമായ രൂപമാണ്. ഈ എല്ലാ

ഘടകങ്ങൾക്കിടയിൽ കൃഷ്ണൻ ഒരു ഇടനില ഇടപെടൽശക്തിയായി (liminal mediator) പ്രവർത്തിക്കുന്നു.

ഇടക്കാലാവസ്ഥതിയിൽ വ്യക്തികൾക്ക് രണ്ട് പ്രധാന സവിശേഷതകളുണ്ട്. അവർ നിലവിലെ ചട്ടങ്ങൾക്ക് പൂർണ്ണമായി വിധേയരല്ല. അതേസമയം, പുതിയ ചട്ടങ്ങൾ പ്രഖ്യാപിക്കാനുള്ള അധികാരം അവർ നേടുന്നു. കൃഷ്ണന്റെ സാമൂഹിക സ്വാതന്ത്ര്യം ഈ ഇരട്ട സവിശേഷതകളുടെ ഫലമാണ്.ഈ ഇടക്കാലാവസ്ഥ ഘട്ടത്തിന്റെ സാമൂഹിക പ്രകടന മാണ് യുദ്ധം.

എമിൽ ദുർഖൈമിന്റെ കൂട്ടായ മനസ്സാക്ഷി (collective conscience) എന്ന സിദ്ധാന്തം മഹാഭാരതം മനസ്സിലാ ക്കാൻ അനിവാര്യമാണ്[3]. ഒരു സമൂഹത്തി ന്റെ നൈതിക കേന്ദ്രം തകരുമ്പോൾ, അതിനെ പുനഃസംഘടിപ്പിക്കാൻ ശക്തമായ സാമൂഹിക സംഭവങ്ങൾ ആവശ്യമായി വരും. കുരുക്ഷേത്ര യുദ്ധം ഒരു വ്യക്തിഗത അധികാര സംഘർഷമല്ല. അത് ഒരു കൂട്ടായ നൈതിക പുനഃക്രമീകരണ ആചാരം (collective moral reset ritual) ആണ്. പഴയ ധർമ്മം പ്രവർത്തനരഹിതമാകുമ്പോൾ, സമൂഹം അതിനെ നാടകീയമായ രീതിയിൽ അവ സാനിപ്പി ക്കേണ്ടിവരും. കൃഷ്ണൻ ഈ പ്രക്രിയയുടെ ആചാരവാസ്തുവിദ്യകാരൻ (ritual architect) ആയി പ്രവർത്തിക്കുന്നു.

ഇത് യുദ്ധത്തെ ന്യായീകരിക്കുന്ന വാദമല്ല. മറിച്ച്, സമൂഹങ്ങൾ യുദ്ധത്തെ എങ്ങനെ അർത്ഥവത്ക രിക്കുന്നു എന്നതിന്റെ സാമൂഹിക വിശകലനമാണ്. ദുർഖൈമിന്റെ ഭാഷയിൽ, യുദ്ധം ഇവിടെ കൂട്ടായ ഉന്മാദാവസ്ഥ (collective effervescence) സൃഷ്ടിക്കുന്നു. അതിലൂടെ പുതിയ സാമൂഹിക മൂല്യങ്ങൾ പുനഃസ്ഥാ പിക്കപ്പെടുന്നു.

അധികാരത്തിന്റെ സ്വഭാവം വിശദീകരിക്കാൻ മാക്സ് വെബറുടെ ആശയങ്ങൾ ഇവിടെ പ്രസക്തമാണ്[4]. വെബർ അധികാരത്തെ പരമ്പരാഗത അധികാരം (traditional authority), നിയമ–താർക്കിക അധികാരം (legal-rational authority), കരിസ്മാറ്റിക്ക് അധികാരം (charismatic authority) എന്നിങ്ങനെ മൂന്ന് വിഭാഗങ്ങളായി വേർതി രിക്കുന്നു. കൃഷ്ണൻ ആദ്യ രണ്ടിലും പെടുന്നില്ല. അദ്ദേഹത്തിന്റെ ശക്തി കരിസ്മാറ്റിക്ക് അധികാരത്തിലാണ്. അത് നിയമത്തി ലൂടെയോ പാരമ്പര്യത്തിലൂടെയോ വരുന്നതല്ല; സാമൂഹിക അംഗീകാരത്തിലൂടെയാണ് നിലനിൽ ക്കുന്നത്. പാണ്ഡവർ കൃഷ്ണനെ അനുസരിക്കുന്നത് അദ്ദേഹം രാജാവായതുകൊണ്ടല്ല, ഗുരുവായതു കൊണ്ടുമല്ല. "അദ്ദേഹമില്ലാതെ കാര്യങ്ങൾ നടക്കില്ല" എന്ന സാമൂഹിക ബോധമാണ് ഇതിന്റെ അടിസ്ഥാനം.

ഈ അധികാര രൂപത്തിന്റെ അപകടസാധ്യത വ്യക്തമാണ്. കരിസ്മാറ്റിക്ക് അധികാരം ചോദ്യം ചെയ്യപ്പെടാതിരിക്കുമ്പോൾ, അത് സാമൂഹികമായി അത്യന്തം ശക്തമാകുന്നു. അത് ധർമ്മത്തിന്റെ ഭാഷയിൽ പൊതിയുമ്പോൾ, അധികാരം കൂടുതൽ അദൃശ്യമായി മാറുന്നു.

മഹാഭാരതം ഒരേസമയം ഒരു ബന്ധുവ്യവസ്ഥാ യുദ്ധം (kinship war) കൂടിയാണ്. സ്വന്തം രക്തബന്ധങ്ങൾ തമ്മിലുള്ള യുദ്ധം. ക്ലോഡ് ലേവി-സ്ട്രോസിന്റെ ബന്ധുവ്യവസ്ഥാ സിദ്ധാന്തം (kinship theory) പ്രകാരം, ഗോത്രസമൂഹങ്ങളിൽ ബന്ധു വ്യവസ്ഥയാണ് സാമൂഹിക സ്ഥിരതയുടെ അടിസ്ഥാനം[5]. ആ ബന്ധങ്ങൾ തകർന്നാൽ, സമൂഹം തന്നെ പുനർനിർമ്മിക്കപ്പെടണം. കൃഷ്ണൻ ഈ പുനർനിർമ്മാണത്തിന്റെ പ്രതിനിധിയാണ് . രക്തബന്ധങ്ങളെ തകർക്കുന്നത് ക്രൂരതമാത്രമല്ല; അത് ഗോത്രക്രമത്തിൽ നിന്ന് രാഷ്ട്രക്രമ ത്തിലേ ക്കുള്ള മാറ്റത്തിന്റെ (tribal order to state order transition) ചരിത്രപരമായ അടയാളമാണ്.

ഈ മാറ്റത്തിന്റെ ഭാഗമായാണ് സാമൂഹിക നിയന്ത്രണത്തിന്റെ പുതിയ രീതികൾ ഉയർന്നു വരുന്നത്. മിഷേൽ ഫൂക്കോ വ്യക്തമാക്കുന്നത് പോലെ, അധികാരം

ശരീരങ്ങളിലൂടെ അല്ല, മനസ്സുകളിലൂടെ പ്രവർത്തിക്കുമ്പോഴാണ് അത് സ്ഥിരമാകുന്നത്[6]. മഹാഭാരതത്തിലെ സഭയിലെ അപമാനങ്ങൾ, പൊതുമധ്യത്തിലെ വധങ്ങൾ എന്നിവ വ്യക്തികളെക്കാൾ കൂടുതൽ സമൂഹത്തെ ലക്ഷ്യമിടുന്ന മാതൃകാപരമായ ശിക്ഷകൾ (exemplary punishments) ആണ്. "പരിധി ലംഘിക്കരുത്" എന്ന സാമൂഹിക സന്ദേശം അവിടെ സ്ഥാപിക്കപ്പെടുന്നു. കൃഷ്ണന്റെ പങ്ക് ഇവിടെ നേരിട്ടുള്ള ഭരണാധി കാരിയുടേതല്ല; അദ്ദേഹം ഒരു ചട്ടനിർണ്ണയകൻ (norm-setter) ആണ്.

യുദ്ധാനന്തരം യുധിഷ്ഠിരൻ രാജാവാകുന്നത് വെറും പാരമ്പര്യ അവകാശമല്ല. അത് ഒരു പുനഃനി യമീകരണ പ്രക്രിയ (re-legitimation process) ആണ്. പഴയ അധികാരക്രമം തകർന്നതിനുശേഷം, പുതിയ ഭരണകൂടം ധാർമ്മികമായി അംഗീകരി ക്കപ്പെടേണ്ട തുണ്ട്. കൃഷ്ണൻ ഈ അംഗീകരണത്തിന്റെ ശിൽപി ആണ്. എന്നാൽ ശ്രദ്ധേയമായ കാര്യം, അദ്ദേഹം അധികാരം സ്വന്തമാക്കുന്നില്ല. ഇത് കരിസ്മാറ്റിക്ക് അധികാരത്തിന്റെ ഒരു പ്രധാന സവിശേഷതയാണ്. അധികാരം നിയന്ത്രിക്കാം, പക്ഷേ കൈവശം വയ്ക്കേണ്ടതില്ല.

കൃഷ്ണനെ ഒരു മാനസിക വ്യക്തിത്വമായി മാത്രം വായിക്കുന്നത് അപൂർണ്ണമാണ്. അദ്ദേഹം ഒരു സാമൂഹിക പ്രതിഭാസം (social phenomenon) ആണ്. ഒരു നാഗരികതയുടെ ഇടക്കാലാവസ്ഥ ഘട്ടത്തിൽ ഉദിച്ച, പഴയ ഘടനകൾ തകർക്കുകയും, പുതിയ ഘടനകൾക്ക് വഴിയൊരുക്കുകയും ചെയ്ത ഒരു അധികാരരൂപം. ഈ വായന ഭക്തിവിരോധമല്ല. അത് ഭക്തിയെ സാമൂഹികമായി മനസ്സിലാക്കാനുള്ള ശ്രമമാണ്. അധികാരം എങ്ങനെ വിശുദ്ധമാകുന്നു, അനുസരണം എങ്ങനെ ധർമ്മമായി മാറുന്നു, സമൂഹം എങ്ങനെ അതിനെ അംഗീകരിക്കുന്നു എന്നതാണ് ഈ വിശകലനത്തിന്റെ കേന്ദ്ര ചോദ്യങ്ങൾ.

References

1.Dumont, L. Homo Hierarchicus. University of Chicago Press.

2.Turner, V. The Ritual Process. Aldine.

3.Durkheim, É. The Elementary Forms of Religious Life. Free Press.

4.Weber, M. Economy and Society. University of California Press.

5.Lévi-Strauss, C. The Elementary Structures of Kinship. Beacon Press.

6.Foucault, M. Power/Knowledge. Pantheon.

അധ്യായം 2

തന്ത്രശാലിയാ സാംസ്കാരിക നായകൻ, വംശഭഞ്ജകൻ

(Reading of Krishna as Cultural Hero, Trickster, and Kinship Disruptor)

മഹാഭാരതത്തെ സാംസ്കാരിക പരിവർത്തനത്തിന്റെ ഒരു ഫീൽഡ് റിപ്പോർട്ടായിട്ട് നമുക്ക് വായിക്കാവുന്നതാണ്. സാമൂഹിക ഘടനകൾ തകരുകയും പുതുതായി രൂപപ്പെടുകയും ചെയ്യുന്ന നിമിഷങ്ങളിൽ മിത്തുകളും ഇതിഹാസങ്ങളും നിർവഹിക്കുന്ന പ്രവർത്തനം രേഖപ്പെടുത്തുന്ന ഒരു ജീവിച്ചിരിക്കുന്ന സാമൂഹിക രേഖ. ഈ പരിവർത്തന ത്തിന്റെ കേന്ദ്രത്തിൽ കൃഷ്ണൻ ഒരു വ്യക്തിയായി അല്ല, ഒരു സാംസ്കാരിക പ്രവർത്തനരൂപമായി നിലകൊള്ളുന്നു. വ്യക്തികളെ അവരുടെ സാംസ്കാ രിക ചട്ടക്കൂടിൽവെച്ച് വായിക്കുമ്പോൾ കൃഷ്ണൻ ആരായിരുന്നു എന്നതിലപ്പുറം, എന്ത് പ്രവർത്ത നമാണ് നിർവഹിച്ചത് എന്ന ചോദ്യമാണ് ഇവിടെ പ്രസക്തമാകുന്നത്.

ഒരു നിയമാനുസൃത സാമൂഹികക്രമത്തിന്റെ തകർച്ചയായിട്ടാണ് (normative order collapse) രേഖപ്പെടു ത്തുന്നത് കൊണ്ടാണ് മഹാഭാരതം ഒരു സാമൂഹിക സംഭവമായി നിലകൊള്ളുന്നത്. പഴയ ചട്ടങ്ങൾ പ്രവർത്തനരഹിതമാകുന്ന നിമിഷവും, പുതിയ ക്രമം ഇതുവരെ സ്ഥിരത നേടിയിട്ടില്ലാത്ത അവസ്ഥയും ഒരേസമയം നിലനിൽക്കുന്ന ഒരു ഇടക്കാലാവസ്ഥ സമൂഹത്തിന്റെ കഥയാണെന്ന നിഗമനത്തിൽ നാം എത്തി ചേർന്നിരുന്നല്ലോ. ഈ ഘട്ടത്തിലാണ് മിത്തുകൾ ഏറ്റവും ശക്തമാകുന്നത്. അവ പഴയ മൂല്യങ്ങളെ സംരക്ഷിക്കുന്നില്ല, മറിച്ച് പുതിയ അർത്ഥങ്ങൾ സൃഷ്ടിക്കുന്ന ഉപാധികളായി പ്രവർത്തിക്കുന്നു.(ഈ വസ്തുതകൾ നമ്മൾ മുൻ അധ്യായത്തിൽ ചർച്ച ചെയ്തതാണ് എന്നത് മറക്കു ന്നില്ല എന്നാൽ വ്യത്യസ്ത കാഴ്ചപ്പാടുകൾ പരിശോധി ക്കുമ്പോൾ മുൻപേ പറഞ്ഞ ചിലതു

സ്വാഭാവികമായി അവർത്തിക്കപ്പെട്ടേക്കാം ദയവായി ക്ഷമിക്കുക.)

സാംസ്കാരിക ചട്ടക്കൂട്ടിൽ നിന്ന് നോക്കുമ്പോൾ കൃഷ്ണനെ ഒരു സാംസ്കാരിക നായകനായി (cultural hero) വായിക്കേണ്ടത് ന്യായയുക്തമാണ്. ജോസഫ് ക്യാമ്പ്ബെല്ലിന്റെ ഹീറോ വിത്ത് എ തൗസൻഡ് ഫേസസ് എന്ന കൃതിയിൽ പറയുന്നതുപോലെ, ഹീറോ സമൂഹത്തെ രക്ഷിക്കുന്നവൻ മാത്രമല്ല; പഴയ ക്രമം അപ്രസക്തമാകുമ്പോൾ പുതിയ അർത്ഥങ്ങൾ സൃഷ്ടിക്കുന്നവനാണ്[1]. കൃഷ്ണൻ ഈ അർത്ഥത്തിൽ ഒരു ക്ലാസിക്കൽ കൾച്ചറൽ ഹീറോയാണ്. എന്നാൽ അദ്ദേഹത്തിന്റെ പ്രത്യേകത, രക്ഷകൻ എന്ന നിലയിൽ മാത്രം നിൽക്കാതെ, സംസ്കാരത്തെ തന്നെ പുനർനിർവചിക്കുന്നവൻ എന്നതാണ്. യുദ്ധം അവസാനിപ്പിക്കുന്നതല്ല അദ്ദേഹത്തിന്റെ അന്തിമ സംഭാവന. യുദ്ധം അനിവാര്യമായി മാറുന്ന ഒരു സാമൂഹിക അവസ്ഥ സൃഷ്ടിച്ചതിന് ശേഷം, അതിന്റെ ഫലങ്ങൾ കൈകാര്യം ചെയ്യാനുള്ള പുതിയ മൂല്യഘടന അവതരിപ്പിക്കുന്നതാണ് അദ്ദേഹത്തിന്റെ സംഭാവന.ഈ വീക്ഷണത്തിൽ കൃഷ്ണൻ ഒരു നൈതിക മാതൃകയല്ല. അദ്ദേഹം ഒരു സംസ്കാരപരമായ നടത്തിപ്പുകാരൻ ആണ്. പഴയ ഗോത്ര ധാർമ്മികത (tribal morality) പ്രവർത്തനരഹിതമാകുമ്പോൾ, പുതിയ ഭരണകൂടകേന്ദ്രിത ധാർമ്മികതയിലേക്ക് (state-oriented morality) സമൂഹത്തെ മാറ്റുന്ന ഒരു ഇടനിലശക്തി.

മാനവ ചരിത്രത്തിൽ സാംസ്കാരിക നായകനും തന്ത്രശാലിയും, (trickster) പലപ്പോഴും ഒരേ വ്യക്തി യിൽ ഒത്തുചേരുന്നു. തന്ത്രശാലി ക്രൂരനോ കപടനോ മാത്രമല്ല. ക്ലോഡ് ലേവി-സ്ട്രോസ് ചൂണ്ടിക്കാ ട്ടുന്നതു പോലെ, തന്ത്രശാലി വൈരുദ്ധ്യങ്ങളെ കൈകാര്യം ചെയ്യുന്ന ഒരു സാംസ്കാരിക ഉപാധി യാണ്[2]. കൃഷ്ണന്റെ പ്രവർത്തനങ്ങൾ ഈ തന്ത്ര ശാലിയുടെ യുക്തി അനുസരിച്ചാണ് മുന്നോട്ടു പോകുന്നത്. അദ്ദേഹം നേരായ ധാർമ്മിക രേഖകളി ൽ പ്രവർത്തിക്കുന്നില്ല. നിയമങ്ങളും വാഗ്ദാനങ്ങളും

സാഹചര്യാനുസരണം വളയുന്നു. ഇത് ധാർമ്മിക ശൂന്യതയല്ല, സംസ്കാരപര മായ ആവശ്യമാണ് .

തന്ത്രശാലിയായ വ്യക്തിയുടെ പ്രധാന സവിശേഷത അവ്യക്തതയാണ്. അദ്ദേഹം നല്ലവനോ ചീത്തയോ അല്ല. ശരിയും തെറ്റും തമ്മിലുള്ള കഠിനരേഖകൾ ലയിപ്പിക്കുന്നതാണ് അദ്ദേഹത്തിന്റെ പ്രവർത്തനം. ധാർമ്മികതയ്ക്കും അധാർമ്മികതയ്ക്കും ഇടയിലുള്ളതോ ഉപരിയായോ ആണോ അദ്ദേഹത്തിന്റെ സ്ഥാനം. കൃഷ്ണന്റെ ലീല എന്ന ആശയം, ഈ കാഴ്ച്ച പ്പാടിൽ വായിക്കുമ്പോൾ, ദൈവികതയുടെ ഭാഷയല്ല, മറിച്ച് ദ്വന്ദ്വാത്മകമായ സാംസ്കാരിക പ്രവർത്തന ത്തിന്റെ ഭാഷയാണ്. ഇത് വിശ്വാസപരമായ വിശ ദീകരണമല്ല, സാമൂഹിക പ്രവർത്തനത്തിന്റെ ഒരു മാതൃകയാണ്.

ഇവിടെയാണ് പുരാണം(Myth) ഒരു സാമൂഹിക സാങ്കേതികവിദ്യയായി (social technology) പ്രവർത്തിക്കുന്നത്. ബ്രോണിസ്ലാവ് മാലിനോവ്സ്കി വ്യക്തമാക്കുന്നതുപോലെ, പുരാണങ്ങൾ സംഭവങ്ങളുടെ ചരിത്ര രേഖകളല്ല; അവ സമൂഹത്തിലെ അധികാരബന്ധങ്ങളെ സ്വാഭാവിക മാക്കുന്ന ഉപാധികളാണ്[3]. മഹാഭാരതത്തിലെ കൃഷ്ണകഥകൾ ഈ പ്രവർത്തനം നിർവഹിക്കുന്നു. യുദ്ധം, വധം, വഞ്ചന, തന്ത്രം എന്നിവയെ ലീല എന്ന പുരാണഭാഷയിൽ പൊതിയുമ്പോൾ, അവ സാമൂഹി മായി സഹിക്കാവുന്നവയായി മാറുന്നു. സാമൂഹിക സംഘർഷങ്ങൾ ദൈവികതയുടെ തലത്തിലേക്ക് മാറ്റപ്പെടുന്നു. ഇത് പുരാണങ്ങൾ എങ്ങനെ സാമൂഹിക വ്യവസ്ഥയുടെ അടിസ്ഥാന നിർമ്മാണഘടകം ആയി പ്രവർത്തിക്കുന്നു എന്നതിന്റെ വിശദീകരണമാണ്.

മഹാഭാരത യുദ്ധം അടിസ്ഥാനപരമായി ഒരു ബന്ധുവ്യവസ്ഥാ യുദ്ധമാണ് (kinship war). സ്വന്തം ബന്ധുക്കൾ തമ്മിലുള്ള കുടിപ്പകയിൽ ഉണ്ടാകുന്ന സമ്പൂർണ നാശം. ഗോത്രസമൂഹങ്ങളിൽ ബന്ധുവ്യവ സ്ഥയാണ് രാഷ്ട്രീയവും നൈതികതയും ഒരുമിച്ച്

നിർത്തുന്ന ഘടകം. ലേവി-സ്ട്രോസിന്റെ ബന്ധുവ്യവസ്ഥാ സിദ്ധാന്തപ്രകാരം (kinship theory), ബന്ധങ്ങൾ തകരുമ്പോൾ സംസ്കാരം തന്നെ പുനർനിർമ്മിക്കപ്പെടണം[4]. കൃഷ്ണന്റെ പ്രവർത്തനം ഇവിടെ നിർണായകമാകുന്നത്, ബന്ധുവ്യവസ്ഥയെ സംരക്ഷിക്കുന്നതിലൂടെയല്ല, മറിച്ച് അതിനെ അവസാനിപ്പിക്കുന്നതിലൂടെയാണ് പുതിയ സാമൂഹിക ക്രമത്തിന് വഴിയൊരുക്കുന്നത്. ഇത് ക്രൂരതയായി തോന്നാം. എന്നാൽ ഇത് ഗോത്ര ക്രമത്തിൽ നിന്ന് രാഷ്ട്രക്രമത്തിലേക്കുള്ള മാറ്റത്തിന്റെ (tribe to state transition) ചരിത്രപരമായ മാതൃകയോടാണ് ചേർന്നുനിൽക്കുകയാണ്.

ഈ പരിവർത്തനത്തിൽ ബന്ധങ്ങൾ വ്യക്തിക ളായിട്ടല്ല, ഘടനകളായിട്ടാണ് പ്രവർത്തിക്കുന്നത്. ഗോത്രസംസ്കാരത്തിൽ ബന്ധങ്ങൾ സ്ഥിരമാണ്. ഭരണകൂടസംസ്കാരത്തിൽ ബന്ധങ്ങൾ പ്രവർത്തന തലത്തിലുള്ള (Functional) താണ്. കൃഷ്ണന്റെ ബന്ധങ്ങളിൽ കാണുന്ന ആരംഭം, ഉപയോഗം, ഉപേക്ഷണം എന്ന ക്രമം, വേഷാധിഷ്ഠിത ബന്ധത്വം (role-based relationality) എന്നറിയപ്പെടുന്ന ഘടനയോട് സാമ്യമുള്ളതാണ്. ഇവിടെ മനുഷ്യർ വ്യക്തികളല്ല, സാമൂഹിക സ്ഥാനങ്ങളാണ്. കഥാപാത്ര അധിഷ്ഠിത മാണ്. ഒരു സ്ഥാനം അപ്രസക്തമായാൽ, അതിലെ വ്യക്തിയും അപ്രസക്തമാകുന്നു. ഇത് വ്യക്തി പരമായ ക്രൂരതയല്ല, സംസ്കാരപരമായ പുനർക്രമീ കരണത്തിന്റെ വ്യവഹാരച്ചെലവുതുകയാണ് .

ഈ പുനർക്രമീകരണത്തിൽ പരിത്യാഗം എന്ന ആശയം നിർണായകമാണ്. റെനെ ജിറാർഡിന്റെ ബലിയാടു സിദ്ധാന്തപ്രകാരം (scapegoat theory), സമൂഹങ്ങൾ ആഭ്യന്തര സംഘർഷം നിയന്ത്രിക്കാൻ മനുഷ്യഹുതികൾ സൃഷ്ടിക്കുന്നു[5]. മഹാഭാരത ത്തിലെ ചില മരണങ്ങൾ ഈ മാതൃകയിൽ വായിക്കാവുന്നതാണ്. ജീവൻ ബലികഴിക്കുന്നത് ഇവിടെ ധാർമ്മികതയുടെ പരാജയമല്ല, മറിച്ച് സാമൂഹിക സമതുലിതാവസ്ഥ പുനഃസ്ഥാപിക്കുന്ന

ഒരു ക്രൂര ഉപാധിയാണ്. കൃഷ്ണൻ ഈ യാഗത്തിന്റെ ആചാര്യനല്ല, സംഘാടകനാണ്. ആരാണ് ബലിയാകേണ്ടത് എന്നത് വ്യക്തിഗത വൈരാഗ്യം കൊണ്ടല്ല, സാമൂഹിക ആവശ്യകത കൊണ്ടാണ് നിർണയിക്കപ്പെടുന്നത്. മഹാഭാരതം , ദ്രോണപർവ്വം , അദ്ധ്യായം 181 , ഘടോൽക്കചവധ ഉപപർവ്വത്തിൽ ഏകലവ്യൻ സാക്ഷാൽ ഭാർഗ്ഗവരാമന് തുല്യനാണ് എന്നും, പെരുവിരലുള്ള ഏകലവ്യനെ തോൽ പ്പിക്കാൻ ദേവദാനവർക്കോ ഗന്ധർവ്വ കിന്നരർക്കോ , രാക്ഷസർക്കോ നാഗങ്ങൾക്കോ പോലും സാധിക്കു കയില്ല എന്നും. അതുകൊണ്ടാണ് ദ്രോണരെക്കൊണ്ട് അവന്റെ പെരുവിരല് ഇരന്നു വാങ്ങിപ്പിച്ചത് . അര്ജ്ജുനന് വേണ്ടിയാണ് അത് ചെയ്തതെന്നും കൃഷ്ണൻ പറയുന്നുണ്ട്.

തന്ത്രശാലിയായ കഥാനായകന്റെ റോളുകൾ ഒരിക്കലും സുഖകരമല്ല. അവർ ആരാധിക്ക പ്പെടുകയും ഒരേസമയം സംശയിക്കപ്പെടുകയും ചെയ്യും. മേരി ഡഗ്ലസിന്റെ ശുദ്ധിയും അപകടവും (Purity and Danger) എന്ന കൃതിയിൽ ചൂണ്ടി ക്കാട്ടുന്ന തുപോലെ, അശുദ്ധത എന്നത് ക്രമത്തിന്റെ അതിരുകൾ ലംഘിക്കുന്നതിനെ സൂചിപ്പിക്കുന്ന ഒരു സാമൂഹിക സൂചനയാണ്[6]. കൃഷ്ണനെക്കുറിച്ചുള്ള അസ്വസ്ഥത, ഈ അതിരുലംഘനത്തിന്റെ പ്രതി ഫലനമാണ്. അദ്ദേഹം ശുദ്ധനോ അശുദ്ധനോ അല്ല. ആ രണ്ട് വിഭാഗങ്ങളും പ്രവർത്തനരഹിതമാകുന്ന ഇടത്താണ് അദ്ദേഹം നിലകൊള്ളുന്നത്.

പുരാണം (Myth) ചരിത്രം ഓർമ്മിക്കാൻ മാത്രമല്ല നിലനിൽക്കുന്നത്. യാൻ അസ്മാന്റെ സാംസ്കാരിക ഓർമ്മ സിദ്ധാന്തപ്രകാരം (cultural memory), മിത്തുകൾ ആവർത്തിക്കപ്പെടുന്നത് ഭാവിയിൽ സമാന ഘട്ടങ്ങൾ കൈകാര്യം ചെയ്യാൻ വേണ്ടിയാണ്[7]. കൃഷ്ണൻ ചരിത്രത്തിൽ മാത്രം ഒതുങ്ങുന്നില്ല. അധികാരം, പരിവർത്തനം, യുദ്ധം, നൈതികത എന്നിവ ഒന്നിച്ചു ചേരുന്നഓരോ കാലഘട്ടത്തിലും കൃഷ്ണസാദൃശ്യമുള്ള തന്ത്ര ശാലികൾ ആയ നായകർ പുനർജനിക്കുന്നു. ഇത്

വ്യക്തി കളുടെ ആവർത്തനം അല്ല, സംസ്കാരപരമായ ആവശ്യകതയുടെ ആവർത്ത നമാണ്.

ഈ അധ്യായം കൃഷ്ണൻ ഒരു മനുഷ്യനോ ദൈവമോ എന്ന ചോദ്യത്തിൽ കുടുങ്ങുന്നില്ല. അദ്ദേഹം ഒരു സാംസ്കാരിക പ്രവർത്തനരൂപമാണ് പരിഗണിക്ക പ്പെടുന്നത് . പഴയ ഗോത്ര ധർമ്മം തകരുമ്പോൾ, പുതിയ ഭരണകൂട ധർമ്മം പിറക്കാൻ ആവശ്യമായ അസ്ഥിരത സൃഷ്ടിക്കുന്ന ഒരു തന്ത്രശാലിയായ സാംസ്കാരിക നായകൻ. ഈ വായന ഭക്തി വിരോ ധമല്ല. അത് ഭക്തിയെ സാംസ്കാരിക ഘടന യായി മനസ്സിലാക്കാനുള്ള ശ്രമമാണ്. സംസ്കാരങ്ങൾ മുന്നോട്ട് പോകുന്നത് ശുദ്ധമായ ധാർമ്മികതയി ലൂടെയല്ല. പലപ്പോഴും, അവ മുന്നോട്ട് പോകുന്നത് പിരി മുറുക്കമുളവാക്കുന്ന തന്ത്ര ശാലികളുടെ കൈകളിലൂടെയാണ്.

References

1. Campbell, J. (1949). The Hero with a Thousand Faces. Princeton University Press.
2. Lévi-Strauss, C. (1966). The Structural Study of Myth. Basic Books.
3. Malinowski, B. (1926). Myth in Primitive Psychology. Norton.
4. Lévi-Strauss, C. (1969). The Elementary Structures of Kinship. Beacon Press.
5. Girard, R. (1986). The Scapegoat. Johns Hopkins University Press.
6. Douglas, M. (1966). Purity and Danger. Routledge
7. Assmann, J. (2011). Cultural Memory and Early Civilization. Cambridge University Press.

അധ്യായം 3

രാഷ്ട്രീയ യഥാർത്ഥ വാദം, അധികാരന്യായീകരണം, യുദ്ധാനന്തര ഭരണക്രമം

(Reading of Krishna: Realpolitik, State Formation, and Authority Legitimation)

മഹാഭാരതത്തെ രാജനീതിയുടെ കാഴ്ചപ്പാടിൽ വായിക്കുമ്പോൾ, അത് ഭരണകൂട രൂപീകരണ ത്തിന്റെ ഒരു പ്രതിസന്ധി രേഖ (crisis document)യാണ്. അധികാരം പാരമ്പര്യമായി കൈമാറാൻ കഴിയാത്ത ഘട്ടത്തിൽ, ഒരു സമൂഹം എങ്ങനെ ഭരണക്രമം പുനർനിർമ്മിക്കുന്നു എന്നതിന്റെ വിശദമായ രാഷ്ട്രീയ രേഖ. ഈ വായനയിൽ കൃഷ്ണൻ ഒരു നൈ തിക ഉപദേശകനായി അല്ല, മറിച്ച് ഒരു രാഷ്ട്രീയ തന്ത്രജ്ഞൻ (political strategist) ആയി പ്രത്യക്ഷ പ്പെടുന്നു. ഇവിടെ ചോദ്യം കൃഷ്ണൻ ശരിയാണോ തെറ്റാണോ എന്നതല്ല. അധികാരം എങ്ങനെ പിടിച്ചെ ടുക്കപ്പെടുന്നു, എങ്ങനെ ന്യായീക രിക്കപ്പെ ടുന്നു, എങ്ങനെ സ്ഥിരത നേടുന്നു എന്നതാണ്.

പരമ്പരാഗത വായനയിൽ മഹാഭാരതം ധർമ്മത്തിന്റെ വിജയകഥയായി ചിത്രീക രിക്കപ്പെടുന്നു. എന്നാൽ രാജനീതിയിൽ ധർമ്മം പലപ്പോഴും ന്യായീകരണ ഭാഷ (language of justification) ആണ്. മാക്സ് വെബർ വ്യക്തമാക്കുന്നതുപോലെ, അധികാരം നിലനിൽക്കാൻ അതിന് സാമൂഹിക ന്യായീകരണം ആവശ്യമാണ്[1]. കൃഷ്ണന്റെ പ്രവർത്ത നങ്ങളിൽ ധർമ്മം ഒരു സ്ഥിരമായ നൈതിക മാനദണ്ഡമല്ല. അത് അധികാര ന്യായീകരണ ഉപകരണം (legitimacy tool) ആയി പ്രവർത്തിക്കുന്നു. സാഹചര്യത്തിനനുസരിച്ച് രൂപം മാറുന്ന സാഹച ര്യാനുസൃത ന്യായീകരണം (context-dependent legitimacy) ഇതിലൂടെ സൃഷ്ടിക്കപ്പെടുന്നു. ചില ഘട്ടങ്ങളിൽ നിയമലംഘനം പോലും ധർമ്മമായി പുനർവ്യാ ഖ്യാനിക്കപ്പെടുന്നു. ഇത് യാദൃശ്ചികമല്ല. ഇത് രാഷ്ട്രീയ യാഥാർത്ഥ്യവാദം (Realpolitik) ആണ്. റിയൽപൊളിറ്റിക് നൈതികത നിഷേധിക്കുന്ന രാഷ്ട്രീയമല്ല. നിലനിൽപ്പിനെയും ഭരണസാധ്യ തയെയും കേന്ദ്രമാക്കി പ്രവർത്തിക്കുന്ന രാഷ്ട്രീ യമാണ്. കൃഷ്ണന്റെ നിർണായക ഇടപെടലുകൾ എല്ലാം തന്നെ ഈ നിലനിൽപ്പ് ലജിക്കിലേക്കാണ് ചൂണ്ടുന്നത്.

രാഷ്ട്രീയശാസ്ത്രത്തിൽ യുദ്ധം പലപ്പോഴും പരാജയത്തിന്റെ അടയാളമായി മാത്രം കാണുന്നില്ല. മറിച്ച്, ഭരണസംവിധാന രൂപീകരണ പരാജയം (state formation failure) പരിഹരിക്കുന്ന ഒരു ക്രൂര ഉപാധിയാ യിട്ടാണ് യുദ്ധം പ്രവർത്തിക്കുന്നത്. ചാൾസ് ടില്ലിയുടെ "War made the state, and the state made war" എന്ന വാചകം ഇവിടെ പ്രസക്തമാണ്[2]. മഹാഭാരത ത്തിലെ യുദ്ധം രണ്ട് കുടുംബങ്ങൾ തമ്മിലുള്ള തർക്കം മാത്രമല്ല ഭരണാധികാരത്തിന്റെ അവകാ ശവാദം തീർപ്പാക്കാനുള്ള അവസാന രാഷ്ട്രീയ ഉപാധിയാണ്. നിയമപരമായും നൈതി കമായും വംശപരമായും എല്ലാ വഴികളും പരാജയപ്പെട്ട ശേഷമാണ് യുദ്ധം അനിവാര്യമാകുന്നത്. കൃഷ്ണൻ ഇവിടെ സമാധാനത്തിന്റെ ദൂതനല്ല. അദ്ദേഹം സംഘർഷത്തിന്റെ കാര്യസ്ഥനാണ്. സമാധാനം അസാധ്യമാണെന്ന് ഉറപ്പായപ്പോൾ, യുദ്ധം എങ്ങനെ ഏറ്റവും ഫലപ്രദമായി നടത്താം എന്നതിലാണ് അദ്ദേഹത്തിന്റെ ശ്രദ്ധ.

അധികാരം നിലനിൽക്കാൻ അതിന് നിയമീകരണ പ്രക്രിയ (legitimation process) ആവശ്യമാണ്. മാക്സ് വെബറുടെ Traditional, Charismatic, Legal-Rational എന്ന നിയമസാധുത്വ (legitimacy) വിഭജനം ഇവിടെ നിർണായകമാണ്[1]. പാണ്ഡവർക്ക് പരമ്പരാഗത അവകാശമുണ്ടെങ്കിലും പ്രായോഗിക അധികാരം ഇല്ല. കൗരവർക്ക് അധികാരമുണ്ടെങ്കിലും നിയമസാ ധുത്വം (legitimacy) ഇല്ല. ഈ ഇരട്ട ശൂന്യത യിലാണ് കൃഷ്ണൻ ഇടപെടുന്നത്. പാണ്ഡവർക്ക് വേണ്ടി കരിസ്മാധിഷ്ഠിത അധികാരം (charismatic authority) നിർമ്മിക്കപ്പെടുന്നു. ദൈവീക ബന്ധത്തിന്റെ സൂചനകൾ, ധർമ്മസങ്കടം, ചരിത്രപരമായ അനി വാര്യത എന്ന ഭാഷ—all these combine—to socially legitimize a new claim to power.

മഹാഭാരത ലോകത്ത് നിയമത്തിന്റെ ആധിപത്യം (rule of law) സ്ഥിരമായി നിലനിൽക്കുന്നില്ല. നിയമം ശക്തന്റെ ഇച്ഛയോട് ചേർന്ന് വളയുന്നു. ഈ സാഹചര്യത്തിൽ

കൃഷ്ണന്റെ പ്രവർത്തനം നിയമ ലംഘനാധിഷ്ഠിത രാഷ്ട്രീയം (rule-breaking politics) ആയി തോന്നാം. എന്നാൽ രാഷ്ട്ര മീമാംസയിൽ ഇത് ഭരണഘടനാപൂർവ ഭരണഘട്ടം (pre-constitutional governance) എന്നറിയപ്പെടുന്ന ഘട്ടമാണ്[3]. നിയമക്രമം ഉറപ്പിക്കപ്പെടുന്നതിന് മുൻപ് അധികാരം ഉറപ്പിക്കപ്പെടണം. കൃഷ്ണൻ നിയമലംഘനം നടത്തു ന്നത് നിയമ ത്തെ നശിപ്പിക്കാൻ അല്ല, പുതിയ നിയമക്രമത്തിന് വഴി തുറക്കാനാണ്. ഇത് അപകട കരമായ വാദമാണ്, എന്നാൽ ചരിത്രത്തിൽ ആവർ ത്തിക്കപ്പെട്ടിട്ടുള്ള ഒരു ഭരണരൂപീകരണ ഘട്ടം (state formation phase) കൂടിയാണ്.

മാക്സ് വെബർ പറഞ്ഞതുപോലെ, ഒരു രാഷ്ട്രത്തി ന്റെ അടിസ്ഥാന സ്വഭാവം അക്രമത്തിന്റെ നിയമാനുസൃത ഏകാധിപത്യം (monopoly of legitimate violence) ആണ്[1]. മഹാഭാരതത്തിന് മുൻപ് ഈ ഏകാധിപത്യം നിലവിലില്ല. അക്രമം വികേന്ദ്രീ കൃതമാണ്. ഓരോ രാജാവും, ഓരോ ഗോത്രവും സ്വന്തം നിയമമാണ് പാലിക്കുന്നത് . യുദ്ധത്തിനു ശേഷം അക്രമം കേന്ദ്രവൽക്കരിച്ച അക്രമോ പകരണം (state-sanctioned violence) ആയി മാറുന്നു. പാണ്ഡവ ഭരണത്തിൽ അക്രമം വ്യക്തിപരമായ പ്രതികാരമല്ല, ഭരണകൂടം അംഗീക രിച്ച ഉപകരണ മാണ്. കൃഷ്ണന്റെ തന്ത്രങ്ങൾ ഈ പരിവർത്തനം സാധ്യമാക്കുന്നു.

കൃഷ്ണന്റെ രാഷ്ട്രീയബുദ്ധിയുടെ ഏറ്റവും ശ്രദ്ധേ യമായ ഘടകം, അധികാരം കൈവശം എടുക്കാത്ത തിലാണ്. വിജയത്തിനു ശേഷം അദ്ദേഹം സിംഹാ സനം ആവശ്യപ്പെടുന്നില്ല. ഇത് മാക്കി വെല്യൻ പൊളിറ്റിക്സിന് (Machiavellian politics)-നോട് വിരുദ്ധമായി തോന്നാം. എന്നാൽ ആധുനിക രാഷ്ട്രീയ ശാസ്ത്ര ത്തിൽ ഇത് പിൻവേദി അധികാരം (behind-the-throne power) എന്ന മാതൃകയായി തിരിച്ചറിയപ്പെടുന്നു[4]. അധികാരം നേരിട്ട് കൈവശം എടുക്കാതെ തീരുമാന ഘടന നിയന്ത്രണം (decision architecture control) സ്ഥാപി ക്കുന്നു. ഇതുവഴി ഭരണത്തിന്റെ ഉത്തരവാദിത്വം മറ്റുള്ളവർ വഹിക്കും, എന്നാൽ ദിശ നിർണ്ണയം കൈവശം തുടരും.

യുദ്ധാനന്തരം യുധിഷ്ഠിരൻ രാജാവാകുന്നത് വെറും വംശാവകാശത്തിന്റെ ഫലമല്ല. അത് സാമൂഹിക കരാർ (social contract) ഉൾക്കൊള്ളുന്ന ഒരു രാഷ്ട്രീയ മാറ്റമാണ്. തോമസ് ഹോബ്സും ജോൺ ലോക്കും ചൂണ്ടി ക്കാട്ടുന്നതുപോലെ, സുരക്ഷയും ക്രമവും ഉറപ്പാക്കാ നുള്ള കഴിവാണ് ഭരണത്തിന്റെ അടിസ്ഥാനം[56]. കൃഷ്ണൻ ഈ പുതിയ സാമൂഹിക കരാറിന്റെ ശിൽപി അല്ല. എന്നാൽ ഭരണസാധ്യതയുടെ വ്യവസ്ഥകൾ (conditions of possibility for governance) സൃഷ്ടിക്കുന്നവനാണ്.

രാജനീതിയിൽ ക്രൂരതയെ എല്ലായ്പ്പോഴും നൈതിക പരാജയമായി മാത്രം കാണുന്നില്ല. മക്കിയവെല്ലി സൂചിപ്പിക്കുന്നതുപോലെ, സ്ഥിരത സൃഷ്ടിക്കുന്ന ക്രൂരത (well-used cruelty) ചിലപ്പോൾ ഭരണസ്ഥിരത യ്ക്ക് സഹായകമാകുന്നു[4]. ഈ ക്രൂരത വികാര പരമായ അക്രമമല്ല. അത് നിയന്ത്രിതവും ലക്ഷ്യ ബോധമുള്ളതുമായ രാഷ്ട്രീയ ഇടപെടലാണ്. അവ സംജ്ഞാത്മക ക്രൂരത (signal-oriented cruelty) ആണ്. ഭയം, അനുസരണം, പരിധി—ഈ മൂന്നു ഘടകങ്ങളും ഭരണക്രമം ഉറപ്പിക്കാൻ ഉപയോഗിക്കപ്പെടുന്നു. മഹാഭാരതം പോലുള്ള ഇതിഹാസങ്ങൾ ഈ തരത്തിലുള്ള ക്രൂരതയുടെ പ്രവർത്തന യുക്തി വ്യക്തമായി കാണിച്ചുതരുന്നു.

കൃഷ്ണന്റെ ശാസ്ത്രുക്കൾക്കെതിരെയുള്ള പ്രവർത്തി ക്കാൻ വ്യക്തിപരമായ വൈരാഗ്യത്തിന്റെ ഫലമല്ല. അവ സംജ്ഞാത്മക ക്രൂരത (signal-oriented cruelty) ആണ്. ലക്ഷ്യം ഒരാളെ മാത്രം ശിക്ഷിക്കുക എന്ന തല്ല, സമൂഹത്തിന് ഒരു സന്ദേശം നൽകുക എന്ന താണ്. ഉദാഹരണമായി, ശിശുപാലന്റെ വധം പരിഗ ണിക്കാം. ശിശുപാലൻ വ്യക്തിപരമായി കൃഷ്ണനെ അപമാനിച്ചുവെന്നത് സത്യമാണെങ്കിലും, വധത്തി ന്റെ രാഷ്ട്രീയ അർത്ഥം അതിലപ്പുറമാണ്. രാജ സഭയുടെ മധ്യത്തിൽ, ആവർത്തിച്ചുള്ള നിയമ ലംഘനങ്ങൾക്കും അതിരുവിടലുകൾക്കും ഒരു പരിധിയുണ്ടെന്ന സന്ദേശമാണ് അവിടെ സ്ഥാപിക്ക പ്പെടുന്നത്. ശിക്ഷയുടെ ലക്ഷ്യം ശിശുപാലൻ മാത്ര മല്ല. രാജസഭ എന്ന

രാഷ്ട്രീയാവ കാശത്തിന്റെ മുഴു വൻ പങ്കാളികളാണ്. അതിരുവിടൽ ഇനി സഹിക്ക പ്പെടില്ല എന്ന രാഷ്ട്രീയ രേഖപ്പെടുത്തലാണ് അവിടെ നടക്കുന്നത്.

ഇതേ യുക്തി യുദ്ധഭൂമിയിലും പ്രവർത്തിക്കുന്നു. ഭീഷ്മന്റെ വീഴ്ചയ്ക്ക് മുമ്പുള്ള ഘട്ടം ഇവിടെ ശ്രദ്ധേയമാണ്. ഭീഷ്മൻ ഒരു വ്യക്തിയായി പരാജയ പ്പെടുന്നില്ല. അദ്ദേഹത്തിന്റെ ധാർമ്മിക പ്രതി ജ്ഞയും രാഷ്ട്രീയ അനാഘാത്യതയും ചേർന്നാണ് അദ്ദേഹത്തെ അപ്രാപ്തനാക്കുന്നത്. ശിഖണ്ഡിയെ മുന്നിൽ നിർത്തുന്ന തീരുമാനം, ധാർമ്മികമായി അസ്വസ്ഥത സൃഷ്ടിക്കുന്നതാണെങ്കിലും, രാഷ്ട്രീയ മായി ശക്തമായ ഒരു സന്ദേശം നൽകുന്നു. പഴയ ധർമ്മക്രമത്തിന്റെ പ്രതിനിധികൾ ഇനി രാഷ്ട്രീയ തീരുമാനങ്ങളിൽ അന്തിമ തടസ്സമാകാൻ കഴിയില്ല എന്നതാണ് ആ സന്ദേശം. ഇത് ക്രൂരതയായി തോന്നാം. എന്നാൽ ഇത് വ്യക്തിയെ തകർക്കുന്ന അക്രമമല്ല. ഒരു കാലഘട്ടത്തെ വിരമിപ്പിക്കുന്ന രാഷ്ട്രീയ അടയാളപ്പെടുത്തലാണ്.

ദ്രോണന്റെ വധവുമായി ബന്ധപ്പെട്ട അശ്വത്ഥാമാ വഞ്ചനയും ഇതേ മാതൃകയിൽ വായിക്കാം. ഇവിടെ ലക്ഷ്യം ഒരു യോദ്ധാവിനെ ശാരീരികമായി തോൽ പ്പിക്കുക എന്നതല്ല. ദ്രോണന്റെ നൈതിക ആത്മ വിശ്വാസം തകർക്കുക എന്നതാണ്. ഒരു ഗുരുവും പിതാവും എന്ന നിലയിൽ അദ്ദേഹത്തിന്റെ സ്വയം ബോധം തകർന്ന നിമിഷത്തിലാണ് യുദ്ധഭൂമിയിലെ അദ്ദേഹത്തിന്റെ അധികാരവും തകരുന്നത്. ഈ വഞ്ചന വ്യക്തിപരമായ ക്രൂരതയായി കാണാമെ ങ്കിലും, രാഷ്ട്രീയമായി അത് ഒരു സിഗ്നലാണ്. യുദ്ധഭൂമിയിൽ നൈതിക പരിപൂർണത ഇനി സംര ക്ഷണമാകില്ല എന്ന സന്ദേശം.കർണ്ണന്റെ അന്തിമ വധവും സംജ്ഞാത്മക ക്രൂരതയുടെ ഉദാഹരണ മാണ്. ആയുധമില്ലാത്ത സമയത്തെ വധം ധാർമ്മിക മായി ചോദ്യം ചെയ്യപ്പെടുന്നു. എന്നാൽ രാഷ്ട്രീ യമായി, കർണ്ണൻ ജീവിച്ചിരിക്കെ യുദ്ധ ത്തിന്റെ നൈതിക ന്യായീകരണം നീണ്ടുനിൽക്കും. അദ്ദേഹ ത്തിന്റെ സാന്നിധ്യം തന്നെ യുദ്ധത്തെ

അനന്തമായ ധാർമ്മിക സംവാദത്തിലേക്ക് തള്ളി വിടും. വധം അവിടെ ഒരാളെ ഇല്ലാതാക്കുന്നതല്ല. ഒരു വിവാദത്തെ അവസാനിപ്പിക്കുന്ന രാഷ്ട്രീയ നടപടി ആണ്.

ഈ എല്ലാ സംഭവങ്ങളിലും ക്രൂരതയുടെ ലക്ഷ്യം ഇരയല്ല. സമൂഹമാണ്. ഭയം, അനുസരണം, പരിധി—ഈ മൂന്നു ഘടകങ്ങളും ഭരണക്രമം ഉറപ്പിക്കാൻ ഉപയോഗിക്കപ്പെടുന്നു. ഭയം അനിയന്ത്രിത അക്രമത്തിന്റെ പേടി അല്ല. അത് പരിധികൾ ലംഘിച്ചാൽ എന്ത് സംഭവിക്കുമെന്ന് അറിയുന്ന രാഷ്ട്രീയ ബോധമാണ്. അനുസരണം ഭക്തിയിൽ നിന്നുമല്ല. അത് സ്ഥിരതയ്ക്കുള്ള യുക്തിപരമായ തിരഞ്ഞെടുപ്പായി മാറുന്നു. പരിധി വ്യക്തമായി രേഖപ്പെടുത്തപ്പെടുമ്പോൾ, സാമൂഹികക്രമം സ്വയം നിയന്ത്രിക്കപ്പെടുന്നു.

ഇവിടെയാണ് മക്കിയവെല്ലിയുടെ well-used cruelty എന്ന ആശയം മഹാഭാരതത്തിൽ പ്രത്യക്ഷമാകു ന്നത്[4]. ക്രൂരത അപൂർവമാണ്. അതിവേഗമാണ്. അതിന്റെ ലക്ഷ്യം പ്രതികാരമല്ല, സ്ഥിരതയാണ്. കൃഷ്ണന്റെ ക്രൂരതകൾ ഈ അർത്ഥത്തിൽ വികാര പരമായ അക്രമങ്ങളല്ല. അവ രാഷ്ട്രീയമായി കണക്കുകൂട്ടിയ സന്ദേശങ്ങളാണ്. മഹാഭാരതം അതിലൂടെ കാണിച്ചുതരുന്നത്, അധികാരം നിലനിൽക്കുന്ന ഘട്ടങ്ങളിൽ, ക്രൂരത എല്ലായ്പ്പോഴും നൈതിക പരാജയമല്ല. പലപ്പോഴും, അത് രാഷ്ട്രീയക്രമം ഉറപ്പിക്കുന്ന അവസാന ഭാഷയാകുന്നു.

ഈ അധ്യായം ഒരു നൈതിക വിധിയിൽ എത്തിച്ചേരുവാൻ താല്പര്യപ്പെടുന്നില്ല. കൃഷ്ണന്റെ രാഷ്ട്രീയ തന്ത്രങ്ങൾ ഫലപ്രദമാണ്. എന്നാൽ അതിന്റെ മാനസികവും നൈതികവുമായ വില വലുതാണ്. രാഷ്ട്രമീമാംസ ഇവിടെ വിധി പറയു ന്നില്ല. അത് ചരിത്രപരമായ ആവർത്തന മാതൃക (historical recurring pattern) രേഖപ്പെടുത്തു കയാണ്. ധർമ്മം അധികാരത്തിന്റെ ഭാഷ യാകുമ്പോൾ, നൈതിക നിഷ്പക്ഷതയുടെ അസാധ്യത (impossibility of moral neutrality)

അനിവാര്യമാകുന്നു. കൃഷ്ണൻ ഈ പരമാർത്ഥ ത്തിന്റെ ഏറ്റവും ശക്തമായ പ്രതീകമാണ്.

ഇതിനാൽ ഈ അധ്യായത്തിന്റെ സമാപനം കൃഷ്ണൻ രാഷ്ട്രീയ പ്രവർത്തകൻ (political actor) എന്ന നിലയിൽ, ഒരു രാഷ്ട്ര നിർമാണ സംഘർഷത്തിൽ (state formation crisis) ൽ പ്രവർത്തിക്കുന്ന വ്യക്തിയായി, അദ്ദേഹത്തെ വായിക്കുന്നത്. നിയമം തകരുമ്പോൾ, ധർമ്മത്തെ വളച്ചുകൊണ്ടു പോലും യുദ്ധം അനിവാര്യമാക്കി — അവിടെയാണ് കൃഷ്ണസാദൃശ്യമുള്ള തന്ത്രജ്ഞർ ചരിത്രത്തിൽ വീണ്ടും വീണ്ടും പ്രത്യക്ഷപ്പെടുന്നത്. ഈ വായന ആരാധനയ്ക്കുള്ളതല്ല. അധികാരത്തെ മനസ്സിലാക്കാനുള്ള ശ്രമമാണ്.

References

1. Weber, M. (1978). Economy and Society. University of California Press.
2. Tilly, C. (1990). Coercion, Capital, and European States. Blackwell.
3. North, D. C. (1990). Institutions, Institutional Change and Economic Performance. Cambridge University Press.
4. Machiavelli, N. (1532/2005). The Prince. Penguin Classics.
5. Hobbes, T. (1651/1996). Leviathan. Cambridge University Press.
6. Locke, J. (1689/1988). Two Treatises of Government. Cambridge University Press.
7. Foucault, M. (1980). Power/Knowledge. Pantheon.

അധ്യായം 4

അർത്ഥത്തിന്റെ നിർമ്മാണവും ധർമ്മത്തിന്റെ പുനർവ്യാഖ്യാനവും അസ്തിത്വത്തെ നിർവചിക്കുന്ന അധികാര വും

(Creation of Meaning, Ethics, and Existential Authority)

മഹാഭാരതം, മനുഷ്യബോധം അർത്ഥത്തിന്റെ പ്രതിസന്ധിയിൽ നിൽക്കുന്ന നിമിഷങ്ങളെ രേഖപ്പെടുത്തുന്ന ഒരു ദാർശനിക രേഖയായി വായിക്കപ്പെടുമ്പോഴാണ് അതിന്റെ ആഴം തുറന്നു കാണുന്നത്. ഇവിടെ ഉയരുന്ന പ്രധാന ചോദ്യം "എന്താണ് ശരി" എന്നതല്ല, മറിച്ച് "ശരി എന്നത് എങ്ങനെ നിർവചിക്കപ്പെടുന്നു" എന്നതാണ്. ഈ പശ്ചാത്തലത്തിലാണ് കൃഷ്ണനെ ഒരു അസ്തിത്വാതീത സത്യം നൽകുന്നവൻ (metaphysical truth-giver) ആയി അല്ല, മറിച്ച് അർത്ഥനിർമ്മാണത്തിൽ ഇടപെടുന്ന ഒരു

അർത്ഥാധികാരി (Meaning Authority) എന്ന ദാർശനിക അധികാരരൂപമായി വായിക്കേണ്ടത്. ഭക്തിപാരമ്പര്യത്തിൽ ഗീത ഉത്തരങ്ങൾ നൽകുന്ന ഗ്രന്ഥമായി കണക്കാക്കപ്പെടുന്നു. എന്നാൽ ഫിലോസഫിയുടെ കാഴ്ചപ്പാടിൽ, ഗീത ആദ്യം ചെയ്യുന്നത് ചോദ്യങ്ങൾ ഉയർത്തുകയാണ്. അർജ്ജുനന്റെ തകർച്ച ഭക്തിയുടെ അഭാവമല്ല. അത് മനുഷ്യനിലെ അർത്ഥബോധം തന്നെ തകരുന്ന നിമിഷമാണ്. ഈ പ്രതിസന്ധിയിൽ കൃഷ്ണൻ നൽകുന്ന പ്രതികരണം ശുദ്ധമായ ധാർമ്മിക ഉത്തരമല്ല, മറിച്ച് ഒരു അർത്ഥത്തിന്റെ പുനർക്രമീകരണം (existential re-framing) ആണ്.

അർജ്ജുനന്റെ അവസ്ഥയെ പരമ്പരാഗതമായി മോഹം അല്ലെങ്കിൽ വിഷാദയോഗം എന്ന് വിശേ ഷിപ്പിക്കാറുണ്ട്. എന്നാൽ ആധുനിക ദാർശനിക ഭാഷയിൽ ഇത് ഒരു അസ്തിത്വ പ്രതിസന്ധി (existential crisis) ആയി വായിക്കാവുന്നതാണ്. ജീവിതത്തിന്റെ അർത്ഥം, തന്റെ പ്രവൃത്തികളുടെ ന്യായം, തന്റെ സ്വയം തിരിച്ചറിയൽ എന്നിവ ഒരേ സമയം തകരുന്ന അവസ്ഥ. ഴാങ് -പോൾ സാർത്ര് പറയുന്നതുപോലെ, മനുഷ്യൻ സ്വാതന്ത്ര്യത്തിലേക്ക് നിർബന്ധിതനായ മനുഷ്യൻ (con-demned to be free) ആണെന്ന് തിരിച്ച റിയുന്ന നിമിഷമാണ് ഏറ്റവും ഭീതിജനകം[1]. അർജ്ജുനൻ നേരിടുന്നത് ഈ ഭീതിയാണ്. യുദ്ധം ചെയ്യുകയാണെങ്കിൽ കുറ്റ ബോധം. ചെയ്യാതി രുന്നാൽ അർത്ഥശൂന്യത. രണ്ട് വഴികളും അസഹ്യ മാണ്. ഇവിടെ അർജ്ജുനൻ ഭീരുവല്ല. മറിച്ച്, അധിക നൈതികബോധമുള്ള മനുഷ്യനാണ്. എല്ലാ വഴികളുടെയും ഭാരം തിരിച്ചറിയുന്ന മനുഷ്യൻ.

ഈ ഘട്ടത്തിലാണ് കൃഷ്ണന്റെ ഇടപെടൽ ആരംഭിക്കുന്നത്. കൃഷ്ണൻ നൽകുന്ന മറുപടി “ഇത് ചെയ്യണം” എന്ന ലളിതമായ ആജ്ഞയല്ല. അദ്ദേഹം അർത്ഥത്തിന്റെ ഫ്രെയിം തന്നെ മാറ്റുന്നു. ഫിലോസ ഫിയിൽ ഇതിനെ അർത്ഥത്തിന്റെ പുനർനി ർമ്മാണം (Meaning Reconstitution)

എന്ന് വിളിക്കാവുന്ന ഒരു പ്രക്രിയയാണ്. അർജ്ജുനന്റെ ആദ്യ ചോദ്യങ്ങൾ വ്യക്തികേന്ദ്രിതമാണ്. ഞാൻ എന്ത് ചെയ്യും, ഞാൻ എങ്ങനെ ജീവിക്കും, എന്റെ മനസ്സാക്ഷി എന്ത് പറയും. കൃഷ്ണൻ ഈ ചോദ്യങ്ങളെ വ്യക്തിഗത അളവുകോലിൽ നിന്ന് സർവ്വവിശ്വപരമായ അളവുകോലിലേക്ക് (cosmic scale) മാറ്റുന്നു. വ്യക്തി എന്ന അളവുകോൽ ഇല്ലാതാകുന്നു. വ്യക്തി നിമിത്തം ആയി ചുരുങ്ങുന്നു. ഇവിടെ സംഭവിക്കു ന്നത് കർത്തൃത്വത്തിന്റെ സ്ഥാനമാറ്റം (agency relocation) ആണ്.

"നിമിത്തമാത്രം ഭവ" എന്ന ആശയം ഭക്തിയിൽ സമർപ്പണമായി വായിക്കപ്പെടുന്നു. എന്നാൽ ദാർശനികമായി അത് കർത്തൃത്വത്തിന്റെ ലയം (agency dissolution) ആണ്. വ്യക്തിയുടെ സ്വയം കർത്തൃത്വശേഷി (agency = കർത്തൃത്വം) ഒരു വലിയ തത്ത്വത്തിലേക്ക് ലയിപ്പിക്കപ്പെടുന്നു. ഹെഗലിന്റെ ഫിലോസഫിയിൽ ചരിത്രം ലോകാത്മാവ് (World Spirit) വഴി മുന്നേറുന്നു എന്ന് പറയുന്നതുപോലെ[2], വ്യക്തികൾ ചരിത്രത്തിന്റെ ഉപകരണങ്ങളാണ്. കൃഷ്ണന്റെ ദർശനം ഇതുമായി അതിശയകരമായ സാമ്യം കാണിക്കുന്നു. വ്യക്തി ശരിയോ തെറ്റോ എന്നല്ല, ചരിത്രാവശ്യകതയാണ് നിർണായകം. ഇത് മനുഷ്യനെ ഒരേസമയം ആശ്വസിപ്പിക്കുന്നതും അപകടകരവുമാണ്. ഉത്തരവാദിത്തത്തിന്റെ ഭാരത്തിൽ നിന്ന് മോചനം ലഭിക്കുന്നു. എന്നാൽ അതിനൊപ്പം, സ്വയം ചിന്തിക്കുന്ന കർത്തൃത്വം ദുർബലമാകുന്നു.

ധർമ്മത്തിന്റെ സ്വഭാവം ഇതോടെ ഒരു പുതിയ ചോദ്യമായി മാറുന്നു. പരമ്പരാഗത ഇന്ത്യൻ ദർശനത്തിൽ ധർമ്മം ശാശ്വതമാണ്. എന്നാൽ മഹാഭാരതത്തിലെ ധർമ്മം സ്ഥിരമല്ല. അത് ഓരോ സാഹചര്യത്തിലും പുനർവ്യാഖ്യാനിക്കപ്പെടുന്നു. ഇമാനുവൽ കാന്തിന്റെ നിയമാധിഷ്ഠിത നൈതികത (Deontological Ethics) അനുസരിച്ച്, ചില പ്രവൃത്തികൾ ഫലങ്ങളെക്കാൾ മുൻപായി ശരിയോ തെറ്റോ ആയി രിക്കും[3]. എന്നാൽ

കൃഷ്ണൻ ഈ നിലപാട് സ്വീകരി ക്കുന്നില്ല. അദ്ദേഹം ഫലപരിണാമാധിഷ്ഠിത നൈതികതയിലേക്ക് (Consequential Ethics) നീങ്ങുന്നു. ധർമ്മം ഇവിടെ ഒരു നിയമമല്ല. അത് ലക്ഷ്യ ത്തിലേക്ക് നയിക്കുന്ന ആഖ്യാനം (narrative) ആണ്.

ഈ ദിശയിൽ ഗീതയും യൂട്ടിലിറ്റേറിയനിസവും തമ്മിൽ ഒരു സാമ്യം കാണാം. ജോൺ സ്റ്റുവർട്ട് മില്ലിന്റെ യൂട്ടിലിറ്റേറിയനിസം "ഏറ്റവും കൂടുതൽ ആളുകൾക്ക് ഏറ്റവും വലിയ നന്മ" (greatest good for the greatest number) എന്ന ആശയത്തിൽ അധിഷ്ഠിതമാണ്[4]. കൃഷ്ണന്റെ തീരുമാനങ്ങൾ പലപ്പോഴും ഈ ചട്ട ക്കൂടിന് സമീപമാണ്. ചിലരുടെ മരണം വലിയൊരു സാമൂഹികക്രമത്തിന് വഴിയൊരുക്കുന്നു എന്ന വാദം. ഇത് തത്ത്വശാസ്ത്രപരമായി സാധുവാണോ എന്നതാണ് ചോദ്യം. യൂട്ടിലിറ്റേറിയൻ ചട്ടക്കൂടിൽ അത് സാധുവായിരിക്കാം. എന്നാൽ വ്യക്തിയുടെ വേദന ഈ ചട്ടക്കൂടിൽ എളുപ്പത്തിൽ അപ്ര സക്തമാകുന്നു.

ഇവിടെയാണ് നൈതികതയും അനിവാര്യതയും തമ്മിലുള്ള സംഘർഷം ശക്തമാകുന്നത്. ഹന്നാ അരന്റ് അവതരിപ്പിച്ച ദുഷ്ടതയുടെ സാധാരണത്വം (banality of evil) എന്ന ആശയം, ക്രൂരത പലപ്പോഴും ദുഷ്ടവ്യക്തിത്വത്തിൽ നിന്നല്ല, അനിവാര്യതയുടെ ഭാഷയിൽ നിന്നാണ് ഉദ്ഭവിക്കുന്നത് എന്ന് ചൂണ്ടിക്കാട്ടുന്നു[5]. കൃഷ്ണന്റെ ഭാഷയിൽ അനിവാര്യത ശക്തമായി പ്രവർത്തിക്കുന്നു. സംഭവിക്കേണ്ടത് സംഭവിക്കും. നീ വെറും ഉപകരണം. ഈ ഭാഷ മനുഷ്യനെ നൈതിക സംഘർഷത്തിൽ നിന്ന് ഒഴിപ്പിക്കുന്നു. ഇതാണ് ദാർശനികമായി ഏറ്റവും അപകടകരമായ നിമിഷം. കാരണം, ചിന്ത അവസാ നിക്കുന്നു. ചോദ്യം അവസാനിക്കുന്നു.

സാർത്രിന്റെ അസ്തിത്വവാദം (എക്സിസ്റ്റൻഷ്യലിസം) മനുഷ്യനെ അർത്ഥം സൃഷ്ടിക്കുന്നവനായി കാണു ന്നു[1]. എന്നാൽ ഗീതയിൽ അർത്ഥം നൽകപ്പെടു ന്നതാണ്. വ്യക്തി അത് സ്വീകരിക്കണം. ഈ വ്യത്യാസം

നിർണായകമാണ്. കൃഷ്ണൻ അർജ്ജുനനെ സ്വയം അർത്ഥം സൃഷ്ടിക്കാൻ പ്രേരിപ്പിക്കുന്നില്ല. മറിച്ച് സർവ്വതത്ത്വപരമായ അർത്ഥത്തിൽ (cosmic meaning) ലയിപ്പിക്കുന്നു. ഇത് അസ്തിത്വസ്വാ തന്ത്ര്യത്തിന്റെ (existential freedom) വിരുദ്ധ ദിശയാണ്.

സ്റ്റോയിക് ഫിലോസഫിയിലും ഗീതയിലും ചില സാമ്യങ്ങൾ കാണാം. സ്റ്റോയിസിസം സംഭവങ്ങളെ നിയന്ത്രിക്കാനാവില്ല, പ്രതികരണങ്ങളെയാണ് നിയന്ത്രിക്കേണ്ടത് എന്ന് പഠിപ്പിക്കുന്നു[6]. ഗീതയിലും ഫലത്യാഗം, അനാസക്തി, സ്വീകാരം തുടങ്ങിയ ആശയങ്ങൾ ഉണ്ട്. എന്നാൽ സ്റ്റോയിസിസത്തിൽ വ്യക്തിയുടെ അകത്തള സ്വയംഭരണം (inner autonomy) നിലനിൽക്കുന്നു. ഗീതയിൽ അത് ദൈവീക തത്ത്വത്തിൽ ലയിക്കുന്നു. ഈ ലയനമാണ് ദാർശനിക സംഘർഷബിന്ദു (philosophical tension) സൃഷ്ടിക്കുന്നത്.

ഇതെല്ലാം ചേർന്നപ്പോൾ കൃഷ്ണൻ ഒരു ദാർശനിക വിമോചകനായി മാത്രം വായിക്കപ്പെടുന്നില്ല. അദ്ദേഹം അർത്ഥനിർമ്മാണ അധികാരം (authority over meaning) കൈവശം വയ്ക്കുന്ന ഒരാളാണ്. അർത്ഥം നൽകുന്നവൻ. അർത്ഥം മാറ്റുന്നവൻ. അർത്ഥം നിശ്ചയിക്കുന്നവൻ. ചരിത്രത്തിൽ ഇത്തരം അധികാരരൂപങ്ങൾ ആവർത്തിക്കുന്നു. മതത്തിൽ, രാഷ്ട്രത്തിൽ, ആശയവാദങ്ങളിൽ ഒക്കെ ഇവ തുടരുന്നു.

കൃഷ്ണന്റെ ദാർശനിക ഇടപെടൽ മനുഷ്യനെ പ്രവർത്തനക്ഷമനാക്കുന്നു. എന്നാൽ അതിന്റെ വിലയായി, സ്വയം ചിന്തിക്കുന്ന കർത്തൃത്വം ദുർബലമാകുന്നു. മഹാഭാരതം ഇവിടെ ഒരു ഉത്തരമല്ല. അത് ഒരു മുന്നറിയിപ്പാണ്. അർത്ഥം പുറത്തുനിന്ന് ലഭിക്കുന്ന നിമിഷം, മനുഷ്യൻ ശക്തനാകാം. അതേ നിമിഷം, അവൻ അപകട ത്തിലുമാണ്.

References

1. Sartre, J.-P. (1946). Existentialism Is a Humanism. Yale University Press.

2. Hegel, G. W. F. (1977). Phenomenology of Spirit. Oxford University Press.

3. Kant, I. (1785/1993). Groundwork of the Metaphysics of Morals. Cambridge University Press.

4. Mill, J. S. (1863/2001). Utilitarianism. Hackett.

5. Arendt, H. (1963). Eichmann in Jerusalem. Viking Press.

6. Epictetus. (1995). The Discourses. Penguin Classics.

7. Ricoeur, P. (1981). Hermeneutics and the Human Sciences. Cambridge University Press.

അധ്യായം 5

മസ്തിഷ്കത്തിന്റെ പുനർക്രമീകരണം: ഭയം, വിശ്വാസം, അനുസരണം.

(Fear Circuits, Belief Engineering, and Obedience)

മുൻ അധ്യായങ്ങളിൽ കൃഷ്ണന്റെ പ്രവർത്തനങ്ങളെ രാഷ്ട്രീയവും ദാർശനികവുമായ ചട്ടക്കൂടുകളിൽ പരിശോധിച്ചിരുന്നു. എന്നാൽ അധികാരം മനുഷ്യ ബോധത്തിൽ പ്രവർത്തിക്കുന്നത് ആശയങ്ങ ളിലൂടെയോ തത്ത്വചിന്തയിലൂടെയോ മാത്രം അല്ല. അധികാരം പ്രവർത്തിക്കുന്നത് നേരിട്ട് മനുഷ്യന്റെ മസ്തിഷ്കത്തിലൂടെയാണ്. ഭയം, ആശ്വാസം, വിശ്വാസം, സമർപ്പണം, അനുസരണം, കുറ്റബോധം, നിശ്ശബ്ദത എന്നിവയെല്ലാം തന്നെ ജൈവപരമായ നാഡീയ അവസ്ഥകളാണ്. അതിനാൽ കൃഷ്ണനെ ഒരു അസ്തി ത്വാതീത സത്യം നൽകുന്നവൻ (metaphysical truth-giver) എന്ന നിലയിൽ മാത്രം വായിക്കുന്നത് അപൂർ ണ്ണമാണ്. ഈ അധ്യായത്തിൽ കൃഷ്ണൻ മനുഷ്യ മസ്തിഷ്കത്തിലെ

അവസ്ഥകളെ രൂപകൽപ്പന ചെയ്യുന്ന ഒരു പെരുമാറ്റ-വാസ്തുവിദഗ്ദ്ധൻ (behavioral architect) ആയി വായിക്കപ്പെടുന്നു. ഈ വായനയിൽ ഗീത ഒരു ആത്മീയ ഗ്രന്ഥമല്ല; അത് ഒരു നാഡീവ്യവസ്ഥാ ഇടപെടൽ (neural state intervention) ആയി മാറുന്നു.

കുരുക്ഷേത്രത്തിൽ അർജ്ജുനൻ അനുഭവിക്കുന്ന തകർച്ചയെ ഭക്തിവായനയിൽ വിഷാദം എന്നും മോഹം എന്നും വിശേഷിപ്പിച്ചിട്ടുണ്ടെങ്കിലും, ന്യൂറോസയന്റിഫിക് കാഴ്ചപ്പാടിൽ അത് ഒരു തീവ്ര സമ്മർദ്ദ പ്രതികരണം (Acute Stress Response) എന്ന അവസ്ഥയോട് പൂർണ്ണമായി പൊരുത്തപ്പെടുന്നതാണ്. ശരീരവിറയൽ, വായ വരളൽ, കൈകളിലെ ശക്തിനഷ്ടം, ചിന്തയുടെ മന്ദത എന്നിവ എല്ലാം തന്നെ അമിഗ്ദാല-ഹൈപ്പോതാലാമസ്–ബ്രെയിൻസ്റ്റെം അച്ചുതണ്ട് (Amygdala–Hypothalamus–Brainstem axis) സജീവമാകുമ്പോൾ ഉണ്ടാകുന്ന സ്വാഭാവിക പ്രതികരണങ്ങളാണ്[1]. (അമിഗ്ദാല-ഹൈപ്പോതാലാമസ്–ബ്രെയിൻസ്റ്റെം അച്ചുതണ്ട് (Amygdala–Hypothalamus–Brainstem axis) ഭീഷണി തിരിച്ചറിയൽ, ഹോർമോൺ റിലീസ്, ഹൃദയമിടിപ്പ്, ശ്വസനം, പേശിവലിപ്പ് എന്നിവയെ ഒരുമിച്ച് നിയന്ത്രിക്കുന്ന നാഡീഅച്ചുതണ്ടാണ് ഇത്. ഭയം അനുഭവപ്പെടുമ്പോൾ ശരീരത്തെ "fight or flight" അവസ്ഥയിലേക്ക് നയിക്കുന്ന ജൈവശൃംഖലയാണിത്.) അമിഗ്ദാല (അമിഗ്ദാല (Amygdala)ഭീഷണി, ഭയം, അപകട സൂചനകൾ എന്നിവ വേഗത്തിൽ തിരിച്ചറിയുന്ന മസ്തിഷ്കത്തിലെ പുരാതന കേന്ദ്രമാണ് അമിഗ്ദാല. ഇത് സജീവമാകുമ്പോൾ, വിവേകചിന്തയെക്കാൾ മുൻഗണന നൽകി ശരീരത്തെ അടിയന്തര പ്രതികരണത്തിന് തയ്യാറാക്കുന്നു.) ഭീഷണി തിരിച്ചറിയുന്ന നിമിഷം ഭയസൂചനകൾ (fear signals) ഉൽപ്പാദിപ്പിക്കുന്നു. ഹൈപ്പോതാലാമസ് stress hormones റിലീസ് ചെയ്യുന്നു. ഇതിന്റെ ഫലമായി മുൻമസ്തിഷ്കത്തിലെ വിവേകകേന്ദ്രമായ പ്രീഫ്രോണ്ടൽ കോർട്ടക്സ് (Prefrontal Cortex) (വിവേക ചിന്ത, നൈതിക വിലയിരുത്തൽ, ദീർഘകാല ഫലങ്ങൾ കണക്കാക്കൽ, സ്വയംനിയന്ത്രണം എന്നിവ കൈകാര്യം ചെയ്യുന്ന മസ്തിഷ്കഭാഗമാണ് പ്രീ

ഫ്രോണ്ടൽ കോർട്ടക്സ്.) ഭയം ശക്തമായപ്പോൾ ഇതിന്റെ പ്രവർത്തനം താൽക്കാലികമായി ദുർബലമാകുന്നു താൽക്കാലികമായി മറികടത്ത പ്പെടുന്നു (override). മസ്തിഷ്കം അതിരൂക്ഷ സജീവാവ സ്ഥയിൽ (overdrive) പ്രവേശിക്കുന്നു. ഇത് രോഗാവസ്ഥയല്ല; ജീവൻ രക്ഷിക്കാനുള്ള ഒരു പുരാതന ജൈവസാങ്കേതികതയാണ്.

ന്യൂറോസയൻസ് ചൂണ്ടിക്കാണിക്കുന്ന ഏറ്റവും അസൗകര്യകരമായ സത്യം ഇതാണ്. ഭയസൂചനകൾ സജീവമായിരിക്കുമ്പോൾ നൈതിക ചിന്തകൾ രണ്ടാമത്തെ സ്ഥാനത്തേക്ക് നീങ്ങുന്നു[2]. നൈതിക വിവേചനം കൈകാര്യം ചെയ്യുന്ന പ്രീഫ്രോണ്ടൽ കോർട്ടക്സ് ശക്തമായ ഭയ സൂചനകൾ (fear signals) മൂലം മറികടത്തപ്പെടുമ്പോൾ, തീരുമാനങ്ങൾ വിവേകാധി ഷ്ഠിതമല്ലാതെ സ്വാഭാവിക പ്രേരണകളാൽ നിയന്ത്രി ക്കപ്പെടുന്നു. അർജ്ജുനന്റെ പ്രശ്നം ധർമ്മം അറിയാ ത്തതല്ല. അവന്റെ പ്രശ്നം ഭയചക്രത്തിന്റെ അതി രൂക്ഷ സജീവാവസ്ഥ (fear circuitry overdrive) ആണ്.

ഈ ഘട്ടത്തിലാണ് കൃഷ്ണൻ നടത്തുന്ന ആദ്യ ഇടപെടൽ നിർണായകമാകുന്നത്. അത് യുദ്ധത്തിന് ഉത്തരവിടലല്ല. ആദ്യം അദ്ദേഹം വികാരനിയന്ത്രണം (emotional containment) സൃഷ്ടിക്കുന്നു. ന്യൂറോ സയന്റിഫിക് ഭാഷയിൽ ഇത് അമിഗ്ഡാലയുടെ നിയന്ത്രണം (amygdala down-regulation), പരാസിം പതറ്റിക് സജീവീകരണം (parasympathetic activa-tion), (ശരീരത്തെ ശാന്താവസ്ഥയിലേക്കും പുനരുദ്ധാ രണത്തിലേക്കും നയിക്കുന്ന സ്വയംഭരണ നാഡീവ്യവസ്ഥയുടെ (autonomic nervous system) ഭാഗമാണ് പരാസിംപതറ്റിക് വ്യവസ്ഥ. ഹൃദയമിടിപ്പ് കുറയ്ക്കൽ, ശ്വസനം ശാന്തമാക്കൽ, ദഹനം സജീവമാക്കൽ എന്നിവ ഇതിന്റെ പ്രധാന പ്രവർത്തനങ്ങളാണ്.) കോർട്ടിസോൾ-- (സമ്മർദ്ദാവസ്ഥകളിൽ ഹൈപ്പോതാലാമസ്–പിറ്റ്യൂട്ടറി–അഡ്രീനൽ (HPA) അച്ചുതണ്ടിലൂടെ സ്രവിക്കുന്ന പ്രധാന stress hormone ആണ് കോർട്ടി സോൾ. ശരീരത്തെ അടിയന്തര പ്രവർത്തനത്തിന് സജ്ജമാക്കുന്ന ഈ ഹോർമോൺ ദീർഘകാലം ഉയർന്ന നിലയിൽ

തുടരുമ്പോൾ, വിവേകചിന്തയും വികാരനിയന്ത്രണവും ദുർബലമാക്കുന്നു.) സ്ഥിരത (cortisol stabilization) എന്നിവയിലൂടെ സംഭവിക്കുന്നു. ഗീതയിലെ ശാന്തവും ക്രമബദ്ധവുമായ സംഭാഷ ണശൈലി തന്നെ ഇതിന്റെ തെളിവാണ്. കുറച്ച് നിമിഷങ്ങൾക്കകം അർജ്ജുനന്റെ പരിഭ്രാന്താവസ്ഥ (panic state) കുറയുന്നു. ഇത് ചികിത്സാപരമായി ഫലപ്രദമാണ്. എന്നാൽ നൈതികമായി നിഷ്പക്ഷമല്ല.

ഇതിന് ശേഷം ആരംഭിക്കുന്നത് ബൗദ്ധിക പുനർക്രമീകരണം അല്ലെങ്കിൽ അർത്ഥപുർണ വ്യാഖ്യാനം (cognitive reframing) എന്ന പ്രക്രിയയാണ്. ആവർത്തിച്ച ആശയങ്ങളിലൂടെ നാഡീമാർഗങ്ങൾ മാറ്റാൻ കഴിയുന്ന മനുഷ്യ മസ്തിഷ്കത്തിന്റെ ശേഷി യെയാണ് ന്യൂറോപ്ലാസ്റ്റിസിറ്റി (neuroplasticity) എന്ന് വിളിക്കുന്നത്[3]. കൃഷ്ണൻ ഗീതയിൽ ചെയ്യുന്നത് ഇതാണ്. കൊലപാതകം കർമമായി മാറുന്നു. ബന്ധു ക്കൾ ശരീരങ്ങളായി ചുരുങ്ങുന്നു. കുറ്റബോധം കടമയായി പുനർവ്യാഖ്യാനിക്കപ്പെടുന്നു. ഈ പുനഃസംഘടന (refram-ing) ആവർത്തിക്കപ്പെടുമ്പോൾ പ്രീഫ്രോണ്ടൽ കോർട്ടക്സിൽ പുതിയ ബന്ധങ്ങൾ രൂപപ്പെടുന്നു. ഇത് വിശ്വാസസംവിധാന നിർമ്മാണം (belief engineering) ആണ്.

വിശ്വാസം ശുദ്ധമായ ഒരു ആശയമല്ലെന്ന് ന്യൂറോസയൻസ് വ്യക്തമാക്കുന്നു. വിശ്വാസം ഡോപ്പമിൻ പ്രതിഫല നാഡീവ്യവസ്ഥയുമായി (dopaminergic reward cir-cuitry) ചേർന്നുനിൽക്കുന്ന ഒരു അവസ്ഥയാണ്[4]. പ്രതിഫലം, പ്രേരണം, പ്രതീക്ഷ, ലക്ഷ്യസാധനാനുഭവം എന്നിവയുമായി ബന്ധപ്പെട്ട നാഡീരാസപദാർത്ഥമാണ് ഡോപ്പമിൻ. അർത്ഥം, വിശ്വാസം, വിജയബോധം, സുഖം എന്നിവ അനുഭവ പ്പെടുമ്പോൾ ഇത് സ്രവിച്ച് പെരുമാറ്റത്തെ ശക്തി പ്പെടുത്തുന്നു. വിശ്വാസം അനിശ്ചിതത്വം കുറയ്ക്കു ന്നു, ഭാവിയെ പ്രവചിക്കാവുന്നതാക്കുന്നു, അതിലൂടെ ഡോപോമിൻ റിലീസ് (dopamine release) ഉണ്ടാകുന്നു. "ഞാൻ ധർമ്മം ചെയ്യുന്നു" എന്ന ബോധം അർജ്ജു നന്റെ മസ്തിഷ്കത്തിൽ

പ്രതിഫല സൂചനയായി പ്രവർത്തിക്കുന്നു. ഇതാണ് വിശ്വാസത്തിന്റെ അടിമത്തസാദ്ധ്യത.

കൃഷ്ണന്റെ വികാരശൂന്യത ഭക്തിവായനയിൽ അതിശ്രേഷ്ഠത്വം (transcendence) ആയി വ്യാഖ്യാനിക്കപ്പെടുമ്പോൾ, ന്യൂറോസയന്റിഫിക് വായനയിൽ അത് ബൗദ്ധിക സഹാനുഭൂതി ആധിപത്യം (cognitive empathy dominance) ആയി വായിക്കാം[5]. മറ്റുള്ളവരുടെ വികാരാവസ്ഥ ബൗദ്ധികമായി മനസ്സിലാക്കുന്ന ശേഷിയാണ് ബൗദ്ധിക സഹാനുഭൂതി. ഇതിൽ അഫക്ടീവ് റെസൊനൻസ് ഉണ്ടായിരിക്കണമെന്നില്ല. മറ്റുള്ളവരുടെ വികാരങ്ങൾ തിരിച്ചറിയാൻ സഹായിക്കുന്ന മിറർ ന്യൂറോൺ സംവിധാനം (mirror neuron system) ജീവമായിരിക്കുമ്പോഴും, വികാരാ നുരൂപ പ്രതികരണം (affective resonance) ഇല്ലാത്ത അവസ്ഥയാണിത്. ശസ്ത്രക്രിയവിദഗ്ധർ, സൈനിക കമാൻഡർമാർ, ക്രൈസിസ് നേതാക്കൾ എന്നിവരിൽ സാധാരണമായി കാണുന്ന മാനസിക പ്രൊഫൈൽ. മറ്റുള്ളവരുടെ വികാരങ്ങൾ സ്വന്തം വികാരമായി നേരിട്ട് അനുഭവപ്പെടുന്ന മാനസിക–നാഡീയ അവസ്ഥയാണ് അഫക്ടീവ് റെസൊനൻസ്. മറ്റൊരാളുടെ ദുഃഖം, ഭയം, വേദന തുടങ്ങിയ വികാരങ്ങൾ വെറും ബൗദ്ധികമായി തിരിച്ചറിയു ന്നതിലല്ല, മറിച്ച് അതേ വികാരാവസ്ഥ സ്വയം അനുഭവിക്കുന്നതിലാണ് ഇതിന്റെ സവിശേഷത.ഇത് സഹാനുഭൂതിയുടെ (empathy) വികാരാത്മക ഘടക മാണ്. മിറർ ന്യൂറോൺ സംവിധാനം (mirror neuron system), ഇൻസുല (insula), (മറ്റുള്ളവരുടെ വേദന തിരിച്ചറിയൽ, സഹാനുഭൂതി, അകത്തള ശരീരബോ ധം (interoception) എന്നിവയുമായി ബന്ധപ്പെട്ട മസ്തിഷ്കഭാഗമാണ് ഇൻസുല. അക്രമം ആവർത്തി ക്കപ്പെടുമ്പോൾ ഇതിന്റെ സജീവത കുറയുകയും സഹാനുഭൂതി മങ്ങുകയും ചെയ്യുന്നു.) ആന്റീരിയർ -സിംഗുലേറ്റ് കോർട്ടക്സ് (anterior cingulate cortex) തുടങ്ങിയ മസ്തിഷ്ക ഘടകങ്ങൾ ചേർന്ന് പ്രവർത്തി ക്കുമ്പോഴാണ് അഫക്ടീവ് റെസൊനൻസ് ഉണ്ടാകുന്നത്.അഫക്ടീവ് റെസൊനൻസ് കുറയുകയോ ഇല്ലാതാകുകയോ ചെയ്യുന്ന സാഹചര്യങ്ങളിൽ, ഒരാൾക്ക്

മറ്റുള്ളവരുടെ വേദന തിരിച്ചറിയാൻ കഴിയാം, പക്ഷേ അത് മാനസിക മായി അനുഭവപ്പെടില്ല. ഈ അവസ്ഥയാണ് ഉയർന്ന സമ്മർദ്ദസാഹചര്യങ്ങളിൽ, സൈനിക–മെഡിക്കൽ–ക്രൈസിസ് തീരുമാനങ്ങളിൽ, കൂടാതെ അധികാര കേന്ദ്രിത സാഹചര്യങ്ങളിലും സാധാരണമായി കാണപ്പെടുന്നത്. കൃഷ്ണൻ ദുഃഖം കാണുന്നു, പക്ഷേ അത് തീരുമാനങ്ങളെ തടയുന്നില്ല.

ഭക്തിബന്ധങ്ങളിൽ ഓക്സിറ്റോസിൻ (oxytocin) നിർണായകമാണ്[6]. ഓക്സിറ്റോസിൻ വിശ്വാസം, ബന്ധം, അടുപ്പം, ഉൾഗ്രൂപ്പ് വിശ്വസ്തത എന്നിവ വർദ്ധിപ്പിക്കുന്ന നാഡീരാസപദാർത്ഥമാണ്. ഇത് അധികാരബന്ധങ്ങളെ ജൈവതലത്തിൽ സ്ഥിരപ്പെടുത്തുകയും, പുറത്തുള്ളവരെക്കുറിച്ചുള്ള സംശയം വർദ്ധിപ്പിക്കുകയും ചെയ്യുന്നു. ഉൾഗ്രൂപ്പ് (in-group loyalty) ശക്തിപ്പെടുത്തുന്നു, വിശ്വാസം വർദ്ധിപ്പിക്കുന്നു, അധികാരത്തെ ചോദ്യം ചെയ്യൽ (authority challenge) ജൈവതലത്തിൽ തന്നെ അസൗകര്യമാക്കുന്നു. കൃഷ്ണനും പാണ്ഡവരും തമ്മിലുള്ള ബന്ധം ഒരു നാഡീരാസ വിശ്വാസചക്രം (neurochemical trust loop) ആയി പ്രവർത്തിക്കുന്നു.

അധികാരസാഹചര്യങ്ങളിൽ അനുസരണം എങ്ങനെ രൂപപ്പെടുന്നു എന്നത് മിൽഗ്രാമിന്റെ പഠനങ്ങൾ വ്യക്തമാക്കിയിരുന്നു. പിന്നീട് ന്യൂറോസയൻസ് അത് സ്ഥിരീകരിച്ചു[7]. അധികാരം സജീവമായ സാഹചര്യങ്ങളിൽ ഡോർസൊലാറ്ററൽ പ്രീഫ്രോണ്ടൽ കോർട്ടക്സ് (Dorsolateral Prefrontal Cortex) (നിയമാനുസൃത ചിന്ത, ഉത്തരവാദിത്വബോധം, തീരുമാനങ്ങളുടെ നൈതിക വിലയിരുത്തൽ എന്നിവയിൽ നിർണായക പങ്കുവഹിക്കുന്ന പ്രീഫ്രോണ്ടൽ കോർട്ടക്സ്-ന്റെ ഉപഭാഗമാണ് ഇത്. അധികാര സാഹചര്യങ്ങളിൽ ഇതിന്റെ പ്രവർത്തനം ദുർബ്ബലപ്പെടുത്തുന്നു.). നൈതിക വിലയിരുത്തൽ മറികടക്കപ്പെടുകയും, ഉത്തരവാദിത്വം “മുകളിലേക്ക്” മാറ്റപ്പെടുകയും ചെയ്യുന്നു. “നിമിത്തമാത്രം” എന്ന ആശയം മസ്തിഷ്കത്തിൽ ഉത്തരവാദിത്വ ഒഴിവാക്കൽ

(responsibility offloading) സൃഷ്ടിക്കുന്നു. കൃഷ്ണൻ "നിമിത്തമാത്രം ഭവ" എന്ന് പറയുന്ന നിമിഷം, അർജ്ജുനന്റെ മസ്തിഷ്കത്തിൽ ഉത്തരവാദിത്വ ഒഴിവാക്കൽ (responsibility offloading) നടക്കുന്നു. "ഞാൻ ചെയ്യുന്നില്ല, എന്നിലൂടെ ചെയ്യപ്പെടുന്നു" എന്ന ബോധം പ്രവർത്തനത്തിലേക്ക് പ്രവേശിക്കുന്നു.

ആവർത്തിച്ച അനുഭവങ്ങളും നൈതിക പുനർവ്യാഖ്യാനവും ചേർന്നാൽ നാഡീയ ശീലപ്പെടുത്തൽ (neuro-conditioning) ഉണ്ടാകുന്നു[8]. ഇൻസുല (Insula) സജീവത കുറയുന്നു, സഹാനുഭൂതി പ്രതികരണം മങ്ങുന്നു, അക്രമം ഒരു നടപടിക്രമ മായി മാറുന്നു. അഭിമന്യു, ദ്രോണർ, കർണ്ണൻ എന്നീ ഓരോ സംഭവവും മസ്തിഷ്കത്തെ അടുത്ത ഘട്ടത്തിലേക്ക് condition ചെയ്യുന്നു .യുദ്ധാനന്തരം പാണ്ഡവരിൽ കാണുന്ന വിഷാദം ഒരു ഡോപ്പമിൻ തകർച്ച (dopaminergic collapse) ആയി വായിക്കാ വുന്നതാണ്[9]. ലക്ഷ്യകേന്ദ്രിത ഉത്തേജനം അവസാനിക്കുമ്പോൾ പ്രതിഫല–പ്രേരണ നാഡീശൃംഖല (reward circuitry) നിർജ്ജീവമാകുന്നു, അർത്ഥശൂന്യത ഉണ്ടാകുന്നു, വിഷാദസാദൃശ്യമുള്ള അവസ്ഥകൾ (depression-like states) രൂപപ്പെടുന്നു. ഇത് ആത്മീയ ശൂന്യതയല്ല; ഒരു നാഡീജൈവ ശേഷഫലമാണ്.

ഈ അധ്യായത്തിൽ കൃഷ്ണൻ ഭയചക്രങ്ങളെ അറിയുന്നവനാണ്, വിശ്വാസസംവിധാനങ്ങളെ പുനർരൂപപ്പെടുത്തുന്നവനാണ്, അനുസരണത്തിന്റെ നാഡീജീവശാസ്ത്രം പ്രയോഗിക്കുന്നവനാണ്. ഇത് ഉയർന്ന പ്രവർത്തനക്ഷമതയുള്ള തന്ത്രപരമായ ബുദ്ധിശക്തി (high-functioning strategic cognition) ആണ്. ന്യൂറോസയൻസ് ഇവിടെ നമ്മെ പഠിപ്പിക്കുന്ന അവസാന സത്യം ഭീതിജനകമാണ്. മസ്തിഷ്കം ശാന്ത മായിരിക്കുമ്പോൾ മാത്രമാണ് നൈതികതയ്ക്ക് ഇടമുണ്ടാകുന്നത്. ഭയം, വിശ്വാസം, അധികാരം എന്നീ ചക്രം സജീവമായാൽ ചോദ്യം ചോദിക്കുന്നത് തന്നെ ജൈവപരമായി ചെലവേറിയതാകുന്നു. മഹാഭാരതം ഇവിടെ വീണ്ടും ഒരു മുന്നറിയിപ്പായി നിലനിൽക്കുന്നു. ഇത്

ദൈവത്തെക്കുറിച്ചല്ല.മനുഷ്യ മസ്തിഷ്കം അധികാരത്തിന് എങ്ങനെ വഴങ്ങുന്നു എന്നതിനെക്കുറിച്ചാണ്.

References

1. LeDoux, J. (1996). The Emotional Brain. Simon & Schuster.
2. Phelps, E. A. (2006). Emotion and cognition. Annual Review of Psychology.
3. Doidge, N. (2007). The Brain That Changes Itself. Penguin.
4. Schultz, W. (2015). Neuronal reward signals. Annual Review of Neuroscience.
5. Decety, J., & Jackson, P. L. (2004). The functional architecture of empathy. Behavioral and Cognitive Neuroscience Reviews.
6. Zak, P. J. (2012). The Moral Molecule. Dutton.
7. Milgram, S. (1974). Obedience to Authority. Harper & Row.
8. Blair, R. J. R. (2005). Responding to the emotions of others. Nature Reviews Neuroscience.
9. Volkow, N. D., & Morales, M. (2015). The brain on drugs. Cell.

അധ്യായം 6

ഇടവേളയുടെ ചരിത്രം: യുദ്ധം, അധികാരം, രാഷ്ട്രത്തിന്റെ സ്ഥാപനം

(the Mahabharata as a Transitional Epoch)

ഈ അധ്യായത്തിൽ മഹാഭാരതം ഒരു ഇതിഹാസകഥയായി അല്ല, മറിച്ച് ഒരു കാലഘട്ടം അവസാനിക്കുകയും മറ്റൊന്ന് ആരംഭിക്കുകയും ചെയ്യുന്ന ചരിത്ര ഇടവേളയുടെ രേഖയായി വായിക്കപ്പെടുന്നു. ചരിത്രത്തിൽ ഇത്തരം ഇടവേളകൾ അപൂർവമല്ല. ഗോത്രസംഘടനകൾ (tribal formations) തകർന്നു രാഷ്ട്രങ്ങൾ (nation-states) രൂപപ്പെടുന്ന ഘട്ടങ്ങൾ, ബന്ധുത്വനിയമങ്ങൾ (kinship rules) രാഷ്ട്രനിയമങ്ങളാൽ (state law) മാറ്റിസ്ഥാപിക്ക പ്പെടുന്ന നിമിഷങ്ങൾ, ധാർമ്മിക വ്യക്തതകൾ അസ്ഥിരമാകുന്ന കാലങ്ങൾ—ഇവയെല്ലാം ചരിത്രത്തിന്റെ പരിവർത്തന നിമിഷങ്ങൾ (transitional moments) ആകുന്നു. മഹാഭാരതം അത്തരം ഒരു ഘട്ടത്തിന്റെ സാംസ്കാരികവും മാനസികവുമായ രേഖയാണ്.

ഈ പരിവർത്തനം വെങ്കല യുഗം (Bronze Age) എന്ന സാമൂഹിക ഘടനയിൽ നിന്ന് ഇരുമ്പ് യുഗം (Iron Age) എന്ന രാഷ്ട്രഘടനയിലേക്കുള്ള നീക്കത്തിന്റെ പശ്ചാത്തലത്തിലാണ് മനസ്സിലാക്കേണ്ടത്[1]. വെങ്കല യുഗ ലോകങ്ങളിൽ ബന്ധുത്വം (kinship) അധികാര ത്തിന്റെ അടിസ്ഥാനമായിരുന്നു. അധികാരം രക്തബന്ധത്തിലൂടെ പകരപ്പെട്ടു, ധർമ്മം വ്യക്തികളോടും കുടുംബങ്ങളോടും

ചേർന്നുനിന്നു, യുദ്ധം ഗോത്രങ്ങൾ തമ്മിലുള്ള ആഭ്യന്തര കലഹമായി തുടരുകയും ചെയ്തു. എന്നാൽ ഇരുമ്പ് യുഗത്തിലേക്കുള്ള നീക്കത്തിൽ ഈ ഘടന അസ്ഥിരമാകുന്നു. ഇരുമ്പ് ആയുധങ്ങൾ (iron weaponry), സൈനിക സാങ്കേതികവിദ്യയിലെ പുരോഗതി (military technology), ജനസംഖ്യാ വർധന (population growth), ഭൂമിയുടെ നിയന്ത്രണം (territorial control) എന്നിവ ചേർന്ന് രാഷ്ട്രകേന്ദ്രിത അധികാരം (nation-centred authority) അനിവാര്യമാക്കുന്നു[2].

മഹാഭാരത യുദ്ധം ഈ മാറ്റത്തിന്റെ ക്രൂരമായ പ്രകടനമാണ്. അത് ഒരു കുടുംബത്തിന്റെ തർക്കമല്ല. അത് ബന്ധുത്വക്രമത്തിന്റെ തകർച്ച (collapse of the kinship order) ആണ്. കുരുവംശം സ്വന്തം ബന്ധുക്കളെ തന്നെ നശിപ്പിക്കുന്ന നിമിഷം, ചരിത്രപരമായി ഒരു പുതിയ സത്യം പ്രഖ്യാപിക്കപ്പെടുന്നു: ബന്ധുത്വം ഇനി രാഷ്ട്രഭരണത്തിന്റെ സ്ഥിരമായ അടിത്തറയല്ല.

ഇവിടെയാണ് കൃഷ്ണന്റെ ചരിത്രപ്രാധാന്യം വ്യക്തമായിത്തീരുന്നത്. അദ്ദേഹം രാജാവല്ല, സൈന്യാ ധിപനല്ല, നിയമനിർമ്മാതാവുമല്ല. എന്നാൽ ഒരു പരിവർത്തന നിയന്ത്രകനാണ് (transition manager). ചരിത്രത്തിൽ ഇത്തരം വ്യക്തികൾ അപൂർവമല്ല. അവർ ഭരണാധികാരികളാകുന്നില്ല, പക്ഷേ രാഷ്ട്രഘടനാപരമായ മാറ്റങ്ങൾക്ക് (national structural transformations) വഴിയൊരുക്കുന്നു[3]. പഴയ നിയമങ്ങൾ നിലനിൽക്കാൻ കഴിയാത്ത ഘട്ടത്തിലും പുതിയ രാഷ്ട്രനിയമങ്ങൾ പൂർണമായി രൂപപ്പെടുന്നതിന് മുൻപുമുള്ള ഇടവേള കൈകാര്യം ചെയ്യുന്നവരാണ് അവർ.

ഗോത്രഘടനകളിൽ ധർമ്മം വ്യക്തിപരമാണ്. ഒരാൾ ധാർമ്മികനാകാം, മറ്റൊരാൾ അധാർമ്മികനാകാം. എന്നാൽ രാഷ്ട്രഘടനയിൽ ധർമ്മം ഘടനാപരമായി (structural morality) മാറുന്നു. നിയമലംഘനം വ്യക്തിപര പാപമല്ല, രാഷ്ട്രത്തോടുള്ള കുറ്റമാണ്. മഹാഭാരതം ഈ മാറ്റം

ശക്തമായി പ്രത്യക്ഷപ്പെടുത്തുന്നു. ഭീഷ്മർ, ദ്രോണർ, കർണ്ണൻ—ഇവർ ഗോത്രധർമ്മത്തിന്റെ ഉത്തമപ്രതിനിധികളാണ്. ഇവർ വരേണ്യവർഗ്ഗ ത്തിന്റെ (elite) സാംസ്കാരിക-നൈതിക മാതൃകകളാണ്. എന്നാൽ അവർ ചരിത്രപരമായി കാലഹരണപ്പെടുന്നു (historically obsolete). അവരുടെ വ്യക്തിഗത മഹത്വം പുതിയ രാഷ്ട്രയാഥാർ ത്ഥ്യത്തിൽ പ്രസക്തിയില്ലാതാകുന്നു[4].

യുദ്ധത്തിന്റെ ഏറ്റവും അസ്വസ്ഥമാക്കുന്ന സത്യം ഇതാണ്: പഴയ ധാർമ്മിക മാതൃകകൾ നിലനിൽക്കാൻ കഴിയാത്തപ്പോൾ, അവയെ സംരക്ഷിക്കാൻ ശ്രമിക്കുന്നത് തന്നെ കൂടുതൽ രക്തപാതയ്ക്ക് വഴിവെക്കുന്നു. ഭീഷ്മർ "പ്രതിജ്ഞ"യുടെ (oath) പ്രതീകമാണ്. പക്ഷേ ആ പ്രതിജ്ഞ പുതിയ രാഷ്ട്രഭരണസംവിധാനത്തെ തടയുന്ന ഘടകമായി മാറുന്നു. ദ്രോണർ ഗുരുവാണ്, പക്ഷേ ഗുരുത്വം (guru authority) രാഷ്ട്രകേന്ദ്രിത രാഷ്ട്രീയയുദ്ധത്തിൽ ഒരു ബാധ്യതയായി (liability) മാറുന്നു. കർണ്ണൻ വിശ്വസ്തനാണ്, പക്ഷേ ആ വിശ്വ സ്തത ചരിത്രപരമായി തെറ്റായ അധികാര കേന്ദ്രത്തോടാണ് ബന്ധിപ്പിക്കപ്പെട്ടിരിക്കുന്നത്.

ഇത് വ്യക്തികളുടെ പരാജയമല്ല. ഇത് ചരിത്രത്തിന്റെ നിർദയമായ തർക്കശാസ്ത്രമാണ് (the ruthless logic of history)[5]. ചരിത്രം വ്യക്തികളുടെ ധാർമ്മിക ഉദ്ദേശങ്ങളെ മാനിക്കുന്നില്ല. രാഷ്ട്രനിർമ്മാണ ത്തിന്റെ ഘടനാപരമായ അനിവാര്യതകളോടാണ് (structural necessities of nation-building) പ്രതികരിക്കുന്നത്. ഇവിടെയാണ് യുദ്ധത്തിന്റെ അനിവാര്യത (historical inevitability of war) പ്രത്യക്ഷപ്പെടുന്നത്. മഹാഭാരതം യുദ്ധത്തെ മഹത്വവൽക്കരിക്കുന്നില്ല. മറിച്ച്, യുദ്ധം ഒഴിവാക്കാൻ കഴിയാത്ത ഘട്ടങ്ങളെ രേഖപ്പെടു ത്തുന്നു. പല പുരാതന സമൂഹങ്ങളിലും പരിവർത്തനങ്ങൾ സമാധാനപരമായിരുന്നില്ല. ഗ്രീക്ക് നഗരരാഷ്ട്രങ്ങളുടെ രൂപീകരണം (Greek poleis), റോമൻ റിപ്പബ്ലിക്കിന്റെ ജനനം (Roman Republic), ചൈനയിലെ യുദ്ധരാജ്യ കാലഘട്ടം

(Chinese Warring States period)—എല്ലാം തന്നെ ക്രൂരമായ പുനർക്രമീകരണങ്ങളുടെ (violent reordering) ഫലങ്ങളാണ്[6].

മഹാഭാരതത്തിലെ യുദ്ധം ഇതേ ചരിത്ര മാതൃക (historical pattern) ആവർത്തിക്കുന്നു. പഴയ വരേണ്യവർഗ്ഗം (old elites) നീക്കം ചെയ്യപ്പെടണം. പഴയ ചട്ടങ്ങൾ (old norms) നിയമസാധുത നഷ്ടപ്പെടണം (delegitimized). പുതിയ രാഷ്ട്രഭരണകൂടത്തിന് ധാർമ്മിക ഏകാധിപത്യം (moral monopoly) ഉറപ്പിക്കപ്പെടണം. അതിനാൽ യുദ്ധം വെറും സൈനിക സംഘർഷമല്ല; പ്രതീകാത്മക നാശം (symbolic annihilation) കൂടിയാണ്.

യുദ്ധാനന്തരം യുധിഷ്ഠിരന്റെ രാജാരോഹണം ഇതിന്റെ തെളിവാണ്. യുധിഷ്ഠിരൻ ആകർഷക വിജയിയായ (charismatic conqueror) ഭരണാധികാരിയല്ല. അനാഗ്രഹ ഭരണാധികാരിയാണ് (reluctant ruler). പരിവർത്തനസമൂഹങ്ങളിൽ (transitional societies) സാധാരണമാണ്. പുതിയ രാഷ്ട്രഭരണം തന്റെ അധികാരം ന്യായീകരിക്കാൻ "ധാർമ്മിക ദുഃഖം" തന്നെ ഉപയോഗിക്കുന്നു[7]. "ഞങ്ങൾ ആഗ്രഹിച്ചില്ല, പക്ഷേ അനിവാര്യമായിരുന്നു" എന്ന കഥനം (narrative) രാഷ്ട്രനിയമീകരണത്തിന്റെ (national legitimacy) അടിത്തറയാകുന്നു.

ഈ ഘട്ടത്തിൽ കൃഷ്ണൻ പിന്നോട്ടു പോകുന്നു. രാഷ്ട്രീയപരമായി നിർണായകമാണ്. പരിവർത്തന ഏജന്റുകൾ (transitional agents) അധികാരം പിടിച്ചെടുക്കാറില്ല. അവർ അധികാരം "സാധുവാക്കുന്നു" (legitimize), പിന്നെ അപ്രത്യക്ഷമാകുന്നു[8]. അതുകൊണ്ടാണ് ചരിത്രത്തിൽ അവരെ പിടികൂടാൻ ബുദ്ധിമുട്ടാകുന്നത്. അവർ ഭരണാധികാരികളല്ല, പക്ഷേ രാഷ്ട്രഭരണങ്ങൾ അവരില്ലാതെ നിലനിൽക്കാൻ കഴിയാത്തവരാണ്.

മഹാഭാരതത്തിന്റെ അവസാനം കാണുന്ന ശൂന്യത—യാദവവംശത്തിന്റെ നാശം, കൃഷ്ണന്റെ അന്ത്യം—ഇതും ചരിത്രപരമായി അർത്ഥവത്താണ്. പരിവർത്തനകാലഘട്ടങ്ങൾ (transitional epochs) സ്ഥിരത നൽകുന്നില്ല. അവർ പഴയത് തകർക്കുന്നു, പുതിയത് തുടങ്ങുന്നു, പക്ഷേ അവർ സ്വയം നിലനിൽക്കാറില്ല. ഫ്രഞ്ച് വിപ്ലവം (French Revolution) നെപോളിയ നിലേക്കു വഴിയൊരുക്കി, പക്ഷേ വിപ്ലവകാരി കളുടെ ഭൂരിഭാഗവും നശിച്ചു. സോവിയറ്റ് വിപ്ലവം (Soviet Revolution) ഒരു രാഷ്ട്രം സൃഷ്ടിച്ചു, പക്ഷേ വിപ്ലവകാരികൾ തന്നെ അതിന്റെ ഇരകളായി[9].

ഈ അർത്ഥത്തിൽ മഹാഭാരതം ഒരു വിജയകഥയല്ല. അത് ഒരു ചെലവേറിയ അനിവാര്യതയുടെ (costly necessity) രേഖയാണ്. ചരിത്രം മുന്നോട്ട് പോകുന്നു, പക്ഷേ അത് മനുഷ്യബന്ധങ്ങളുടെയും മാനസികസ്ഥിരതയുടെയും ശവപ്പറമ്പിലൂടെയാണ്.

അവസാനമായി, ഈ അധ്യായം നമ്മെ ഒരു അസൗകര്യകരമായ സത്യത്തിലേക്ക് നയിക്കുന്നു. ചരിത്രം ധാർമ്മികരോട് നീതി കാണിക്കുന്നില്ല. ചരിത്രം അനുകൂലിക്കുന്നത് അനുയോജ്യതയ്ക്കാണ് (adaptability). മഹാഭാരതം ഒരു സദാചാരകാവ്യമല്ല; ഒരു പരിവർത്തന ശേഖരമാണ് (transitional archive). കൃഷ്ണൻ അതിൽ ചരിത്രം ആവശ്യപ്പെടുന്ന തരത്തിലുള്ള ഒരു മനസ്സിന്റെ പ്രതിനിധിയാണ്.

ഇതാണ് മഹാഭാരതത്തിന്റെ ഏറ്റവും വലിയ മുന്നറിയിപ്പ്. ഒരു സമൂഹം പരിവർത്തന ഘട്ടത്തി ലേക്ക് (transitional phase) കടക്കുമ്പോൾ, പഴയ നൈതിക ഭാഷ മതിയാകില്ല. പുതിയ ഭാഷ ഉണ്ടാകും, പുതിയ ക്രൂരതകളും ഉണ്ടാകും. ചരിത്രം അംഗീകരിക്കും. മനുഷ്യബോധം അതിന്റെ വില നൽകും.

References

1. Childe, V. G. (1950). The Bronze Age. Cambridge University Press.

2. McNeill, W. H. (1982). The Pursuit of Power. University of Chicago Press.

3. Eisenstadt, S. N. (1963). The Political Systems of Empires. Free Press.

4. Dumont, L. (1980). Homo Hierarchicus. University of Chicago Press.

5. Weber, M. (1978). Economy and Society. University of California Press.

6. Mann, M. (1986). The Sources of Social Power, Vol. 1. Cambridge University Press.

7. Anderson, B. (1983). Imagined Communities. Verso.

8. Arendt, H. (1963). On Revolution. Viking Press.

9. Hobsbawm, E. (1994). The Age of Extremes. Vintage.

അധ്യായം 7

സമൃദ്ധിയുടെ ആക്ഷേപഹാസ്യം: യുദ്ധം, അധികവരുമാനം, സമ്പദ്‌വ്യവസ്ഥയുടെ സ്വയംനാശം (The Paradox of Plenty – War as Economic Self-Destruction)

ഹസ്തിനാപുരം ഒരു ദരിദ്ര രാഷ്ട്രമായിരുന്നില്ല. മഹാഭാരതം വരച്ചുകാട്ടുന്ന രാഷ്ട്രീയ-സാമൂഹിക ലോകം ക്ഷാമത്തിന്റെയോ വിഭവക്ഷാമത്തിന്റെയോ ജീവൻപിടിച്ചു നിൽപ്പിനായുള്ള അവസാന പോരാട്ടത്തിന്റെയോ രേഖയല്ല. മറിച്ച്, അത് സമൃദ്ധിയുടെയും അധികവരുമാനത്തിന്റെയും (surplus) ലോകമാണ്. കൃഷി സുസ്ഥിരമായിരുന്നു, വ്യാപാരം വ്യാപക മായിരുന്നു, നികുതി സമാഹരണം ക്രമബദ്ധ മായിരുന്നു, രാജകീയ ഖജനാവുകൾ നിറഞ്ഞിരുന്നു. അത്തരം ഒരു സമ്പദ്‌വ്യവസ്ഥയിൽ നടന്ന യുദ്ധം അനിവാര്യതയുടെ ഫലമല്ല. അത് സമ്പന്നതയുടെ വിഡംബനാപരമായ ആഡംബരമാണ്.

ചരിത്രസാമ്പത്തിക ശാസ്ത്രം ചൂണ്ടിക്കാട്ടുന്ന ഒരു അടിസ്ഥാന സിദ്ധാന്തമുണ്ട്. ദരിദ്ര സമൂഹങ്ങൾ യുദ്ധം ഒഴിവാക്കാൻ ശ്രമിക്കുന്നു; സമൃദ്ധ സമൂഹ ങ്ങളാണ് യുദ്ധത്തിലേക്ക് വഴുതിവീഴുന്നത്[1]. കാരണം യുദ്ധം നടത്താൻ ദാരിദ്ര്യം മതിയാകില്ല. ആയുധ ങ്ങൾ

നിർമ്മിക്കാൻ, സൈന്യത്തെ പോഷിപ്പിക്കാൻ, മാസങ്ങളോ വർഷങ്ങളോ നീളുന്ന സംഘർഷം താങ്ങാൻ കഴിയുക അധികവരുമാനം (surplus) ഉള്ള സമ്പദ്വ്യവസ്ഥകൾക്കു മാത്രമാണ്. ഹസ്തിനാപുരത്തിന്റെ യുദ്ധം ഈ സാമ്പത്തിക യാഥാർത്ഥ്യത്തിന്റെ പ്രാചീനവും വ്യക്തവുമായ ഉദാഹരണമാണ്.

മഹാഭാരത യുദ്ധത്തിന് മുൻപ് ഹസ്തിനാപുരം സ്വയംപര്യാപ്തമായ ഒരു കൃഷിരാഷ്ട്രം (self-sufficient agrarian state) ആയിരുന്നു. കൃഷി ആഭ്യന്തര ആവശ്യ ങ്ങൾ നിറവേറ്റി. ഗ്രാമങ്ങൾ സ്വയം നിലനിന്നു. രാജകീയ ഭരണകൂടം അധികവരുമാനം പിരിച്ചെടു ത്തെങ്കിലും, അത് പൊതുവേ അടിസ്ഥാന സൗകര്യങ്ങൾ, ആചാരസമ്പദ്വ്യവസ്ഥ (ritual economy), പുനർവിതരണം (redistribution) എന്നിവയ്ക്കായിരുന്നു. ഈ സമതുലിതാവസ്ഥയാണ് യുദ്ധം തകർക്കുന്നത്. കാരണം യുദ്ധം ഉൽപ്പാദനമല്ല. അത് ശുദ്ധ ഉപഭോഗമാണ്.

സൈന്യം ഭക്ഷണം ഉത്പാദിപ്പിക്കുന്നില്ല. ആയുധങ്ങൾ മൂല്യം സൃഷ്ടിക്കുന്നില്ല. യുദ്ധത്തിൽ ചെലവഴിക്കുന്ന ഓരോ ധാന്യക്കുലയും, ഓരോ മനുഷ്യജീവനും, ഭാവിയിലെ ഉൽപ്പാദനശേഷിയെ ഇല്ലാതാക്കുന്ന പ്രവൃത്തിയാണ്[2]. ഇതാണ് യുദ്ധ ത്തിന്റെ അടിസ്ഥാന സാമ്പത്തിക വിഡംബന. അത് ശക്തി പ്രകടിപ്പിക്കുന്നു, പക്ഷേ സമ്പദ്വ്യവസ്ഥയെ ഉള്ളിൽ നിന്ന് ശൂന്യമാക്കുന്നു.

മഹാഭാരത യുദ്ധത്തിന്റെ ഏറ്റവും നിർണായകമായ സാമ്പത്തിക സവിശേഷത ഇതാണ്. അത് രണ്ടു ചെറു ഭരണാധികാര വരേണ്യ വർഗ്ഗത്തിന്റെ (elite conflict) അധികാരതർക്കമായിരുന്നു. കുരുക്കളും പാണ്ഡ വരും ചേർന്നാലും, അവർ ജനസംഖ്യയുടെ ഒരു ചെറിയ ശതമാനം മാത്രമാണ്. എന്നാൽ യുദ്ധത്തിന്റെ യഥാർത്ഥ വില നൽകിയത് മുഴുവൻ സമൂഹമാണ്. കർഷകർ, ശിൽപ്പികൾ, വ്യാപാരികൾ, സ്ത്രീകൾ, കുട്ടികൾ—

യുദ്ധത്തിൽ നേരിട്ട് പങ്കെടുത്തില്ലാത്തവരാണ് അതിന്റെ യഥാർത്ഥ സാമ്പത്തിക ഇരകൾ.ഇവിടെ " വരേണ്യ വർഗ്ഗത്തിന്റെ തർക്കം, കൂട്ടനാശം" (elite conflict, mass destruction) എന്ന സാമ്പത്തിക മാതൃക വ്യക്തമായി കാണാം[3]. ഭരണാധികാരികളുടെ രാഷ്ട്രീയ അഭിലാഷങ്ങൾ, മാനമാനം (prestige anxiety), വംശാവ കാശ തർക്കങ്ങൾ (succession disputes) എന്നിവ സാധാരണ ജനങ്ങളുടെ ജീവിതസുരക്ഷയെ സമ്പൂർണ്ണമായി തകർക്കുന്നു. മഹാഭാരതം ഇതിന്റെ ഒരു പ്രാചീന രേഖയാണ്.

യുദ്ധം ആരംഭിക്കുന്ന നിമിഷം മുതൽ ഹസ്തിനാപുരത്തിന്റെ സമ്പദ്‌വ്യവസ്ഥ യുദ്ധസമ്പദ് വ്യവസ്ഥയായി (war economy) മാറുന്നു. കൃഷിയിൽ നിന്ന് സൈനിക വിനിയോഗത്തിലേക്ക് തൊഴിൽ മാറുന്നു. ഗ്രാമങ്ങളിൽ നിന്ന് മനുഷ്യർ പിൻവലിക്ക പ്പെടുന്നു. വിത്തുകൾ ഭക്ഷണമായി മാറുന്നു. ഭാവി ഇപ്പോഴിലേക്ക് ചുരുക്കപ്പെടുന്നു. ഇത് ചുരുങ്ങിയ കാല രാഷ്ട്രീയലാഭത്തിനായി (short-term political gain) ദീർഘകാല സാമ്പത്തിക നിലനിൽപ്പ് (long-term economic viability) നശിപ്പിക്കുന്ന ഒരു പ്രക്രിയയാണ്[4].

മഹാഭാരതത്തിൽ പലപ്പോഴും അവഗണിക്കപ്പെടുന്ന ഒരു സത്യം ഇതാണ്. യുദ്ധം ജയിച്ചാലും സമ്പദ്‌വ്യവസ്ഥ ജയിക്കുന്നില്ല. പാണ്ഡവർ വിജയിച്ചു. പക്ഷേ അവർ ഏറ്റെടുത്ത രാജ്യം സാമ്പത്തികമായി പൊള്ളയായ (economically hollowed-out) രാഷ്ട്രമായിരുന്നു. ജനസംഖ്യ കുറഞ്ഞു, തൊഴിൽശക്തി തകർന്നു, ഗ്രാമശൃംഖലകൾ അസ്ഥിരമായി, വ്യാപാരപാതകൾ മുറിഞ്ഞു. യുദ്ധാനന്തര വിഷാദം (post-war depression) വെറും മാനസികമല്ല. അത് സാമ്പത്തികവുമാണ്. യുധിഷ്ഠിരന്റെ ഭരണത്തിന്റെ പ്രധാന വെല്ലുവിളി രാഷ്ട്രീയമല്ല. അത് പുനർനിർമാണമാണ് (reconstruction). എന്നാൽ പുനർനിർമാണം അധികവരുമാനം ഇല്ലാതെ സാധ്യമല്ല. അതിനാൽ, ധാർമ്മിക രാജാവാ യിട്ടും യുധിഷ്ഠിരൻ ഘടനാപരമായി ദുർബലനായ ഭരണാധികാരിയായി

(structurally weak ruler) മാറുന്നു. ചരിത്രത്തിൽ ഇത് പലതവണ ആവർത്തിക്കപ്പെട്ടിട്ടുണ്ട്. യുദ്ധം ജയിച്ച ഭരണാധികാരികൾ, സമ്പദ്വ്യവസ്ഥ തകർന്നതിനാൽ ഭരണം നടത്താൻ കഴിയാതെ പോകുന്നത്[5].

ഇതിലും ഭീകരമായത് സഖ്യസമ്പദ്വ്യവസ്ഥകളുടെ (allied economies) തകർച്ചയാണ്. മഹാഭാരത യുദ്ധം ഒറ്റപ്പെട്ട ഒരു സംഘർഷമല്ല. അനേകം രാജ്യങ്ങൾ, വംശങ്ങൾ, സഖ്യങ്ങൾ ഇതിൽ ഉൾപ്പെട്ടിരുന്നു. ഓരോ രാജ്യം നഷ്ടപ്പെടുന്ന സൈനികരും വിഭവങ്ങളും അവരുടെ സ്വന്തം ആഭ്യന്തര സമ്പദ്വ്യവസ്ഥയെ തകർക്കുന്നു. ഘടനാപരമായ പരസ്പരാവലംബനം (structural interdependence) മൂലം ഒരു പ്രാദേശിക യുദ്ധം നാഗരികതയുടെ തകർച്ചയായി (civilizational collapse) മാറുന്നു[6].ഇവിടെയാണ് ആഗോളീകരണത്തിന്റെ (globalization) പ്രാചീന രൂപം കാണുന്നത്. വ്യാപാരം, വിവാഹബന്ധങ്ങൾ, സൈനിക സഖ്യങ്ങൾ എന്നിവ ചേർന്ന ഒരു പരസ്പരം ബന്ധിച്ച ലോകം (interconnected world). അത്തരം ലോകത്തിൽ പ്രാദേശിക യുദ്ധങ്ങൾ സമ്പൂർണ്ണ സംവിധാനാഘാതങ്ങളായി (systemic shock) മാറുന്നു. മഹാഭാരത യുദ്ധം ദക്ഷിണേഷ്യൻ പ്രാചീന രാഷ്ട്രീയസമ്പദ്വ്യവസ്ഥയുടെ ഒരു തകർച്ചാഘട നയായി (collapse event) വായിക്കാവു ന്നതാണ്.

ഈ പശ്ചാത്തലത്തിൽ കൃഷ്ണന്റെ പങ്ക് വീണ്ടും അസ്വസ്ഥമാക്കുന്നതാണ്. അദ്ദേഹം യുദ്ധത്തിന്റെ ധാർമ്മികതയെക്കുറിച്ച് സംസാരിക്കുന്നു. എന്നാൽ അതിന്റെ സാമ്പത്തിക നാശത്തെക്കുറിച്ച് മൗനം പാലിക്കുന്നു. ഇത് അപൂർവമല്ല. ചരിത്രത്തിൽ ആശയവാദികൾ (ideologues) അപൂർവമായിട്ടാണ് സാമ്പത്തിക ചെലവുകൾ കണക്കാക്കുന്നത്. അവർ ലക്ഷ്യങ്ങളെക്കുറിച്ച് സംസാരിക്കുന്നു. ചെലവ് സമൂഹം വഹിക്കുന്നു[7].

ഇവിടെ യുദ്ധം അധികാരത്തിന്റെ ആഡംബരമായി (extravagance of power) പ്രത്യക്ഷപ്പെടുന്നു. സമ്പന്നമായ ഒരു രാഷ്ട്രം, തന്റെ തന്നെ അധികവരുമാനം ഉപയോഗിച്ച്, സ്വന്തം അടിത്തറ തകർക്കുന്നു. ഇത് ക്ഷാമത്തിൽ നിന്നുയർന്ന സംഘർഷമല്ല. ഇത് സമൃദ്ധിയിൽ നിന്നുയർന്ന യുക്തിരഹിതത്വമാണ് (abundance-driven irrationality).

അവസാനമായി, മഹാഭാരതം നമ്മെ ഒരു കഠിന സാമ്പത്തിക സത്യത്തിലേക്ക് നയിക്കുന്നു. യുദ്ധങ്ങൾ സാധാരണയായി "അനിവാര്യത"യായി ചിത്രീകരിക്കപ്പെടുന്നു. എന്നാൽ പലപ്പോഴും അവ ആഡംബര തീരുമാനങ്ങളാണ് (luxury choices). സമ്പന്നത, അധികാരം, അഹങ്കാരം എന്നിവയുടെ സംയോജനം. അവരുടെ വില നൽകുന്നത് ചരിത്രമാണ്. അവരുടെ കടം അടയ്ക്കുന്നത് ഭാവിയാണ്.

അതിനാൽ മഹാഭാരത യുദ്ധം ഒരു ധാർമ്മിക ഇതിഹാസം മാത്രമല്ല. അത് ഒരു വിപുലസാമ്പത്തിക മുന്നറിയിപ്പാണ് (macro-economic cautionary tale). ഒരു രാഷ്ട്രം സ്വയംപര്യാപ്തമായിരിക്കാം. എന്നാൽ യുദ്ധം അതിനെ ദരിദ്രമാക്കാനുള്ള ഏറ്റവും വേഗത്തിലുള്ള മാർഗമാണ്.

യുദ്ധത്തിന്റെ ഏറ്റവും ദീർഘകാലവും തിരിച്ചു പിടിക്കാനാവാത്തതുമായ ആഘാതങ്ങൾ സംഭവിച്ചത് പരിസ്ഥിതിയിലും ജനസംഖ്യാ ഘടനയിലുമാണ് (ecology and demographic structure). മനുഷ്യജീവിതങ്ങളുടെ വൻനഷ്ടം (mass loss of human lives), ഭൂമിയുടെ ഉപേക്ഷണം (land abandonment), കൃഷിയും പരിസ്ഥിതിയും ചേർന്ന് നിലനിർത്തിയിരുന്ന സൂക്ഷ്മചക്രങ്ങളുടെ തകർച്ച (collapse of agro-ecological cycles), തുടർന്ന് ഉയരുന്ന ക്ഷാമഭീഷണി (famine risk) എന്നിവയെല്ലാം ചേർന്നപ്പോൾ, മഹാഭാരത യുദ്ധം ഒരു സമ്പൂർണ്ണമായ പരിസ്ഥിതി–ജനസംഖ്യാ ദുരന്തമായി (ecological–demographic catastrophe) മാറുന്നു.

മഹാഭാരതത്തിന്റെ ലോകം ഒരു പ്രാചീന കൃഷിസമ്പദ്വ്യവസ്ഥയിൽ (pre-modern agrarian ecology) അധിഷ്ഠിതമായിരുന്നു. മനുഷ്യജനസംഖ്യയും ഭൂമിയും തമ്മിൽ അതീവ സൂക്ഷ്മമായ ഒരു സമതുലിതാവസ്ഥ (delicate equilibrium) അവിടെ നിലനിന്നിരുന്നു. കൃഷി യന്ത്രങ്ങളെ ആശ്രയിച്ചി രുന്നില്ല; അത് നേരിട്ട് മനുഷ്യശ്രമത്തെ ആശ്രയിച്ചിരുന്നതുകൊണ്ട്, ജനസംഖ്യയും ഉൽപ്പാദനശേഷിയും തമ്മിലുള്ള ബന്ധം (population–production link) അത്യന്തം നേരിട്ടതായിരുന്നു. യുദ്ധം ഈ ബന്ധത്തെ ഒരൊറ്റ അടിയിലൂടെ തകർക്കുന്നു (disruption through war).മഹാഭാരത യുദ്ധത്തിലെ മരണസംഖ്യയെ ഇതിഹാസഭാഷയിൽ "അപാരം" എന്നും "അനന്തം" എന്നും വിശേഷിപ്പിക്കുന്നു. അക്കാദമിക് വായനയിൽ ഇത് കാവ്യാതിശ യോക്തിയല്ല (poetic exaggeration). പ്രാചീന സമൂഹങ്ങളിൽ (ancient societies), ഒരു തലമുറയിലെ വലിയ ശതമാനം യുവപുരുഷന്മാർ കൊല്ലപ്പെടുന്നത് ജനസംഖ്യാ പുനർഉൽപ്പാദനത്തിന്റെ ശൃംഖലയെ തന്നെ തകർക്കുന്ന സംഭവമാണ് (demographic reproduction breakdown)[8]. യുദ്ധത്തിൽ മരിക്കുന്നത് വെറും സൈനികർ മാത്രമല്ല. അവർ കർഷകരായിരുന്നു, ശിൽപ്പികളായിരുന്നു, കുടുംബനാഥന്മാരായിരുന്നു. ഒരു യുവപുരുഷന്റെ മരണം ഒരു ജീവൻ നഷ്ടപ്പെടുന്നതിലുപരി, ജനിക്കാനിരുന്ന കുട്ടികളുടെ, ഭാവിയിലെ തൊഴിൽശേഷിയുടെ, സാമൂഹിക സുരക്ഷയുടെ നഷ്ടമാണ്. ജനസംഖ്യാശാസ്ത്രത്തിൽ ഇതിനെ ജനസംഖ്യാ നിഴൽ (demographic shadow) എന്ന് വിളിക്കുന്നു[9]. യുദ്ധം അവസാനിച്ചാലും, അതിന്റെ ഫലങ്ങൾ പതിറ്റാണ്ടുകളോളം സമൂഹത്തെ പിന്തുടരും (long-term demographic impact).

യുദ്ധാനന്തര സമൂഹങ്ങളുടെ സ്ഥിരം സവിശേഷതകളിലൊന്നാണ് സ്ത്രീ–പുരുഷ അനുപാതത്തിലെ അസ്ഥിരത (gender imbalance). മഹാഭാരതത്തിൽ ഇത് ഗന്ധാരി, കുന്തി, ദ്രൗപദി തുടങ്ങിയ സ്ത്രീകഥാപാത്രങ്ങളിലൂടെ പ്രതീകാത്മ കമായി പ്രത്യക്ഷപ്പെടുന്നു. പുരുഷന്മാരുടെ കൂട്ടമരണം

സ്ത്രീകളെ വിധവകളാക്കി മാറ്റുന്നു (mass widowhood). പ്രാചീന സമ്പദ്വ്യവസ്ഥയിൽ വിധവകൾ സാമ്പത്തികമായി അതീവ ദുർബലമായ ഒരു വർഗ്ഗമാണ് (economically vulnerable class)[10]. ഈ ലിംഗാനു പാത വ്യതിയാനം ജനനനിരക്കിനെ (fertility rate) നേരിട്ട് ബാധിക്കുന്നു. വിവാഹങ്ങൾ കുറയുന്നു, കുട്ടികളുടെ എണ്ണം കുറയുന്നു, കുടുംബഘടന തന്നെ (family structure it-self) തകരുന്നു. ഇതാണ് യുദ്ധത്തിന്റെ “നിശ്ശബ്ദ ഫലം” (silent consequence)—കഥകളിൽ ആഘോഷിക്കപ്പെടാത്ത, പക്ഷേ സമൂഹത്തിന്റെ അടിത്തറയെ ആഴത്തിൽ തകർക്കുന്ന ഫലം.

ജനസംഖ്യ കുറഞ്ഞാൽ ആദ്യം ബാധിക്കുന്നത് ഭൂമിയെയാണ്. കൃഷി ചെയ്യാൻ ആളില്ലാത്തപ്പോൾ നിലങ്ങൾ ഉപേക്ഷിക്കപ്പെടുന്നു. മഹാഭാരത യുദ്ധത്തിനു ശേഷം വലിയ പ്രദേശങ്ങൾ തരിശ് ഭൂമിയായി (fallow land) മാറിയിരിക്കാമെന്ന നിഗമനം ചരിത്ര–പരിസ്ഥിതി പഠനങ്ങളുടെ (historical–environmental studies) വെളിച്ചത്തിൽ സാധുവാണ്. പ്രാചീന യുദ്ധങ്ങൾ പലപ്പോഴും ഭൂമിയുപേക്ഷണ ചക്രങ്ങൾക്ക് (land abandonment cycles) കാരണമാകുന്നുവെന്ന് പഠനങ്ങൾ കാണിക്കുന്നു[11]. ഭൂമി ഉപേക്ഷിക്ക പ്പെടുമ്പോൾ കൃഷിചക്രം മാത്രമല്ല തകരുന്നത്. ജലസേചന കനാലുകൾ (irrigation canals), ജലസം ഭരണികൾ (water reservoirs), മണ്ണുസംരക്ഷണ സംവിധാനങ്ങൾ (soil conservation systems)—എല്ലാം ക്രമേണ ക്ഷയിക്കുന്നു (gradual decay). ഒരിക്കൽ ഉപേക്ഷിക്കപ്പെട്ട ഭൂമി വീണ്ടും കൃഷിയോഗ്യമാക്കാൻ വർഷങ്ങളോ തലമുറകളോ വേണം. അതുവരെ ഉൽപ്പാദനം സ്ഥിരമായി താഴ്ന്ന നിലയിൽ തുടരുന്നു (persistent low productivity).

ഇവിടെ പരിസ്ഥിതി “സ്വയം സുഖം പ്രാപിക്കുന്നു” എന്ന ഒരു റൊമാന്റിക് ധാരണ (romanticized assumption) ഉണ്ടാകാം. എന്നാൽ അത് യാഥാർത്ഥ്യമല്ല. നിയന്ത്രണമില്ലാത്ത ഭൂമി മണ്ണൊലിപ്പ് (soil erosion), അധിനിവേശ സസ്യങ്ങൾ (invasive vegetation), വന്യജീവി–മനുഷ്യ സംഘർഷങ്ങൾ (wildlife–human conflict)

എന്നിവയ്ക്ക് വഴിയൊരുക്കുന്നു. മനുഷ്യനും പരിസ്ഥിതിയും തമ്മിലുള്ള സമതുലിതാവസ്ഥ തകരുമ്പോൾ, പരിസ്ഥിതിയേയും അത് അസ്ഥിരമാക്കുന്നു (ecological instability)[12]. മഹാഭാരതത്തിന്റെ പശ്ചാത്തലത്തിൽ വനവ്യാപനം (reforestation) മനുഷ്യവാസപ്രദേശങ്ങളിലേക്ക് നീങ്ങിയിരിക്കാം. ഇതോടെ ഗ്രാമങ്ങൾ കൂടുതൽ അശക്തമാകുന്നു. വന്യജീവി ആക്രമണങ്ങൾ, രോഗവ്യാപനം (disease spread), ഗതാഗത തടസ്സങ്ങൾ (disruption of mobility)—ഇവയെല്ലാം ജനസംഖ്യാ തകർച്ചയുടെ (demographic collapse) പരിസ്ഥിതിവശഫലങ്ങളാണ്.

യുദ്ധങ്ങൾ സാധാരണയായി ക്ഷാമത്തോടെ (famine) അവസാനിക്കുന്നു. കാരണം യുദ്ധം ഭക്ഷണം നശിപ്പിക്കുന്നു, ഉൽപ്പാദനം കുറയ്ക്കുന്നു, വിതരണശൃംഖലകൾ (distribution networks) തകർക്കുന്നു. അമർത്യ സെൻ ചൂണ്ടിക്കാട്ടു ന്നതുപോലെ, ക്ഷാമം ഭക്ഷണക്കുറവിന്റെ ഫലമാത്രമല്ല; അത് വിതരണപരാജയത്തിന്റെ (distribution failure) ഫലവുമാണ്[13]. മഹാഭാരത യുദ്ധത്തിനു ശേഷം ഈ രണ്ട് ഘടകങ്ങളും ഒന്നിക്കുന്നു. ജനസംഖ്യ കുറഞ്ഞിട്ടും ക്ഷാമം ഉണ്ടാകുന്നത് ഒരു വിഡംബനയായി തോന്നാം. എന്നാൽ തൊഴിൽ ക്ഷാമം (labour shortage), ഭൂമിയുപേക്ഷണം (land abandonment), പരിസ്ഥിതി അസ്ഥിരത (ecological instability) എന്നിവ ചേർന്നാൽ ഭക്ഷ്യഅസുരക്ഷ (food insecurity) അനിവാര്യമാണ്. ഇത് പ്രാചീന രാഷ്ട്രങ്ങളുടെ സ്ഥിരം അനുഭവമാണ്.

ഒരു സിവിലിസേഷന്റെ ശക്തി അതിന്റെ ജനസംഖ്യാ അടിത്തറയിലാണ് (population base). യുദ്ധം ആ അടിത്തറ തകർക്കുമ്പോൾ, സൈനികമായി ജയിച്ചാലും സിവിലിസേഷൻ ഘടനാപരമായി ദുർബലമാകുന്നു (structural weakness). മഹാഭാരത ത്തിനു ശേഷം ദക്ഷിണേഷ്യൻ രാഷ്ട്രീയഭൂപടം പിരിഞ്ഞുപോകുന്നത് ഈ ജനസംഖ്യാ–പരിസ്ഥിതി ആഘാതത്തിന്റെ (demographic–ecological shock) ഫലമായി വായിക്കാം[14]. പാണ്ഡവർ ജയിച്ചു. പക്ഷേ

അവർ ഭരിച്ച ലോകം ജനസംഖ്യാ ക്ഷീണവും പരിസ്ഥിതി അസ്ഥിരതയും നിറഞ്ഞതായിരുന്നു. അതുകൊണ്ടാണ് അവരുടെ വിജയം ശൂന്യതയായി അനുഭവപ്പെടുന്നത്. ഇത് മനഃശാസ്ത്രപരമായ അനുഭവം മാത്രമല്ല. അത് പരിസ്ഥിതിയും ജനസം ഖ്യയും സൃഷ്ടിച്ച യാഥാർത്ഥ്യമാണ് (ecological and demographic reality).

ഈ പശ്ചാത്തലത്തിൽ കൃഷ്ണന്റെ മൗനം (Krishna's silence) ശ്രദ്ധേയമാണ്. അദ്ദേഹത്തിന്റെ സംവാദങ്ങൾ ധർമ്മത്തെക്കുറിച്ചും ആത്മാവിനെക്കുറിച്ചും ചരിത്രാനിവാര്യതയെക്കുറിച്ചുമാണ്. എന്നാൽ പരിസ്ഥിതിയെക്കുറിച്ച് അദ്ദേഹം സംസാരിക്കുന്നില്ല. ഇത് കുറ്റാരോപണമല്ല. ഇത് ഒരു ഘടനാപരമായ നിരീക്ഷണമാണ് (structural observation). ആശയ വാദങ്ങൾ (ideologies) സാധാരണയായി പരിസ്ഥിതിചെലവുകൾ (ecological costs) കണക്കാക്കാറില്ല. അവ ഉടനടി അർത്ഥം നൽകുന്നു; പരിസ്ഥിതി ദീർഘകാല ഫലങ്ങൾ നൽകുന്നു[15]. ഈ മൗനം തന്നെ പഠിപ്പിക്കുന്നതാണ്. സിവിലൈ സേഷനുകൾ തകരുന്നത് ഒരൊറ്റ നിമിഷത്തിൽ അല്ല. അത് ജനസംഖ്യാനഷ്ടം (population loss), ഭൂമിയുപേക്ഷണം (land abandonment), പരിസ്ഥിതി പ്രതിക്രിയകൾ (ecological feedback loops) എന്ന നീണ്ട ശൃംഖലയിലൂടെയാണ്.

ഈ അധ്യായം നമ്മെ ഒരു നിർണായക തിരിച്ചറി വിലേക്ക് നയിക്കുന്നു. മഹാഭാരത യുദ്ധം ഒരു ധാർമ്മിക ഇതിഹാസം (moral epic) മാത്രമല്ല. അത് ഒരു ജനസംഖ്യാ–പരിസ്ഥിതി മഹാദുരന്തവും (demographic–ecological catastrophe) കൂടിയാണ്. മനുഷ്യർ മരിക്കുന്നു, ഭൂമി ഉപേക്ഷിക്കപ്പെടുന്നു, പരിസ്ഥിതി അസ്ഥിരമാകുന്നു, ക്ഷാമഭീഷണി ഉയരുന്നു. ഇവയെല്ലാം ചേർന്നാണ് ഒരു രാഷ്ട്രത്തെ (nation) ഉള്ളിൽ നിന്ന് ദുർബലമാക്കുന്നത്.

ധർമ്മത്തിന്റെ ഭാഷയിൽ പറഞ്ഞാൽ, യുദ്ധം ജയിക്കാം. പരിസ്ഥിതിയുടെ ഭാഷയിൽ പറഞ്ഞാൽ, യുദ്ധം ഒരിക്കലും ജയിക്കുന്നില്ല.

References

1. Polanyi, K. (1944). The Great Transformation. Beacon Press.
2. Keynes, J. M. (1936). The General Theory of Employment, Interest and Money. Macmillan.
3. Tilly, C. (1990). Coercion, Capital, and European States. Blackwell.
4. Scheidel, W. (2017). The Great Leveler. Princeton University Press.
5. Olson, M. (1982). The Rise and Decline of Nations. Yale University Press.
6. Mann, M. (1986). The Sources of Social Power, Vol. 1. Cambridge University Press.
7. Sen, A. (1999). Development as Freedom. Oxford University Press.
8. McEvedy, C., & Jones, R. (1978). Atlas of World Population History. Penguin.
9. Dyson, T. (2001). Population and Food: Global Trends and Future Prospects. Routledge.
10. Boserup, E. (1970). Woman's Role in Economic Development. Earthscan.
11. Diamond, J. (2005). Collapse: How Societies Choose to Fail or Succeed. Viking.
12. Redman, C. L. (1999). Human Impact on Ancient Environments. University of Arizona Press.
13. Sen, A. (1981). Poverty and Famines. Oxford University Press.

14. Mann, M. (1986). The Sources of Social Power, Vol. 1. Cambridge University Press.

15. Worster, D. (1994). Nature's Economy: A History of Ecological Ideas. Cambridge University Press.

അധ്യായം 8

സാമൂഹ്യ–നൈതിക വായന: കുറ്റകൃത്യങ്ങളുടെ സാമൂഹിക പരിസ്ഥിതി

ആധുനിക സാമൂഹ്യചിന്തയും നൈതികവിശകലനവും (social and moral analysis) ഉപയോഗിച്ച് നോക്കുമ്പോൾ, മഹാഭാരത പശ്ചാത്തലം മനുഷ്യന്റെ ഹാനികരമായ പ്രവൃത്തികൾ വളരുകയും സാധൂകരിക്കപ്പെടുകയും ചെയ്യുന്ന ഒരു സമ്പൂർണ്ണ സാമൂഹിക പരിസ്ഥി തിയായി (social harm field) മാറുന്നു. ഇവിടെ കുറ്റം (crime) വ്യക്തികളുടെ സ്വഭാവദോഷത്തിൽ മാത്രം ഒതുങ്ങുന്നില്ല. അത് സാമൂഹിക ഘടനകൾ, അധികാരക്രമങ്ങൾ, ജാതി–വർഗ്ഗ ബന്ധങ്ങൾ,

ലിംഗവ്യവസ്ഥകൾ, ആശയവ്യവസ്ഥകൾ എന്നിവ ചേർന്ന് സൃഷ്ടിക്കുന്ന ഒരു സിസ്റ്റമാറ്റിക് പ്രതിഭാസ മായി രൂപപ്പെടുന്നു[1].

സാമൂഹ്യശാസ്ത്രത്തിന്റെ അടിസ്ഥാന നിരീക്ഷണം ലളിതവും എന്നാൽ അസ്വസ്ഥമാക്കുന്നതുമാണ്. ഹാനികരമായ പ്രവൃത്തികൾ അസാധാരണ മനുഷ്യരുടെ മാത്രം പ്രവർത്തികളല്ല. സാധാരണ മനുഷ്യർ അസാധാരണ സാമൂഹിക സാഹചര്യ ങ്ങളിൽ നിർവഹിക്കുന്ന പ്രവർത്തികളാണ് അവ[2]. മഹാഭാരതത്തിലെ ക്രൂരതകളും വഞ്ചനകളും ചതികളും ഈ നിരീക്ഷണത്തെ ശക്തമായി പിന്തുണക്കുന്നു. അവ "ദുഷ്ടന്മാർ" മാത്രം ചെയ്ത പ്രവൃത്തികളല്ല. സാമൂഹികമായി അംഗീകരിക്കപ്പെട്ട അധികാരകേന്ദ്രങ്ങളുടെ അകത്തുനിന്നാണ് അവ ഉദ്ഭവിക്കുന്നത്.

മഹാഭാരതത്തിലെ ഇത്തരം പ്രവൃത്തികൾ അതിനാൽ വ്യക്തിഗത രോഗാവസ്ഥയായി (individual pathology) മാത്രം വായിക്കാനാവില്ല. അവ സാമൂഹിക രോഗാവസ്ഥകളാണ് (social pathology). ഒരു സമൂഹം തന്നെ ഹാനികരമായ പ്രവൃത്തികൾക്ക് അനുകൂലമായ അന്തരീക്ഷം സൃഷ്ടിക്കുന്നതാണ് ഇവിടെ കാണുന്നത്.ജാതിവിവേചനം, വർഗ്ഗ അപമാനം, സ്ത്രീകളുടെ മേൽ നടത്തുന്ന ബലപ്രയോഗം, വിദ്യാഭ്യാസാവകാശ ലംഘനം തുടങ്ങിയവയെ സാമൂഹ്യശാസ്ത്രം ഘടനാപരമായ അക്രമം (structural violence) എന്ന ആശയത്തിലൂടെ വിശദീകരിക്കുന്നു[3]. മഹാഭാരതത്തിലെ കർണ്ണ നോടുള്ള അപമാനം ഇതിന്റെ ഏറ്റവും വ്യക്തമായ ഉദാഹരണമാണ്. കർണ്ണനെ അപമാനിച്ചത് ചില വ്യക്തികൾ അല്ല. ഒരു സാമൂഹിക സംവിധാനം തന്നെയാണ്. "സൂതപുത്രൻ" എന്ന ലേബൽ ഉപയോഗിച്ച് അവന്റെ കഴിവും അവകാശവും മനുഷ്യഗൗരവവും നിഷേധിക്കപ്പെടുന്നു.

ഇത് ലേബലിംഗ് സിദ്ധാന്തം (labeling theory) വ്യക്തമാക്കുന്ന സാമൂഹിക ക്രൂരതയാണ്[4]. ഒരാളെ സമൂഹം "അയോഗ്യൻ", "താഴ്ന്നവൻ", "അവകാശമില്ലാത്തവൻ" എന്ന നിലയിൽ മുദ്രകുത്തുമ്പോൾ, അവനോട് നടക്കുന്ന എല്ലാ അനീതികളും സ്വാഭാവികമായി ന്യായീ കരിക്കപ്പെടുന്നു. ഇവിടെ തെറ്റ് ഒരു വ്യക്തിയുടെ പ്രവർത്തിയല്ല. അത് സമൂഹം തന്നെ വിധിക്കുന്ന ഒരു നിശ്ശബ്ദ ശിക്ഷയാണ്.

ഈ ലേബലിംഗ് വ്യക്തികളെ മാത്രം നശിപ്പിക്കുന്നില്ല. അത് സമൂഹത്തിന്റെ നൈതികബോധത്തെയും വിഷമയമാക്കുന്നു . കാരണം അനീതി ഇവിടെ തെറ്റായി തോന്നുന്നില്ല; അത് "ക്രമത്തിന്റെ ഭാഗം" ആയി അനുഭവപ്പെടുന്നു.

ഏകലവ്യന്റെ വിരൽമുറിക്കൽ സാധാരണയായി ഒരു ക്രൂര വ്യക്തിഗത സംഭവമായി അവതരിപ്പി ക്കപ്പെടുന്നു. എന്നാൽ സാമൂഹ്യ-നൈതികമായി ഇത് അറിവിനെതിരായ അക്രമം (epistemic violence) ആയി വായിക്കേണ്ടതാണ്[5]. അറിവ് ഒരു പൊതുസമ്പ ത്തല്ലാതെ അധികാരവർഗ്ഗത്തിന്റെ ഏകാധിപത്യ ഉപകരണമാകുമ്പോൾ, അറിവിന്റെ വിതരണം തന്നെ അനീതിയായി മാറുന്നു.ദ്രോണാചാര്യൻ ഇവിടെ വ്യക്തിപരമായ വൈരാഗ്യത്തിൽ നിന്നല്ല പ്രവർത്തിക്കുന്നത്. അവൻ ഒരു സാമൂഹിക ക്രമത്തിന്റെ കാവൽക്കാരനാണ്. അർജ്ജുനന്റെ മേൽക്കൈ ഉറപ്പിക്കാൻ, ഏകലവ്യന്റെ കഴിവ് നശിപ്പിക്കപ്പെടുന്നു. ഇത് മത്സരനിരോധനം (competition suppression) എന്ന സാമൂഹിക അടിച്ചമർത്തൽ പ്രവണതയാണ്[6]. കഴിവ് തന്നെ ഭീഷണിയായി മാറുന്ന അവസ്ഥ.

ഇവിടെ ഏറ്റവും അസ്വസ്ഥമാക്കുന്ന വശം ഏകലവ്യന്റെ പ്രതികരണമാണ്. അവൻ പ്രതിരോധിക്കുന്നില്ല. നിയമം ചോദ്യം ചെയ്യുന്നില്ല. ഇത് ആന്തരിക അടിമത്തബോധം (internalized oppression) എന്ന സാമൂഹിക അവസ്ഥയാണ്[7].

സമൂഹം ഒരാളെ താഴ്ന്നവനെന്ന് വിശ്വസിപ്പിച്ചാൽ, അവൻ തന്നെ തന്റെ നാശത്തിൽ പങ്കാളിയാകുന്നു.

മഹാഭാരതത്തിലെ സ്ത്രീകളെ തട്ടിക്കൊണ്ടു പോകൽ, നിർബന്ധിത വിവാഹങ്ങൾ, സ്ത്രീയുടെ സമ്മതം അപ്രസക്തമാക്കൽ എന്നിവയെ സാമൂഹ്യചിന്ത ലിംഗാധിഷ്ഠിത അതിക്രമങ്ങൾ (gendered harms) എന്ന വിഭാഗത്തിൽ ഉൾപ്പെടുത്തുന്നു[8]. ഭീഷ്മൻ അംബ, അംബിക, അംബാലിക എന്നിവരെ ബലമായി കൊണ്ടുവരുന്നത് "രാജധർമ്മം" എന്ന പേരിൽ ശുദ്ധീകരിക്കപ്പെടുന്നു. ഇവിടെയാണ് അനീതി ഏറ്റവും അപകടകരമാകുന്നത്. കാരണം അത് അനീതിയായി അനുഭവപ്പെടുന്നില്ല. "ധർമ്മം", "വംശസംരക്ഷണം", "രാഷ്ട്രീയ അനിവാര്യത" എന്നീ ഭാഷകൾ ഹാനികരമായ പ്രവൃത്തികളെ നൈതിക നിഷ്ക്രിയീകരണം (moral neutralization) വഴി സാധൂകരിക്കുന്നു[9].നൈതിക നിഷ്ക്രിയീകരണം (moral neutralization) എന്നത്, തെറ്റായ പ്രവൃത്തികളെ "അനിവാര്യമാണ്", "വലിയ ലക്ഷ്യത്തിനായി" എന്ന ഭാഷയിൽ പൊതിഞ്ഞ് വ്യക്തിയുടെ കുറ്റബോധം അപ്രസക്തമാക്കുന്ന സാമൂഹിക-മാനസിക പ്രക്രിയയാണ്.

ദ്രൗപദിയുടെ സ്വയംവരത്തിൽ കർണ്ണനെ വിലക്കിയത് സ്ത്രീയുടെ സ്വതന്ത്ര തീരുമാനശേഷി (agency) പൂർണ്ണമായി നിഷേധിക്കുന്ന പ്രവൃത്തിയാണ്. സ്ത്രീ ഇവിടെ വ്യക്തിയല്ല. അവൾ ഒരു സാമൂഹിക വസ്തുവാണ്.

കൃഷ്ണനും ഗോപികകളും തമ്മിലുള്ള ബന്ധം ഭക്തിവായനയിൽ ദൈവികമാകുമ്പോൾ, സാമൂഹ്യ-മാനസികമായി അത് വികാരോപയോഗം (emotional exploitation) എന്ന നിലയിൽ വായിക്കാവുന്നതാണ്[10]. ബന്ധം സൃഷ്ടിക്കുക, അർത്ഥം നൽകുക, പിന്നീട് ഉത്തരവാദിത്വമില്ലാതെ അപ്രത്യക്ഷമാകുക—ഇത് അപ്രത്യക്ഷമാകൽ (ghosting) എന്നറിയപ്പെടുന്ന ബന്ധപരമായ ഹാനിയുടെ പുരാതന രൂപമാണ്.

സാമൂഹ്യവിശകലനം വ്യക്തമാക്കുന്നത്, എല്ലാ ഹാനികരമായ പ്രവൃത്തികളും ശാരീരിക അക്രമമാകണമെന്നില്ല എന്നതാണ്. ചിലത് മാനസികവും ബന്ധപരവുമാണ്. അവ നിയമപരമായി ശിക്ഷിക്കപ്പെടാറില്ല; എന്നാൽ മനുഷ്യബോധത്തിൽ ദീർഘകാല മുറിവുകൾ സൃഷ്ടിക്കുന്നു[11].

മഹാഭാരതത്തിലെ ഏറ്റവും വ്യാപകമായ അനീതി നിശ്ശബ്ദത തന്നെയാണ്. ധൃതരാഷ്ട്രന്റെ മൗനം, ഭീഷ്മന്റെ നിശ്ശബ്ദത, സഭയിലെ മൂപ്പന്മാരുടെ അനാചരണം—ഇവ ചെയ്യാതിരുന്നതിലൂടെ ഉണ്ടാകുന്ന അനീതികൾ (omission-based harms) എന്ന സാമൂഹ്യനൈതിക വിഭാഗത്തിൽപ്പെടുന്നു[12]. അനീതി തടയാനുള്ള അധികാരമുള്ളവർ മൗനം പാലിക്കുമ്പോൾ, അവർ തന്നെ ആ അനീതിയുടെ ഭാഗമാകുന്നു.

ഇവിടെ നിശ്ശബ്ദത തന്നെ അനീതിയാകുന്നത് (silence as harm) എന്ന സങ്കൽപ്പം ശക്തമായി പ്രത്യക്ഷപ്പെടുന്നു. മഹാഭാരതം അതിനാൽ ഒരു ഇതിഹാസം മാത്രമല്ല. അത് മനുഷ്യസമൂഹം എങ്ങനെ ഹാനിയെ സ്വാഭാവികമാക്കുന്നു എന്നതിന്റെ ശാശ്വത രേഖയാണ്.

വഞ്ചന, അധികാരം, ആശയവൽക്കരിച്ച അനീതി

മഹാഭാരതത്തിലെ വലിയ സംഘർഷങ്ങൾ പെട്ടെന്ന് പൊട്ടിപ്പുറപ്പെട്ട അക്രമസംഭവങ്ങളല്ല. അവ ദീർഘകാലം നീണ്ടുനിന്ന ചെറിയ വഞ്ചനകളുടെയും തന്ത്രങ്ങളുടെയും നൈതിക വഴുതലുകളുടെയും സമാഹാരമാണ്[13]. സാമൂഹികശാസ്ത്രപരമായ നിരീക്ഷണം വ്യക്തമാക്കുന്നത്, വലിയ നാശങ്ങൾ സാധാരണയായി ചെറുതായി തോന്നുന്ന അനീതികളിൽ നിന്നാണ് വളരുന്നത് എന്നതാണ്. ഈ ഘട്ടങ്ങളിൽ അനീതി തുറന്ന അക്രമമായി പ്രത്യക്ഷപ്പെടുന്നില്ല. മറിച്ച്, അത് ബുദ്ധിയുടെ കളിയായി, രാഷ്ട്രീയ നീക്കമായി, “അവശ്യമായ നടപടിയായി” സമൂഹത്തിന് മുന്നിൽ

അവതരിപ്പിക്കപ്പെടുന്നു. ഇതാണ് അനീതിയെ അപകടകരമാക്കുന്ന ഘടകം.

ശകുനിയുടെ ചൂതാട്ടം ഇതിന്റെ ഏറ്റവും വ്യക്തമായ ഉദാഹരണമാണ്. ഇവിടെ ചൂതാട്ടം ഒരു വ്യക്തിയുടെ ദൗർബല്യമായി മാത്രം കാണാനാവില്ല. അത് അധികാരചൂഷണം (power manipulation) എന്ന സാമൂഹിക–നൈതിക പ്രവർത്തനമാണ്. നിയമപരമായി അനുവദിക്കപ്പെട്ട ഒരു പ്രക്രിയ ഉപയോഗിച്ച് ഒരു കുടുംബത്തിന്റെ സമ്പത്ത്, ഒരു സ്ത്രീയുടെ ശരീരം, മനുഷ്യ അഭിമാനം എന്നിവ കൈവശപ്പെടുത്തപ്പെടുന്നു[14]. അനീതി ഇവിടെ നിയമം ലംഘിക്കുന്നില്ല; നിയമത്തിന്റെ ചട്ടക്കൂടിനുള്ളിലാണ് നടക്കുന്നത്. അതിനാൽ തന്നെ അത് ചോദ്യം ചെയ്യപ്പെടാതെ തുടരുന്നു.

ചൂതാട്ടസഭയിൽ നടന്നത് വഞ്ചനയിലപ്പുറം ഒരു നൈതിക വിച്ഛേദന പ്രക്രിയയാണ് (moral disengagement)[15]. ഓരോ ഘട്ടത്തിലും പങ്കെടുത്തവർ അവരുടെ മനസ്സാക്ഷിയെ ചെറിയ ന്യായീകരണങ്ങളിലൂടെ നിശ്ശബ്ദമാക്കുന്നു. "ഇത് കളിയാണ്", "നിയമം അനുവദിക്കുന്നു", "ഇത് രാജധർമ്മത്തിന്റെ ഭാഗമാണ്" എന്നിങ്ങനെ. ഇങ്ങനെ നൈതിക ഉത്തരവാദിത്വം പടിപടിയായി അപ്രത്യക്ഷമാകുന്നു. അനീതി ഒരു വ്യക്തിയുടെ തീരുമാനമല്ല, ഒരു സംവിധാനത്തിന്റെ സ്വാഭാവിക പ്രവർത്തനമായി മാറുന്നു.

ഈ ഘട്ടത്തിൽ ദ്രൗപദി ഒരു വ്യക്തിയായി നിലനിൽക്കുന്നില്ല. അവൾ പാരശ്വനാശം (collateral damage) ആയി ചുരുങ്ങുന്നു. മനുഷ്യനിഷേധം (dehumanization) എന്ന സാമൂഹിക–മാനസിക പ്രക്രിയ ഇതിലാണ് പ്രവർത്തിക്കുന്നത്[16]. ഒരാളെ മനുഷ്യനായി കാണാതായാൽ, അവന്റെ മേൽ നടക്കുന്ന അതിക്രമങ്ങൾ "അനിവാര്യത"യായി അവതരിപ്പിക്കാൻ സമൂഹത്തിന് കഴിയും.

മഹാഭാരതത്തിലെ അനീതികളുടെ വലിയൊരു പങ്ക് നിലനിൽപ്പിനായുള്ള പോരാട്ടങ്ങളിൽ നിന്നല്ല ഉയരുന്നത്. അവ അധികാരാധിപത്യം ഉറപ്പിക്കാനുള്ള ശ്രമങ്ങളിൽ നിന്നാണ്. ഇതിനെ സാമൂഹ്യശാസ്ത്രം അധികാരത്തിനായുള്ള അനീതികൾ (crimes of power) എന്ന നിലയിൽ വിശദീകരിക്കുന്നു[17]. കുരുവംശത്തിലെ സംഘർഷം ജീവിക്കാൻ വേണ്ടിയുള്ള യുദ്ധമല്ല; ഉത്തരാധികാര ഭീതി (succession anxiety) ആണ് അതിന്റെ അടിത്തറ.

ധൃതരാഷ്ട്രന്റെ പരാജയം വ്യക്തിപരമായ ദൗർബല്യമായി മാത്രം വായിക്കാനാവില്ല. അത് വേഷ വിരുദ്ധത (role conflict) എന്ന സാമൂഹിക അവസ്ഥ യാണ്. അദ്ദേഹം രാജാവാണ്, അതേസമയം പിതാവുമാണ്. അധികാരസ്ഥാനത്തുള്ളവർ ഈ വിരുദ്ധത പരിഹരിക്കാതെ ഇരിക്കുമ്പോൾ, അവർ ഘടനാപരമായ അനീതിയുടെ (structural crime) ഭാഗമാകുന്നു[18]. ധൃതരാഷ്ട്രന്റെ മൗനം കാരുണ്യമല്ല; അത് ഭരണപരമായ പരാജയമാണ്.

ഭീഷ്മന്റെ പ്രതിജ്ഞയും ഇതേ ഫ്രെയിമിൽ വായിക്കപ്പെടണം. പ്രതിജ്ഞ ധാർമ്മികമായി ഉയർന്നതായി തോന്നുമ്പോഴും, അത് സാമൂഹിക നാശം (social harm) സൃഷ്ടിക്കുമ്പോൾ, ഗുണധർമ്മ ത്തിന്റെ പേരിലുള്ള അനീതി (virtue crime) ആയി അത് മാറുന്നു[19]. ഭീഷ്മൻ അനീതിക്ക് എതിരായി നിൽക്കാതിരുന്നത് ദുഷ്ടത കൊണ്ടല്ല; മറിച്ച് ധാർമ്മിക കാഠിന്യം സാമൂഹിക യാഥാർത്ഥ്യത്തെ മറികടന്നതുകൊണ്ടാണ്. ഇവിടെ ധർമ്മം തന്നെ അനീതിയുടെ കവചമായി മാറുന്നു. മഹാഭാരത ത്തിലെ ഏറ്റവും സൂക്ഷ്മമായ അനീതികൾ ആശയങ്ങളുടെ ഭാഷയിലാണ് നടക്കുന്നത്. “ധർമ്മം”, “രാജധർമ്മം”, “ദൈവീക ഇച്ഛ” തുടങ്ങിയ വാക്കുകൾ അനീതിയെ ന്യായീകരിക്കുന്ന ശക്തമായ ഉപാധി കളാണ് (crime legitimization)[20]. ആശയങ്ങൾ അനീതിയെ

മറയ്ക്കുന്നില്ല; മറിച്ച് അതിനെ അർത്ഥവത്താക്കുകയാണ് ചെയ്യുന്നത്.

ഈ ഘട്ടത്തിൽ കൃഷ്ണന്റെ തന്ത്രപരമായ മൗനം നിർണായകമാണ്. ഇത് തുറന്ന അക്രമമല്ല. എന്നാൽ അധികാരമുള്ള മൗനം (silence with authority) സജീവ സഹപാപമായി (active complicity) പ്രവർത്തിക്കുന്നു[21]. അനീതി തടയാൻ കഴിയുന്നവർ ഇടപെടാതെ ഇരിക്കുമ്പോൾ, അനീതി ദീർഘകാലം നിലനിൽക്കുന്നു.

ഇവിടെ അനീതി വ്യക്തികളിൽ നിന്ന് ആശയ ങ്ങളിലേക്ക് മാറുന്നു. "ഞാൻ ചെയ്തില്ല" എന്ന പ്രതിരോധം ശക്തമാകുന്നു. "ചരിത്രം ആവശ്യപ്പെട്ടു", "കാലചക്രം", "അനിവാര്യത" എന്നീ വാക്കുകൾ വ്യക്തിയെ ഉത്തരവാദിത്വത്തിൽ നിന്ന് ഒഴിവാ ക്കുന്നു. ഇതിനെ ഉത്തരവാദിത്വ വിതരണശൂന്യത (diffusion of responsibility) എന്ന സാമൂഹിക പ്രക്രിയയായി വായിക്കാം[22].യുദ്ധം തുടങ്ങുന്നതിന് മുൻപ് തന്നെ മനുഷ്യബോധം അക്രമത്തിനായി തയ്യാറാക്ക പ്പെടുന്നു. ആവർത്തിച്ച അപമാനം, സാധാരണ വൽക്കരിച്ച അനീതി, ആശയവൽക്കരിച്ച വ്യാഖ്യാനങ്ങൾ എന്നിവ ചേർന്ന് അക്രമസന്നദ്ധത (violence readiness) സൃഷ്ടിക്കുന്നു[23]. മഹാഭാരതത്തിൽ യുദ്ധത്തിന് മുൻപ് തന്നെ ബന്ധങ്ങൾ തകരുന്നു, വിശ്വാസം ക്ഷയിക്കുന്നു, സഹാനുഭൂതി (empathy) മങ്ങുന്നു.

ഇതാണ് ഏറ്റവും അപകടകരമായ ഘട്ടം. കാരണം, ഈ ഘട്ടത്തിൽ യുദ്ധം ഒരു അതിക്രമം ആയി തോന്നുന്നില്ല; നേരെ മറിച്ചു അത് "സ്വാഭാവികം" ആയി അനുഭവപ്പെടുന്നു. സാമൂഹിക ചരിത്രം കാണിക്കുന്നത്, കൂട്ടഹിംസകളും വംശനാശങ്ങളും ഇങ്ങനെ തന്നെയാണ് തുടങ്ങുന്നത് എന്നതാണ്[24]. ആദ്യം മറ്റൊരാളെ "അന്യൻ" ആക്കുന്നു. പിന്നെ "തടസ്സം" ആക്കുന്നു. അവസാനം "നീക്കം ചെയ്യേണ്ട ഘടകം" ആക്കുന്നു.

മഹാഭാരത യുദ്ധത്തിന് മുൻപ് നടന്ന അനേകം സംഭ വങ്ങൾ ഈ മാനസിക തയ്യാറെടുപ്പിന്റെ ഘടക ങ്ങളാണ്. ഓരോന്നും ചെറുതായി തോന്നാം. എന്നാൽ ഒന്നിച്ചുനോക്കുമ്പോൾ, അവ ഒരു സമൂഹ ത്തെ സമുച്ചിതമായ അനീതിയിലേക്കാണ് നയിക്കു ന്നത്.

കൂട്ടക്കുറ്റകൃത്യങ്ങൾ, ഉത്തരവാദിത്വത്തിന്റെ അപ്രത്യക്ഷത, സിവിലൈസേഷനുകളിലേക്കുള്ള മുന്നറിയിപ്പ്

വലിയ ചരിത്രാത്മകമായ അക്രമങ്ങളും സമൂഹനാ ശങ്ങളും സാധാരണയായി ഒരൊറ്റ വ്യക്തിയുടെ തീരുമാനത്തിൽ നിന്നല്ല ഉദ്ഭവിക്കുന്നത് എന്നതാണ് സാമൂഹ്യശാസ്ത്ര പരമായ ഏറ്റവും അസ്വസ്ഥമാക്കുന്ന നിരീക്ഷണം. "ആരും വ്യക്തിപരമായി ചെയ്തില്ല" എന്ന അവസ്ഥയിലാണ് പലപ്പോഴും ഏറ്റവും വലിയ നാശങ്ങൾ സംഭവിക്കുന്നത്[25]. മഹാഭാരത യുദ്ധം ഈ സാമൂഹിക യാഥാർത്ഥ്യത്തിന്റെ പ്രാചീനവും വ്യക്തവുമായ ഉദാഹരണമായി നിലകൊള്ളുന്നു. യുദ്ധത്തിൽ ആയുധം എടുത്തത് വ്യക്തികളായി രുന്നുവെങ്കിലും, സംഭവിച്ച നാശം വ്യക്തികളിൽ ഒതുങ്ങുന്നില്ല. അത് ഒരു സമൂഹം തന്നെ പങ്കുവെച്ച കൂട്ടക്കുറ്റമായി (collective crime) മാറുന്നു.

കൂട്ടക്കുറ്റത്തിന്റെ ഏറ്റവും നിർണായകമായ സവിശേ ഷത ഉത്തരവാദിത്വ ലയനം (responsibility evaporation) ആണ്[26]. ഒരാൾ അമ്പെയ്തു. മറ്റൊരാൾ തന്ത്രം രൂപപ്പെടുത്തി. മറ്റൊരാൾ ആശയം ന്യായീകരിച്ചു. മറ്റൊരാൾ മൗനം പാലിച്ചു. ഓരോരു ത്തരും തങ്ങളുടെ പങ്ക് ചെറുതാണെന്ന് വിശ്വസി ക്കുമ്പോൾ, ഒടുവിൽ ആരും "ഇത് ഞാൻ ചെയ്തതാണ്" എന്ന് പറയേണ്ട അവസ്ഥ നിലനിൽ ക്കാതെ പോകുന്നു. കുറ്റം എല്ലാവരുടേയും ആയപ്പോൾ, അത് ആരുടേയും അല്ലാതാകുന്നു. ഇതാണ് സാമൂഹിക ഘടനകൾ മനുഷ്യനെ വ്യക്തിഗത ഉത്തരവാദി ത്വത്തിൽ നിന്ന് അകറ്റുന്ന രീതി.

ഈ പ്രക്രിയയിൽ "ലക്ഷ്യം" എന്ന ആശയം നിർണായക സ്ഥാനമെടുക്കുന്നു. രാജ്യം, ധർമ്മം, വംശം, സിംഹാസനം, ചരിത്രാനിവാര്യത തുടങ്ങിയ ഘടകങ്ങൾ ചേർന്ന ഒരു അമൂർത്ത സമാഹാരം (abstract entity) വ്യക്തിയുടെ ജീവനെക്കാൾ വലുതായി മാറുന്നു[27]. ഇവിടെ മനുഷ്യനെ ഉപാധിയാക്കൽ (instrumentalization of the human being) എന്ന സാമൂഹിക പ്രവണത പ്രവർത്തിക്കുന്നു[28]. വ്യക്തി സ്വയം ഒരു ലക്ഷ്യമല്ലാതായി, "കൂട്ടായ ലക്ഷ്യങ്ങൾക്കായി" ഉപയോഗിക്കാവുന്ന ഒരു മാർഗ്ഗമായി ചുരുങ്ങുന്നു.

ഇത്തരം ഘടനകളിലാണ് മനുഷ്യൻ മരണത്തെ ഭയപ്പെടാതാക്കുന്നത്. കാരണം, മരണം നഷ്ടമായി കാണാതെ, സംഭാവനയായി (contribution) പുനർവ്യാഖ്യാനിക്കപ്പെടുന്നു. "ഞാൻ പോയാലും രാജ്യം നിലനിൽക്കും", "എന്റെ മരണം വലിയ ലക്ഷ്യത്തിനുവേണ്ടിയാണ്" എന്ന ചിന്ത സ്വയംരക്ഷാ സ്വാഭാവികബോധത്തെ (self-preservation instinct) തന്നെ മറിച്ചിടുന്നു[29]. ഇവിടെ നൈതിക മറിച്ചിടൽ (moral inversion) സംഭവിക്കുന്നു. ജീവൻ സംരക്ഷിക്കേണ്ട മൂല്യം, ആത്മഹുതിയായി മാറുന്ന മൂല്യമായി പരിവർത്തനം ചെയ്യപ്പെടുന്നു.

യുദ്ധങ്ങൾ നടക്കുന്നത് മനുഷ്യർ സ്വഭാവപരമായി ക്രൂരരായതിനാൽ മാത്രമല്ല. അവർ അവരുടെ അക്രമത്തെ അർത്ഥവത്താക്കിയതിനാലാണ്. ന്യായീകരണ സിദ്ധാന്തം (neutralization theory) വിശദീകരിക്കുന്നതുപോലെ, "എനിക്ക് വേറെ വഴിയില്ല", "കാലം ആവശ്യപ്പെട്ടു", "വലിയ നന്മയ്ക്കാ യാണ്" എന്നീ ഭാഷകൾ മനുഷ്യന്റെ കുറ്റബോധത്തെ ശമിപ്പിക്കുന്നു[30]. ഇങ്ങനെ, അക്രമം ഒരു തെറ്റായ പ്രവൃത്തിയല്ലാതായി, "അനിവാര്യമായ നടപടി" ആയി അനുഭവപ്പെടുന്നു.

മഹാഭാരതത്തിലെ കർണ്ണനോടുള്ള അപമാനം, ഏകലവ്യനോട് നടന്ന അനീതി, സ്ത്രീകളെ ബലം പ്രയോഗിച്ച് കൊണ്ടുപോകൽ, ബന്ധങ്ങളിലെ

ഉപേക്ഷണം, ഗുരുക്കന്മാരുടെയും പിതാമഹന്മാരു ടെയും മൗനം എന്നിവ ഒറ്റപ്പെട്ട സംഭവങ്ങളായി തോന്നാം. എന്നാൽ സാമൂഹിക–മാനസിക വായന യിൽ, ഇവ എല്ലാം വലിയ നാശങ്ങൾക്ക് മുൻകൂർ സൂചനകളായി (pre-crime indicators) മാറുന്നു[31]. മനുഷ്യൻ്റെ അഭിമാനം ചെറുഘട്ടങ്ങളിലായി അവഗണിക്കപ്പെടുമ്പോൾ, വലിയ അക്രമങ്ങൾ അനിവാര്യമായി തോന്നിത്തുടങ്ങുന്നു.

ഇവിടെയാണ് "നീ മരിച്ചാലും നഷ്ടമില്ല" എന്ന ധാരണ സാമൂഹികമായി ശക്തിപ്പെടുന്നത്. ഈ ധാരണ മനുഷ്യനെ ഉപയോഗിച്ചു തീർക്കാവുന്ന വിഭവമായി (expendable resource) മാറ്റുന്നു[32]. ആശയസം വിധാനങ്ങ ൾക്കും ഭരണകൂടങ്ങൾക്കും മതപരമായ ഘടനക ൾക്കും ഈ ചിന്ത അത്യന്തം പ്രയോജനകരമാണ്. മനുഷ്യജീവിതത്തിന്റെ വില കുറയുമ്പോൾ, അക്രമ ത്തിനായി മനുഷ്യരെ സജ്ജമാക്കുക എളുപ്പമാകുന്നു.

ഈ പശ്ചാത്തലത്തിലാണ് മഹാഭാരതം ഒരു ആചാര കഥയായി മാത്രം നിലനിൽക്കാതെ, ഒരു സാമൂഹിക മുന്നറിയിപ്പായി മാറുന്നത്[33]. മനുഷ്യൻ എപ്പോഴാണ് തന്റെ തന്നെ നാശത്തിൽ പങ്കാളിയാകു ന്നത് എന്നതിന്റെ രേഖയാണിത്. മനുഷ്യൻ മരിക്കുന്ന നിമിഷം അവന്റെ ലോകം ശാശ്വതമായി അവസാനിക്കുന്നു എന്ന യാഥാർത്ഥ്യം പൂർണ്ണമായി തിരിച്ചറിയുന്നിടത്ത്, രാജാവിനു വേണ്ടിയോ ദൈവത്തിനുവേണ്ടിയോ ആശയത്തി നുവേണ്ടിയോ മരിക്കാൻ അവൻ തയ്യാറാകില്ല. അതുകൊണ്ടു തന്നെയാണ് പുനർജന്മം, അമരത്വം, മഹത്വം തുടങ്ങിയ ആശയങ്ങൾ അധികാരഘടനകൾ ശക്തമായി പ്രചരിപ്പിക്കു ന്നത്.വിമർശന ലളിതത്വം (critical simplicity) സംഘടിത അധികാരത്തിന്റെ (organized power) ഏറ്റവും വലിയ ഭീഷണിയാണ്[34]. കാരണം ലളിതമായ ചോദ്യങ്ങൾ വലിയ ആശയഘടനകളുടെ ഉള്ളിലെ വൈരുദ്ധ്യങ്ങളെ പുറത്തുകൊണ്ടുവരുന്നു.

അവസാനം, മഹാഭാരതം നമ്മെ ഒരു അസ്വസ്ഥമായ സത്യത്തിലേക്ക് നയിക്കുന്നു. സിവിലൈസേഷനുകൾ സാധാരണയായി പുറത്തുനിന്നുള്ള ശത്രുക്കളാൽ നശിക്കാറില്ല. അവ തകർക്കപ്പെടുന്നത് ഉള്ളിൽ നിന്ന്, ആശയങ്ങളിലൂടെ, നൈതിക ന്യായീകരണങ്ങളിലൂടെ, മനുഷ്യനെ ഉപാധിയാക്കുന്ന ഘടനകളിലൂടെ ആണ്. യുദ്ധം ഒരു ഒറ്റ സംഭവമല്ല. അത് ഒരു ദീർഘകാല സാമൂഹിക–മാനസിക അവസ്ഥയാണ്.മഹാഭാരതം അതിനാൽ ഒരു ഇതിഹാസം മാത്രമല്ല. മനുഷ്യസമൂഹങ്ങൾ എങ്ങനെ വീണ്ടും വീണ്ടും തന്നെ നശിപ്പിക്കുന്ന വഴികളിലേക്ക് വഴുതിവീഴുന്നു എന്നതിന്റെ ശാശ്വത രേഖയാണ്.

സമൂഹങ്ങൾ എങ്ങനെ ഉപദ്രവത്തെ സാധാരണ വൽക്കരിക്കുന്നു.

ഒരു സമൂഹം ഒരിക്കലും പെട്ടെന്ന് ഉപദ്രവത്തെയോ ദ്രോഹത്തെയോ അംഗീകരിക്കുന്നില്ല. മനുഷ്യർക്കു മേൽ നടക്കുന്ന പീഡനം സാമൂഹികമായി "സ്വാഭാവികം" ആയി മാറുന്നത് പതുക്കെയാണ്. മനുഷ്യ അഭിമാനത്തെക്കുറിച്ചുള്ള ചെറിയ ഇളവുകൾ, ആവർത്തിച്ചുനിൽക്കുന്ന ന്യായീക രണങ്ങൾ, അധികാരഭാഷയുടെ സ്ഥിരമായ സാന്നിധ്യം—ഇവ ചേർന്നാണ് ഉപദ്രവം ഒരു അപവാദമല്ലാതായി, ഒരു സാധാരണ ക്രമമായി മാറുന്നത്. സമൂഹങ്ങൾ മനുഷ്യദുഃഖത്തെ അംഗീകരിക്കുന്നത് ക്രൂരതകൊണ്ടല്ല, അർത്ഥനി ർമ്മാണത്തിലൂടെയാണ്[35].

ഈ പ്രക്രിയയുടെ ആദ്യഘട്ടം ഭാഷയുടെ പുനർ ക്രമീകരണമാണ്. വേദന "ത്യാഗം" ആയി പുനർവ്യാഖ്യാനിക്കപ്പെടുന്നു. മരണം "സംഭാവന" ആയി മാറുന്നു. നഷ്ടം "ചരിത്രാനിവാര്യത" എന്ന ഭാഷയിൽ പൊതിയപ്പെടുന്നു. ഇതിനെ അർത്ഥചട്ട ക്കൂട് പുനർനിർമ്മാണം (meaning-frame reconstruction) എന്ന് വിളിക്കാം. സംഭവിക്കുന്ന ഉപദ്രവം മാറുന്നില്ല. പക്ഷേ

അത് മനുഷ്യബോധത്തിൽ അനുഭവപ്പെടുന്ന രീതിയാണ് മാറുന്നത്[36]. ഇങ്ങനെ, മനുഷ്യർക്കു ണ്ടാകുന്ന ദ്രോഹം ഒരു പ്രശ്നമല്ലാതായി, വിശദീ കരിക്കപ്പെട്ട അവസ്ഥയായി മാറുന്നു.

ഇവിടെ നൈതിക നിഷ്ക്രിയീകരണം (moral neutralization) ശക്തമായി പ്രവർത്തിക്കുന്നു. "ഇത് എല്ലാവർക്കും സംഭവിക്കുന്നതാണ്", "ഇത് വലിയ ലക്ഷ്യത്തിനു വേണ്ടിയാണ്", "ഇത് ഒഴിവാക്കാനാ കാത്തതാണ്" എന്നിങ്ങനെയുള്ള വാചകങ്ങൾ മനുഷ്യന്റെ നൈതിക പ്രതികരണങ്ങളെ മയക്കുന്നു. സാമൂഹികമായി അംഗീകരിക്കപ്പെട്ട ഭാഷയിലൂടെ ഉപദ്രവം കുറ്റബോധം ഉണർത്താതെ മുന്നോട്ട് നീങ്ങുന്നു[37].

സമൂഹങ്ങൾ ദ്രോഹത്തെ സാധാരണവൽ ക്കരിക്കുന്നതിലെ മറ്റൊരു നിർണായക ഘടകം ദൂരീകരണമാണ്. വേദന അനുഭവിക്കുന്ന വ്യക്തി "നമ്മളിൽ ഒരാൾ" അല്ലാതാകുമ്പോൾ, സഹാനുഭൂതി ക്ഷയിക്കുന്നു. ഇതിനെ സാമൂഹിക അകലം സൃഷ്ടിക്കൽ (social distancing of harm) എന്ന് വിശേഷിപ്പിക്കാം. "അവൻ വേറെയാണു", "അവർ അങ്ങനെ ഉള്ളവരാണ്" എന്ന തിരിച്ചറിവ് മനുഷ്യദുഃഖത്തെ മാനസികമായി കൈകാര്യം ചെയ്യാൻ എളുപ്പമാക്കുന്നു[38]. മഹാഭാരത ത്തിൽ ഇത് ജാതി, വംശം, ലിംഗം, പദവി എന്നീ വ്യത്യാസങ്ങളിലൂടെ സ്ഥിരമായി പ്രവർത്തി ക്കുന്നതായി കാണാം.

ഇതോടൊപ്പം, അധികാരഘടനകൾ നിർണായക പങ്ക് വഹിക്കുന്നു. അധികാരം ഒരിക്കലും "ഉപദ്രവം ചെയ്യുക" എന്ന് തുറന്നുപറയുന്നില്ല. പകരം, അത് "ക്രമം നിലനിർത്തുക", "സ്ഥിരത ഉറപ്പാക്കുക", "ഭാവി സംരക്ഷിക്കുക" എന്നീ ഭാഷകൾ ഉപയോഗിക്കുന്നു. ഇതിനെ അധികാരഭാഷയുടെ ശുദ്ധീകരണം (sanitization of power language) എന്ന് വിളിക്കാം. മനുഷ്യർക്കു ണ്ടാകുന്ന ദ്രോഹം നടപ്പാക്കുന്നത് വ്യക്തികളാ യിരിക്കുമ്പോഴും,

ഉത്തരവാദിത്വം അദൃശ്യമായ ഘടനകളിലേക്ക് മാറ്റപ്പെടുന്നു[39].

കാലക്രമേണ, ഈ പ്രക്രിയ മനുഷ്യന്റെ ആന്തരിക ബോധത്തിലും മാറ്റം വരുത്തുന്നു. ഒരാൾ ആവർത്തിച്ച് അനീതിയും പീഡനവും കാണുകയും അതിനെ തടയാതെ കടന്നുപോകുകയും ചെയ്യുമ്പോൾ, അവന്റെ പ്രതികരണശേഷി തന്നെ മങ്ങിത്തുടങ്ങുന്നു. ഇത് നൈതിക ക്ഷീണം (moral fatigue) എന്ന അവസ്ഥയാണ്. ഉപദ്രവം അസാധാര ണമല്ലാതായി, പ്രതീക്ഷിക്കപ്പെടുന്ന ഒന്നായി മാറുന്നു[40]. സമൂഹങ്ങൾ തകരുന്നത് ഒരു വലിയ നിമിഷത്തിലല്ല; ഇത്തരം ചെറുതായി തോന്നുന്ന ശീലമാറ്റങ്ങളിലൂടെയാണ്.

ഈ പശ്ചാത്തലത്തിൽ, മഹാഭാരതം ഒരു പുരാതന ഇതിഹാസമായി മാത്രം നിലനിൽക്കുന്നില്ല. അത് മനുഷ്യസമൂഹങ്ങൾ എങ്ങനെ സ്വന്തം ഉള്ളിൽ തന്നെ മനുഷ്യദുഃഖത്തെ പതുക്കെ അംഗീകരിക്കുന്നു എന്നതിന്റെ ഘടനാപരമായ രേഖയായി മാറുന്നു. യുദ്ധം, അപമാനം, മൗനം, ന്യായീകരണം—ഇവ എല്ലാം ചേർന്ന് ഉപദ്രവം ഒരു അസാധാരണതയിൽ നിന്ന് സാമൂഹിക നിബന്ധനയിലേക്ക് മാറുന്നു.

അവസാനം, "എന്തുകൊണ്ട് സമൂഹങ്ങൾ ഉപദ്രവത്തെയും ദ്രോഹത്തെയും സാധാരണവൽക്കരിക്കുന്നു?" എന്ന ചോദ്യത്തിന് ഒരൊറ്റ ഉത്തരമില്ല. എന്നാൽ ഒരു ഘടനാപരമായ സത്യം വ്യക്തമാണ്. മനുഷ്യർ മനുഷ്യദുഃഖത്തെ അംഗീകരിക്കുന്നത് അതിനെ ഇഷ്ടപ്പെടുന്നതിനാലല്ല. അതിനെ അർത്ഥവത്താക്കി മാറ്റാൻ പഠിപ്പിക്കപ്പെ ട്ടതിനാലാണ്. അർത്ഥം നല്കുന്നിടത്ത്, പ്രതിരോധം ദുർബലമാകുന്നു. ഇതാണ് ഓരോ സിവിലൈ സേഷനും ഉള്ളിൽ വഹിക്കുന്ന ഏറ്റവും വലിയ അപകടസാധ്യത.

മനുഷ്യർ എങ്ങനെ ഉപദ്രവകരമായ സംവിധാനങ്ങളെ അനുസരിക്കുന്നു

ഒരു മനുഷ്യനും സ്വാഭാവികമായി പീഡനത്തെ സ്നേഹിക്കുന്നവനല്ല. എന്നിട്ടും ചരിത്രം മുഴുവൻ മനുഷ്യർ സ്വന്തം തന്നെ ദുഃഖം സൃഷ്ടിക്കുന്ന സംവിധാനങ്ങൾക്ക് കീഴടങ്ങിയതായി കാണിക്കുന്നു. ഈ വൈരുധ്യം മനസ്സിലാക്കാൻ വ്യക്തിയുടെ നൈതികത പരിശോധിക്കുന്നത് മതിയാകില്ല. പരിശോധിക്കേണ്ടത്, ഉപദ്രവം എങ്ങനെ "സിസ്റ്റം" ആയി മാറുന്നു, പിന്നെ ആ സിസ്റ്റം എങ്ങനെ മനുഷ്യന്റെ ബോധത്തിൽ സാധാരണത്വം നേടുന്നു എന്നതാണ്.

സാമൂഹ്യ–മാനസികമായ ആദ്യ ഘടകം അധികാരത്തിന്റെ നിയമീകരണമാണ്. അധികാരം ഒരിക്കലും "ഞങ്ങൾ നിങ്ങളെ പീഡിപ്പിക്കും" എന്ന് തുറന്നുപറയുന്നില്ല. പകരം, അത് സുരക്ഷ, ക്രമം, സ്ഥിരത, ഭാവി എന്നീ ഭാഷകൾ ഉപയോഗിക്കുന്നു. ഇതിനെ അധികാരത്തിന്റെ നിയമീകരണ പ്രക്രിയ (legitimation of authority) എന്ന് വിളിക്കാം. ഈ ഭാഷ മനുഷ്യനിൽ ഒരു ബോധം സൃഷ്ടിക്കുന്നു: "ഇത് എന്റെ നന്മയ്ക്കാണ്." അങ്ങനെ, ഉപദ്രവം ഒരു വ്യക്തിപരമായ ആക്രമണമല്ലാതായി, ഒരു വലിയ സംവിധാനത്തിന്റെ "അവശ്യ ഘടകം" ആയി മാറുന്നു[41].

ഇതോടൊപ്പം പ്രവർത്തിക്കുന്ന മറ്റൊരു ശക്തമായ ഘടകം പതിവാക്കൽ (habituation) ആണ്. ആദ്യം അസ്വസ്ഥമാക്കിയ കാര്യങ്ങൾ പിന്നീട് ശ്രദ്ധിക്ക പ്പെടാതെ പോകുന്നു. ചെറുതായുള്ള അനീതികൾ ആവർത്തിക്കപ്പെടുമ്പോൾ, മനുഷ്യബോധം അവയെ "പശ്ചാത്തലം" ആയി കാണാൻ തുടങ്ങുന്നു. ഈ പ്രക്രി യയിൽ, പ്രതികരണം മങ്ങുന്നു, ചോദ്യം ചെയ്യൽക്ഷ യിക്കുന്നു. ഉപദ്രവം പുതിയ വാർത്തയല്ലാതാ കുമ്പോൾ, അനുസരണം സ്വാഭാവികമാകുന്നു[42].

ഇവിടെ നൈതിക നിഷ്ക്രിയീകരണം (moral neutralization) വീണ്ടും നിർണായകമാണ്. "എനിക്ക് വേറെ വഴിയില്ല", "എല്ലാവരും ഇങ്ങനെ തന്നെയാണ് ചെയ്യുന്നത്", "എന്റെ

ധാർമികതകൊണ്ടു മാത്രം എന്ത് മാറ്റും?" എന്ന ചിന്തകൾ വ്യക്തിയുടെ ഉത്തരവാദിത്വബോധത്തെ ദുർബലമാക്കുന്നു. മനുഷ്യൻ സ്വയം ഒരു ചെറുഘടകമായി കാണുമ്പോൾ, സിസ്റ്റത്തിന്റെ പീഡനം അവന്റെ കുറ്റമല്ലെന്ന് അവൻ തന്നെ വിശ്വസിക്കുന്നു[43].

ഇതിഹാസ ഉപദ്രവത്തിൽ നിന്ന് ആധുനിക സ്ഥാപനപീഡനത്തിലേക്ക്

ഇതിഹാസങ്ങളിൽ ഉപദ്രവം പലപ്പോഴും വ്യക്തികളിലൂടെയാണ് അവതരിപ്പിക്കപ്പെടുന്നത്. രാജാക്കന്മാർ, യോദ്ധാക്കൾ, ദൈവങ്ങൾ—അവരാണ് കഥയുടെ മുഖങ്ങൾ. എന്നാൽ ഈ വ്യക്തികൾ പ്രതിനിധീകരിക്കുന്നത് വ്യക്തിഗത സ്വഭാവമല്ല; അവർ സാമൂഹിക സ്ഥാനങ്ങളുടെയും അധികാര ബന്ധങ്ങളുടെയും പ്രതീകങ്ങളാണ്. മഹാഭാരത ത്തിൽ ദ്രൗപദിക്ക് സംഭവിക്കുന്നത് ഒരു സ്ത്രീക്ക് സംഭവിച്ച അപമാനം മാത്രമല്ല. അത് സ്ത്രീ എന്ന സാമൂഹികസ്ഥാനത്തിന്റെ ദുർബലതയാണ്.ആധുനിക ലോകത്ത് ഈ ഉപദ്രവം വ്യക്തികളിൽ നിന്ന് സ്ഥാപനങ്ങളിലേക്ക് മാറുന്നു. ഇവിടെ ആരും "അക്രമി" ആയി തോന്നുന്നില്ല. നിയ മങ്ങൾ, നയങ്ങൾ, നടപടിക്രമങ്ങൾ—ഇവയാണ് പ്രവർത്തിക്കുന്നത്. ഇതിനെ സ്ഥാപനപീഡനം (institutional violence) എന്ന് വിളിക്കാം. മനുഷ്യന് ദ്രോഹം സംഭവിക്കുമ്പോഴും, ഉത്തരവാദിത്വം ഒരാളിലേക്കും ചൂണ്ടിക്കാണിക്കാനാകില്ല. "സിസ്റ്റം അങ്ങനെ തന്നെയാണ്" എന്ന മറുപടി എല്ലാം മൂടുന്നു[44].

ഈ മാറ്റം ഉപദ്രവത്തെ കൂടുതൽ അപകടകര മാക്കുന്നു. കാരണം, വ്യക്തിയെ നേരിട്ട് നേരിടാൻ കഴിയുന്നില്ല. സ്ഥാപനങ്ങൾ മുഖമില്ലാത്തവയാണ്. അവ വികാരമില്ലാത്ത ഭാഷയിലാണ് സംസാരി ക്കുന്നത്. ഫോമുകൾ, ഫയലുകൾ, നയരേഖകൾ—ഇവയിലൂടെ മനുഷ്യദുഃഖം കൈകാര്യം ചെയ്യപ്പെടുന്നു. ഇതോടെ,

പീഡനം വികാര രഹിതമാകുന്നു, പ്രതിരോധം ദുഷ്കരമാകുന്നു[45].

ഇതിഹാസങ്ങളിലെ ഉപദ്രവം നമ്മെ മുന്നറിയിപ്പ് നൽകുന്നു. അവ കാണിക്കുന്നത്, ഒരു സമൂഹം എങ്ങനെ ആദ്യം ചിലരെ "വ്യത്യസ്തർ" ആക്കുന്നു, പിന്നെ "അവശ്യ ത്യാഗം" ആയി കാണുന്നു, ഒടുവിൽ "നശിപ്പിക്കാവുന്ന ഘടകം" ആയി പരിഗണിക്കുന്നു. ഈ ക്രമരൂപം (pattern) ആധുനിക സ്ഥാപനങ്ങളിലും ആവർത്തിക്കുന്നു, ഭാഷ മാത്രമാണ് മാറുന്നത്.

സമാധാനം വീണ്ടും വീണ്ടും പരാജയപ്പെടുന്നത് എന്തുകൊണ്ട്?

സമാധാനം മനുഷ്യന്റെ ആഗ്രഹമാണ്. എന്നാൽ ചരിത്രത്തിൽ സമാധാനം സ്ഥിരത നേടുന്നത് അപൂർവമാണ്. കാരണം, സമാധാനം ഒരു വികാരമല്ല; അത് ഒരു ഘടനയാണ്. ഒരു സമൂഹം സമാധാനം ആഗ്രഹിക്കുന്നുവെന്ന് പ്രഖ്യാപിച്ചാൽ മാത്രം അത് നിലനിൽക്കില്ല. സമാധാനം നിലനിൽക്കാൻ, അതിനെ പിന്തുണയ്ക്കുന്ന രാഷ്ട്രീയ, സാമ്പത്തിക, മാനസിക ഘടനകൾ ആവശ്യമാണ്.ആദ്യ തടസ്സം അസമത്വമാണ്. ശക്തിയും വിഭവങ്ങളും അസമ മായി വിതരണം ചെയ്യപ്പെടുമ്പോൾ, സമാധാനം ഒരു വാഗ്ദാനമായി മാത്രം നിലനിൽക്കും. ഉപദ്രവം അനുഭവിക്കുന്നവർക്ക് സമാധാനം "നിലവിലുള്ള അവസ്ഥ തുടരുക" എന്നതായിരിക്കും. അതിനാൽ, അവർ അതിനെ അംഗീകരിക്കില്ല. സമാധാനം നീതിയില്ലാതെ നിലനിൽക്കില്ല എന്നത് ചരിത്രം ആവർത്തിച്ച് തെളിയിച്ചിട്ടുണ്ട്[46].

രണ്ടാമത്തെ തടസ്സം ഭയം ആണ്. സുരക്ഷയുടെ ഭാഷയിൽ സംസാരിക്കുന്ന സംവിധാനങ്ങൾ ഭയം നിലനിർത്തുന്നു. "ശത്രു പുറത്തുണ്ട്", "ഭീഷണി നിലനിൽക്കുന്നു" എന്ന സന്ദേശം മനുഷ്യനെ സ്ഥിരമായ ജാഗ്രതയിൽ നിലനിർത്തുന്നു. ഭയം നിലനിൽക്കുമ്പോൾ, സമാധാനം ദുർബലമാകുന്നു. മനുഷ്യൻ സുരക്ഷയ്ക്കായി

സ്വാതന്ത്ര്യം വിട്ടുകൊ ടുക്കുന്നു, പിന്നീട് ഉപദ്രവം സഹിക്കുന്നു[47].

മൂന്നാമത്തെ ഘടകം ഓർമ്മയുടെ നിയന്ത്രണമാണ്. യുദ്ധങ്ങളും പീഡനങ്ങളും എങ്ങനെ ഓർമ്മിക്ക പ്പെടുന്നു എന്നത് നിർണായകമാണ്. മഹത്വ വൽക്കരിച്ച ഓർമ്മകൾ ഉപദ്രവത്തെ ന്യായീകരി ക്കുന്നു. "വലിയ ത്യാഗം", "ചരിത്രപരമായ വിജയം" എന്നീ വാക്കുകൾ മനുഷ്യദുഃഖത്തെ മൂടുന്നു. ഇതിനെ സാംസ്കാരിക ഓർമ്മയുടെ രാഷ്ട്രീയവൽക്കരണം (politicization of cultural memory) എന്ന് വിളിക്കാം[48].

ഇവയെല്ലാം ചേർന്ന്, സമാധാനം വീണ്ടും വീണ്ടും പരാജയപ്പെടുന്നു. കാരണം, സമാധാനം ഒരു പ്രഖ്യാപനമായി മാത്രം നിലനിൽക്കുന്നു; എന്നാൽ ഉപദ്രവം സിസ്റ്റമായി തുടരുന്നു. മഹാഭാരതം ഇവിടെ ഒരു പുരാതന കഥയല്ല. അത് ഒരു മാതൃകയാണ്. മനുഷ്യസമൂഹങ്ങൾ എങ്ങനെ ഒരേ വഴികൾ വീണ്ടും വീണ്ടും തിരഞ്ഞെടുക്കുന്നു എന്നതിന്റെ രേഖ.

മനുഷ്യർ ഉപദ്രവകരമായ സംവിധാനങ്ങളെ അനുസരിക്കുന്നത് അവരുടെ നൈതിക പരാജയം കൊണ്ടല്ല. അത് സാമൂഹിക ഘടനകൾ, ഭാഷ, ഭയം, അർത്ഥനിർമ്മാണം എന്നിവ ചേർന്ന് സൃഷ്ടിക്കുന്ന ഒരു അവസ്ഥയാണ്. ഇതിഹാസങ്ങളിൽ നിന്ന് ആധുനിക സ്ഥാപനങ്ങളിലേക്കുള്ള യാത്രയിൽ, രൂപങ്ങൾ മാറി. പക്ഷേ, അടിസ്ഥാന ഘടന മാറിയില്ല.സമാധാനം പരാജയപ്പെടുന്നത് മനുഷ്യൻ സമാധാനം ആഗ്രഹിക്കാത്തതിനാലല്ല. സമാധാനം നിലനിൽക്കാൻ ആവശ്യമായ ഘടനകൾ നിർമ്മിക്കാൻ സമൂഹങ്ങൾ തയ്യാറാകാത്ത തിനാലാണ്. ഈ തിരിച്ചറിവാണ് മഹാഭാരതം പോലുള്ള ഗ്രന്ഥങ്ങൾ ഇന്നും പ്രസക്തമാക്കുന്നത്. അവ നമ്മോട് പറയുന്നത് ഇതാണ്: ഉപദ്രവം ഒരു സംഭവമല്ല; അത് ഒരു സംവിധാനം ആണ്.

അതിനെ ചോദ്യം ചെയ്യാതെ, സമാധാനം ഒരു സ്വപ്നമായി മാത്രം തുടരും.

സമകാലിക ഉദാഹരണങ്ങൾ:

ഇതിഹാസങ്ങൾ നമ്മോട് സംസാരിക്കുന്നത് പഴയകാലത്തെക്കുറിച്ചല്ല. അവ മനുഷ്യസമൂ ഹങ്ങളുടെ ആവർത്തിക്കുന്ന ഘടനകളെ ക്കുറിച്ചാണ്. മഹാഭാരതത്തിൽ കണ്ട ഉപദ്രവ–ന്യായീകരണ സംവിധാനങ്ങൾ, ഭാഷയും വേഷവും മാറിയെങ്കിലും, ആധുനിക ലോകത്ത് ശക്തമായി നിലനിൽക്കുന്നു. ഇവിടെ വ്യക്തികളെ കുറ്റപ്പെടുത്തുക എന്നത് പ്രസക്തമല്ല. പരിശോധിക്കേണ്ടത്, ഇന്നത്തെ സിസ്റ്റങ്ങൾ മനുഷ്യരെ എങ്ങനെ അനുസരണത്തിലേക്ക് നയിക്കുന്നു എന്നതാണ്.

ആദ്യ സമകാലിക ഉദാഹരണം ആധുനിക രാഷ്ട്രങ്ങളുടെ സുരക്ഷാ–ഭാഷയാണ്. "ദേശസുരക്ഷ", "ആന്തരിക ഭീഷണി", "അനിവാര്യ പ്രതിരോധം" എന്നീ വാക്കുകൾ ഭരണകൂടങ്ങൾക്ക് വ്യാപക അധികാരം നൽകുന്നു. ഈ ഭാഷയിൽ ഉപദ്രവം ഒരു ആക്രമണമല്ല; അത് മുൻകരുതലായി അവതരിപ്പിക്കപ്പെടുന്നു. ഇതിനെ സുരക്ഷാന്യാ യീകരണം (security legitimation) എന്ന് വിളിക്കാം. മനുഷ്യന്റെ സ്വാതന്ത്ര്യനഷ്ടം ഇവിടെ ദുഃഖമായി അനുഭവപ്പെടുന്നില്ല; അത് "സുരക്ഷയ്ക്കുള്ള വില" ആയി വ്യാഖ്യാനിക്കപ്പെടുന്നു[49].

ഈ ഘട്ടത്തിൽ ഉത്തരവാദിത്വ ലയനം (responsibility evaporation) വീണ്ടും പ്രവർത്തിക്കുന്നു. ഒരു വ്യക്തി പീഡനത്തിന് ഇരയായാലും, ആരെയാണ് ചോദ്യം ചെയ്യേണ്ടത് എന്നത് അവ്യക്തമാകുന്നു. നിയമം പാസാക്കിയവർ, അത് നടപ്പാക്കിയവർ, അത് പിന്തുണച്ച പൊതുസമൂഹം—എല്ലാവരും പങ്കാളികളായിട്ടും, ആരും നേരിട്ട് ഉത്തരവാദിയാകുന്നില്ല. മഹാഭാരതത്തിലെ സഭാമൗനത്തിന്റെ ആധുനിക രൂപമാണിത്.

രണ്ടാമത്തെ ഉദാഹരണം ആഗോള സാമ്പത്തിക ഘടനകളിലാണ്. വലിയ കോർപ്പറേറ്റ് സംവിധാനങ്ങളിൽ മനുഷ്യർ "മാനവവിഭവങ്ങൾ" (human resources) ആയി ചുരുങ്ങുന്നു. തൊഴിൽ നഷ്ടം, അനിശ്ചിതത്വം, മാനസിക പീഡനം—ഇവയെല്ലാം വിപണി സമ്മർദ്ദം- "market forces" എന്ന അപരിചിത ശക്തിയുടെ ഫലമായി അവതരിപ്പിക്കപ്പെടുന്നു. ഇവിടെ ഉപദ്രവം ഒരു തീരുമാനത്തിന്റെ ഫലമല്ല; അത് "വിപണി പ്രവർത്തനം" ആയി സാധൂകരിക്ക പ്പെടുന്നു. ഇതിനെ ഘടനാപരമായ ദ്രോഹം (structural harm) എന്ന് വിശേഷിപ്പിക്കാം[50].ഈ സാഹചര്യത്തിൽ, വ്യക്തിയുടെ വേദന ഒരു "side effect" ആയി മാറുന്നു. മഹാഭാരതത്തിൽ ദ്രൗപദി പാരശ്വനാശം, (collateral damage) ആയതുപോലെ, ആധുനിക തൊഴിലാളി "adjustment cost" ആയി മാറുന്നു. സിസ്റ്റം മുന്നോട്ട് പോകുന്നു; മനുഷ്യന്റെ ജീവിതം പിന്നിലാകുന്നു.

മൂന്നാമത്തെ ഉദാഹരണം ആധുനിക മത–ആശയവ്യവസ്ഥകളിലാണ്. ആശയങ്ങൾ മനുഷ്യനെ ഒരുമിപ്പിക്കുന്നതുപോലെ, അവ മനുഷ്യനെ ഉപാധിയാക്കാനും കഴിയും. "വിശ്വാസസംരക്ഷണം", "പാരമ്പര്യസംരക്ഷണം", "മഹത്തായ ലക്ഷ്യം" എന്നീ വാക്കുകൾ ഉപയോഗിച്ച് വ്യക്തിയുടെ ജീവൻ രണ്ടാമത്തെ സ്ഥാനത്തേക്ക് നീക്കപ്പെടുന്നു. ഇത് മനുഷ്യനെ ഉപാധിയാക്കൽ (instrumentalization of the human being) എന്ന പ്രക്രിയയുടെ തുടർച്ചയാണ്[51].

ഇവിടെ ശ്രദ്ധേയമായത്, ഉപദ്രവം നേരിട്ട് ആഹ്വാനം ചെയ്യപ്പെടുന്നില്ല എന്നതാണ്. പകരം, മഹത്വം, ബലിയർപ്പണം, ചരിത്രദൗത്യം എന്നീ ഭാഷകളിലൂടെ അത് ശുദ്ധീകരിക്കപ്പെടുന്നു. മഹാഭാരതത്തിലെ "ധർമ്മയുദ്ധ" ഭാഷ ആധുനിക കാലത്ത് "ideological necessity" ആയി മാറുന്നു.

നാലാമത്തെ ഉദാഹരണം ഡിജിറ്റൽ സമൂഹങ്ങളിലാണ്. സാമൂഹ്യമാധ്യമങ്ങളിൽ നടക്കുന്ന കൂട്ടആക്രമണങ്ങൾ,

അപകീർത്തി പ്പെടുത്തൽ, നിശ്ശബ്ദപ്പെടുത്തൽ—ഇവയെല്ലാം വ്യക്തികൾ തമ്മിലുള്ള വൈരാഗ്യമല്ല മാത്രം. അവ ഒരു കൂട്ടബോധത്തിന്റെ ഫലമാണ്. ആൾക്കൂട്ട നൈതികത (crowd morality) ഇവിടെ വ്യക്തിയുടെ സഹാനുഭൂതിയെ മങ്ങിയാക്കുന്നു. ഒരാൾ ചെയ്യുന്ന ഉപദ്രവം ചെറുതായി തോന്നുന്നു, കാരണം "എല്ലാവരും ചെയ്യുന്നു" എന്ന ബോധം നിലനിൽ ക്കുന്നു[52].

ഇത് ഉത്തരവാദിത്വ വ്യാപനം, (diffusion of responsibility) എന്ന സാമൂഹ്യ–മാനസിക ഘടനയുടെ ഡിജിറ്റൽ രൂപമാണ്. മഹാഭാരതത്തിലെ "ഞാൻ മാത്രം ചെയ്തില്ല" എന്ന നിലപാട് ഇന്ന് "ഞാൻ മാത്രം കമന്റ് ചെയ്തു" എന്ന നിലയിലേക്ക് മാറുന്നു.

സമാധാനം ഇന്നും പരാജയപ്പെടുന്നത് എന്തുകൊണ്ട്: സമകാലിക പ്രതിഫലനം

ഈ എല്ലാ ഉദാഹരണങ്ങളും ഒരേ സത്യം ചൂണ്ടിക്കാണിക്കുന്നു. സമാധാനം പരാജയപ്പെടുന്നത് സമാധാനം നിലനിൽക്കാൻ ആവശ്യമായ ഘടനകൾ നിർമ്മിക്കപ്പെടാത്തതിനാലാണ്. ഉപദ്രവം ചെറുതായി, ന്യായീകരിക്കപ്പെട്ടതായി, അനിവാര്യമായി അവതരിപ്പിക്കപ്പെടുമ്പോൾ, പ്രതിരോധം അപ്രായോഗികമാകുന്നു.സമാധാനം ഒരു വികാരമല്ല; അത് ഒരു സാമൂഹിക സാങ്കേതിക വിദ്യയാണ്. അതിന് സുതാര്യത, ഉത്തരവാദിത്വം, ശക്തിയുടെ നിയന്ത്രണം, മനുഷ്യ അഭിമാനത്തിന്റെ കേന്ദ്രസ്ഥാനം എന്നിവ ആവശ്യമാണ്. ഇവ ഇല്ലാത്തിടത്ത്, സമാധാനം ഒരു പ്രഖ്യാപനമായി മാത്രം നിലനിൽക്കും, ഉപദ്രവം ഒരു ദിനചര്യയായി മാറും[53].ഇതിഹാസം ഒരു ഓർമ്മയല്ല, ഒരു കണ്ണാടിയാണ്. മഹാഭാരതം നമ്മെ പഠിപ്പിക്കുന്നത് ഒരേയൊരു കാര്യമാണ്. മനുഷ്യസമൂഹങ്ങൾ മാറുന്നു, പക്ഷേ അവയുടെ ആന്തരിക ഘടനകൾ വളരെ പതുക്കെയാണ് മാറുന്നത്. ഇതിഹാസങ്ങളിൽ കണ്ട ഉപദ്രവ–ന്യായീകരണ മാതൃകകൾ ഇന്ന്

സ്ഥാപനങ്ങളിലും ആശയങ്ങളിലും സാങ്കേതിക സംവിധാനങ്ങളിലും ആവർത്തിക്കുന്നു.

ഇതിഹാസം ഇവിടെ ഒരു കഥയല്ല. അത് ഒരു കണ്ണാടിയാണ്. ആ കണ്ണാടിയിൽ നോക്കുമ്പോൾ, നമ്മൾ പഴയ രാജാക്കന്മാരെ കാണുന്നില്ല. നമ്മൾ തന്നെ കാണുന്നു.ഓർമ്മ ഉണ്ടായിട്ടും മനുഷ്യൻ എന്തുകൊണ്ട് വീണ്ടും വീണ്ടും അക്രമത്തിലേക്ക് മടങ്ങുന്നു.?

മനുഷ്യസമൂഹങ്ങൾക്ക് ഓർമ്മയില്ലെന്ന് പറയുന്നത് തെറ്റായ നിഗമനമാണ്. യുദ്ധങ്ങളുടെ കഥകൾ, കൂട്ടക്കൊലകളുടെ സ്മാരകങ്ങൾ, ദുഃഖത്തിന്റെ ആഖ്യാനങ്ങൾ നന്നായി സംരക്ഷിക്കപ്പെട്ടിരിക്കുന്നു (all preserved). എന്നിട്ടും ഉപദ്രവം ആവർത്തിക്കുന്നു. അതിനാൽ ചോദ്യം "നമ്മൾ ഓർക്കുന്നില്ലേ?" എന്നതല്ല. മറിച്ച് "നമ്മൾ എന്താണ് ഓർക്കുന്നത്?" എന്നതാണ്.

മനുഷ്യസമൂഹങ്ങൾ സാധാരണയായി ഓർക്കുന്നത് വേദനയുടെ ഘടനയല്ല; അതിന്റെ ന്യായീകരണങ്ങളെയാണ്. യുദ്ധാനന്തര കാലങ്ങളിൽ, മരിച്ചവരുടെ എണ്ണം കണക്കാക്കപ്പെടുന്നു. പക്ഷേ അതിലേക്ക് നയിച്ച ചെറിയ അനീതികൾ, നിശ്ശബ്ദതകൾ, ഉത്തരവാദിത്വ ലയനങ്ങൾ എല്ലാം മങ്ങിപോയിരിക്കുന്നു ഇല്ലെങ്കിൽ ചരിത്ര ബോധത്തിൽ നിന്ന് മാഞ്ഞുപോയിരിക്കുന്നു —all fade. ഇതിനെ തിരഞ്ഞെടുക്കപ്പെട്ട ഓർമ്മ (selective memory) എന്ന് വിളിക്കാം. ഓർമ്മ ഇവിടെ സത്യാന്വേ ഷണമല്ല; സാമൂഹിക സ്ഥിരതയ്ക്കുള്ള ഉപകര ണമാണ്[54]. ആധുനിക സമൂഹങ്ങളിലും ഇതേ ഘടനയാണ്. വംശഹത്യകളെ(genocide)ക്കുറിച്ച് പഠിപ്പിക്കുമ്പോൾ, അവയെ "ചരിത്ര ദുരന്തങ്ങൾ" ആയി കാണിക്കുന്നു. പക്ഷേ അവയ്ക്ക് മുൻപുള്ള ആശയവൽക്കരിച്ച ദ്രോഹങ്ങൾ, ക്രമാനുഗതമായ മനുഷ്യനിഷേധം (gradual dehumanization) നൈതിക സംവേദനക്ഷയം (moral numbness)

ഇവ സ്ഥാപനസ്മൃതി (institutional memory)ൽ ഇടം പിടിക്കാറില്ല[55].

ഓർമ്മയുടെ ഈ ഘടനയാണ് ഉപദ്രവത്തിന്റെ ആവർത്തനത്തിന് വഴി തുറക്കുന്നത്. കാരണം, സമൂഹം വീണ്ടും വീണ്ടും "അവസാനഫലത്തെ" മാത്രം ശപിക്കുന്നു; "പ്രക്രിയയെ" ചോദ്യം ചെയ്യുന്നില്ല.

മനുഷ്യൻ അനുസരിക്കുന്നത് അവൻ ഭീരുവായതിനാലല്ല. അവൻ അനുസരിക്കുന്നത്, അനുസരണം സാമൂഹികമായി സുരക്ഷിത മായതിനാലാണ്. ഏത് സമൂഹത്തിലും, ചോദ്യങ്ങൾ ചോദിക്കുന്നവർ ആദ്യം അസൗകര്യമായി മാറുന്നു. അനുസരിക്കുന്നവർ "സാധാരണ" ആയി തുടരുന്നു. ഇതിനെ സാമൂഹിക സാധാരണവൽക്കരണം (social normalization) എന്ന് വിളിക്കാം.

ഇവിടെ പ്രവർത്തിക്കുന്നത് ഭയം മാത്രമല്ല. പ്രവചനക്ഷമത (predictability) എന്ന മനുഷ്യാവ ശ്യകതയാണ്. ഒരു സിസ്റ്റം അനീതിയുള്ളതായാലും, അത് പ്രവചനാത്മകം (predictable) ആണെങ്കിൽ, മനുഷ്യൻ അതിനുള്ളിൽ ജീവിക്കാൻ പഠിക്കുന്നു. അസ്ഥിരമായ നീതി, സ്ഥിരമായ അനീതിയേക്കാൾ കൂടുതൽ ഭീതിജനകമാകുന്നു. ഇതാണ് ആളുകളെ ഉപദ്രവ സംവിധാനങ്ങളോട് ബന്ധിപ്പിക്കുന്നത്[56].

മഹാഭാരതത്തിൽ കുരുസഭയിലെ മുതിർന്നവൻ (elders) പ്രതികരിക്കാത്തത് ക്രൂരതയല്ല; അത് സ്ഥാപനാ നുസരണം (institutional conformity) ആണ്. അവർ "ക്രമം" തകരുമെന്ന് ഭയപ്പെട്ടു. ആധുനിക സ്ഥാപനങ്ങളിലും വിസിൽ ബ്ലോവെർസ് (whistleblowers) ഒറ്റപ്പെടുന്നത് ഇതേ ഘടനയുടെ ഫലമാണ്. വ്യക്തി തെറ്റിനെ കാണുന്നു. പക്ഷേ സിസ്റ്റത്തെ ചോദ്യം ചെയ്യുന്നതിന്റെ വില വളരെ കൂടുതലാണ്.

നൈതിക പുരോഗതി സാധ്യമാണോ: ഘടനാപരമായ ചോദ്യം.

നൈതിക പുരോഗതി ഒരു വികാരപരമായ പ്രതീക്ഷ യായി അവതരിപ്പിക്കപ്പെടുമ്പോൾ, അത് എളുപ്പ ത്തിൽ നിരാശയിലേക്ക് വഴുതുന്നു. എന്നാൽ നൈതിക പുരോഗതി ഒരു ഘടനാപരമായ ചോദ്യം ആക്കുമ്പോൾ, ഉത്തരങ്ങൾ കൂടുതൽ കർശന മാകുന്നു. മനുഷ്യൻ നല്ലവനാകുമോ എന്നതല്ല ചോദ്യം. മനുഷ്യനെ നല്ലവനാകേണ്ടി വരുന്ന ഘടനകൾ ഉണ്ടാകുമോ എന്നതാണ്.

ചരിത്രം കാണിക്കുന്നത്, മൂല്യങ്ങൾ മാത്രം ഉപദ്രവം തടയുന്നില്ല എന്നതാണ്. മതങ്ങൾ ഉണ്ടായിരുന്നു. തത്ത്വചിന്തകൾ ഉണ്ടായിരുന്നു. എന്നിട്ടും ദ്രോഹം തുടർന്നു. കാരണം, മൂല്യങ്ങൾ അധികാരവുമായി കൂട്ടിയിടിക്കുമ്പോൾ, അധികാരമാണ് സാധാര ണയായി ജയിക്കുന്നത്. അതിനാൽ നൈതിക പുരോഗതി സാധ്യമാകണമെങ്കിൽ, മൂല്യങ്ങൾ മാത്രമല്ല, അധികാരത്തിന്റെ വിന്യാസവും (distribution of power) മാറ്റപ്പെടണം[57].

നൈതിക പുരോഗതി സാധ്യമാകുന്ന ഘടനകൾക്ക് ചില നിർണായക സവിശേഷതകൾ ആവശ്യമാണ്. ഉത്തരവാദിത്വം വ്യക്തമായി നിശ്ചയിക്കപ്പെടണം. "എല്ലാവരും പങ്കാളികൾ" എന്ന അവസ്ഥയിൽ നിന്ന് "ആരാണ് തീരുമാനമെടുത്തത്" എന്ന വ്യക്തത യിലേക്ക് നീങ്ങണം. സുതാര്യത (transparency) ഒരു നൈതിക ആഡംബരമല്ല; അത് ഉപദ്രവം തടയുന്ന സാങ്കേതികവിദ്യയാണ്.മഹാഭാരതത്തിൽ ഈ സാങ്കേതികവിദ്യ ഇല്ലായിരുന്നു. അതിനാൽ ധർമ്മം പോലും യുദ്ധത്തിന്റെ ഭാഷയായി മാറി. ആധുനിക ലോകത്ത്, നിയമങ്ങളും ഭരണഘടനകളും ഉണ്ടായി ട്ടും, ഉത്തരവാദിത്വ ചിതറൽ (accountability diffusion)

തുടരുന്നിടത്ത്, നൈതിക പുരോഗതി മിഥ്യയായി മാറുന്നു[58].

സമാധാനം എന്തുകൊണ്ട് വീണ്ടും വീണ്ടും പരാജയപ്പെടുന്നു.?

സമാധാനം പരാജയപ്പെടുന്നത് മനുഷ്യർ സമാധാനം ആഗ്രഹിക്കാത്തതിനാലല്ല. സമാധാനം ആഗ്രഹിക്കുന്നവർ പോലും, ഉപദ്രവം സൃഷ്ടിക്കുന്ന ഘടനക ളിൽ നിന്ന് പൂർണ്ണമായി പുറത്തുവരാൻ കഴിയാത്ത തിനാലാണ്. സമാധാനം ഒരു പ്രഖ്യാപനമാ കുമ്പോൾ, ഉപദ്രവം ഒരു സംവിധാനം ആയിതുടരുന്നു.

ഇവിടെയാണ് മഹാഭാരതം ഒരു അന്തിമ മുന്നറിയിപ്പ് നൽകുന്നത്. യുദ്ധം ഒരു സംഭവമല്ല; അത് ഒരു സാമൂഹിക അവസ്ഥയാണ്. അത് ചെറിയ ന്യായീക രണങ്ങളിൽ, ചെറിയ മൗനങ്ങളിൽ, ചെറിയ അനുസരണങ്ങളിൽ നിന്ന് വളരുന്നു. ഈ ഘടകങ്ങൾ മാറ്റാതെ, "ഇനിയുണ്ടാകില്ല" - Never Again- എന്ന വാക്കുകൾ വെറും ആശ്വാസവാക്യങ്ങളായി മാറും[59].

ഓർമ്മ മതിയാകില്ല, ഘടന മാറണം.

മനുഷ്യൻ വീണ്ടും വീണ്ടും അക്രമത്തിലേക്ക് മടങ്ങുന്നത് ഓർമ്മക്കുറവുകൊണ്ടല്ല. അവൻ ഓർമ്മയെ തന്നെ അനുസരണത്തിനുള്ള ഉപകരണമാക്കുന്നതുകൊണ്ടാണ്. മഹാഭാരതം ഇവിടെ ഒരു കഥയല്ല. അത് ഒരു ഘടനാപരമായ കണ്ണാടിയാണ് (structural mirror) ആണ്.

നൈതിക പുരോഗതി അസാധ്യമാണ് എന്ന് ചരിത്രം പറയുന്നില്ല. പക്ഷേ അത് സ്വാഭാവികമല്ല എന്നും ചരിത്രം പറയുന്നു. അത് നിർമ്മിക്കപ്പെടേണ്ടതാണ്. ശക്തിയുടെ വിന്യാസം മാറ്റി, ഉത്തരവാദിത്വം കേന്ദ്രീകരിച്ച്, മനുഷ്യ അഭിമാനത്തെ ഒത്തുതീ ർപ്പിൽ (negotiable) ആക്കാതിരിക്കുമ്പോൾ മാത്രമേ നൈതിക പുരോഗതി ഘടനാപരമായ യാഥാർഥ്യം (structural reality) ആകൂ. ഇതിഹാസങ്ങൾ നമ്മെ ഭയപ്പെടുത്തുന്നത്

അതുകൊണ്ടാണ്. അവ നമ്മോട് പറയുന്നത് ഇതാണ്:നിങ്ങൾ മാറിയില്ലെങ്കിൽ, കഥ മാത്രം മാറും. ഘടന മാറില്ല.

സിവിലൈസേഷനുകൾ അക്രമരഹിത ഭാവി രൂപകൽപ്പന ചെയ്യാനാകുമോ?

സിവിലൈസേഷനുകൾക്ക് അക്രമരഹിതമായ ഭാവി രൂപകൽപ്പന ചെയ്യാനാകുമോ എന്ന ചോദ്യം സാധാരണയായി നൈതിക ആഗ്രഹമായി മാത്രം ഉയരുന്നു. എന്നാൽ ഈ ചോദ്യം നൈതികതയുടെ പരിധിയിൽ നിർത്തുമ്പോൾ, അത് ഉടൻ തന്നെ യാഥാർത്ഥ്യവിരുദ്ധമാകുന്നു. ചരിത്രം നമ്മെ പഠിപ്പിക്കുന്നത്, മനുഷ്യർ സമാധാനം ആഗ്രഹിക്കുമ്പോഴും, അവർ ജീവിക്കുന്ന ഘടനകൾ ഉപദ്രവം ഉൽപ്പാദിപ്പിക്കുന്നതാണെന്ന സത്യമാണ്. അതിനാൽ ചോദ്യത്തിന്റെ കേന്ദ്രം മനുഷ്യന്റെ മനസ്സല്ല; സിവിലൈസേഷനുകളുടെ ഡിസൈൻ തന്നെയാണ്.

മഹാഭാരതം ഇവിടെ ഒരു മിത്തിക്ക് ഉദാഹരണമല്ല, മറിച്ച് ഒരു ഡിസൈൻ പരാജയത്തിന്റെ രേഖയാണ്. അവിടെ വ്യക്തികൾ ക്രൂരരായതിനാലല്ല യുദ്ധം ഉണ്ടായത്. അധികാരം കേന്ദ്രീകൃതമായിരുന്നു, ഉത്തരവാദിത്വം ചിതറിപ്പോയിരുന്നു, ധർമ്മം തീരുമാനങ്ങളെ മറയ്ക്കുന്ന ഭാഷയായി പ്രവർത്തിച്ചിരുന്നു. ഈ ഘടനയിൽ അക്രമരഹി തമായ ഫലം അസാധ്യമായിരുന്നു. ഇത് ഒരു വ്യക്തിപര പരാജയമല്ല; ഒരു നാഗരികത നിർമ്മാണ ത്തിലെ വാസ്തുവിദ്യാ പരാജയമാണ് (civilizational architecture failure)

ആധുനിക സിവിലൈസേഷനുകളിലും ഈ പ്രശ്നം തുടരുന്നു. നിയമങ്ങളും ഭരണഘടനകളും ഉണ്ടെങ്കിലും, ഉപദ്രവം നിലനിൽക്കുന്നത് അധികാര അസമത്വം (power asymmetry) നിലനിൽക്കു ന്നതിനാലാണ്. അധികാരം ചോദ്യങ്ങൾക്ക് അതീതമാകുന്നിടത്ത്, അക്രമം ഒരിക്കലും “അസാധാരണ” സംഭവമാകില്ല. അത് സിസ്റ്റത്തിന്റെ

സ്വാഭാവിക ഉത്പന്നം (output) ആയിമാറും .അക്രമരഹിത ഭാവി രൂപകൽപ്പന ചെയ്യാൻ കഴിയുക ധാർമിക പ്രഭാക്ഷണം (moral preaching) കൊണ്ടല്ല, ഘടനാപരാമായ തടസ്സങ്ങൾ (structural constraints) മാറ്റിയാലാണ്. മനുഷ്യനെ "നല്ലവനാക്കുക" എന്ന ലക്ഷ്യം യാഥാർത്ഥ്യമല്ല. മനുഷ്യനെ ദ്രോഹം ചെയ്യാൻ പ്രേരിപ്പിക്കാത്ത ഘടനകൾ സൃഷ്ടിക്കുക എന്നതാണ് പ്രായോഗിക ലക്ഷ്യം. ഇത് നിർമ്മാണ വിഷമസ്ഥിതി (engineering problem) പോലെയാണ്. ഉദ്ദേശിച്ചതല്ല (intention) അല്ല, രൂപകല്പനയാണ് (design) നിർണായകം.

സമാധാനത്തിനായുള്ള ഘടനാപരമായ പരിഷ്കാരങ്ങൾ:

സമാധാനം നിലനിൽക്കണമെങ്കിൽ, അത് പ്രഖ്യാപിക്കപ്പെടേണ്ടതല്ല; embed ചെയ്യപ്പെടണം. അതിന് ചില ഘടനാപരമായ നിർണായക വ്യവസ്ഥ കൾ ആവശ്യമാണ്.ആദ്യം, ഉത്തരവാദിത്വം വ്യക്ത മായി നിർവചിക്കപ്പെടണം. ഉത്തരവാദിത്വ ലയനം (responsibility diffusion) നിലനിൽക്കുന്നിടത്ത്, ഉപദ്രവം സ്വയം പുനർഉൽപ്പാദിപ്പിക്കും. "സിസ്റ്റം തീരുമാനിച്ചു" എന്ന ഭാഷ നീക്കം ചെയ്യപ്പെടണം. തീരുമാനങ്ങൾ എടുക്കുന്ന സ്ഥാനങ്ങൾ തിരിച്ചറിയാവുന്നതും ചോദ്യം ചെയ്യാവുന്നതുമായിരിക്കണം[61].

രണ്ടാമതായി, സുതാര്യത (transparency) ഒരു നൈതിക മൂല്യമായി മാത്രമല്ല, ഒരു structural safeguard ആയി കാണണം. രഹസ്യത്വം എല്ലായ്പ്പോഴും സുരക്ഷയ്ക്കു വേണ്ടിയല്ല; പലപ്പോഴും അത് ദ്രോഹം മറയ്ക്കാനുള്ള ഉപകരണമാണ്. മഹാഭാരതത്തിലെ സഭ മൗനംപാലി ച്ചത് രഹസ്യവും അധികാരശ്രേണിയും (secrecy + hierarchy) ചേർന്നപ്പോൾ എന്ത് സംഭവിക്കുമെന്ന് കാണി ക്കുന്ന ഉദാഹരണമാണ്.

മൂന്നാമതായി, മനുഷ്യജീവിതം കൂടിയാലോചന നടത്തി മാറ്റം വരുത്താവുന്ന വിഭവം (negotiable resource) ആയി കാണുന്ന എല്ലാ ആശയങ്ങളും ഘടനാപരമായി

തടയപ്പെടണം. "ലക്ഷ്യം", "രാജ്യം", "ചരിത്രാനിവാര്യത" തുടങ്ങിയ അമൂർത്ത ആശയങ്ങൾ (abstraction) മനുഷ്യന്റെ ജീവനെ മറികടക്കുന്നിടത്ത്, അക്രമം നൈതികമാകുന്നു. ഇതിനെ തടയാൻ മനുഷ്യച്ചെലവിന്റെ കണക്കെടുപ്പ് (human cost accounting) എല്ലാ തീരുമാനങ്ങളുടെയും നിർബന്ധിത ഘടകമാക്കേണ്ടതാണ്[62].

നാലാമതായി, അഭിപ്രായവ്യത്യാസം (dissent) സംരക്ഷിക്കപ്പെടണം. അഭിപ്രായവ്യത്യാസം ഇല്ലാത്ത സമൂഹങ്ങൾ ശാന്തമെന്നു തോന്നാം, പക്ഷേ അവ പൊട്ടിത്തെറിക്കാവുന്നതു (explosive) ആണ്. മഹാഭാരതത്തിൽ അഭിപ്രായവ്യത്യാസം ഒറ്റപ്പെട്ടു. അതിന്റെ ഫലം യുദ്ധമായിരുന്നു. ആധുനിക സമൂഹങ്ങളിലും അഭിപ്രായവ്യത്യാസം അടിച്ചമർത്തുമ്പോൾ, ഉപദ്രവം വൈകിയെങ്കിലും ശക്തിയായി മടങ്ങിവരും.സമാധാനം എന്നത് സംഘർഷം (conflict) ഇല്ലായ്മയല്ല. അത് സംഘർഷത്തെ ഉപദ്രവമായി മാറാതെ കൈകാര്യം ചെയ്യാനുള്ള ശേഷിയാണ്. ഈ ശേഷി വ്യക്തികളിൽ നിന്ന് പ്രതീക്ഷിക്കുന്നത് അർഥശൂന്യമാണ്. അത് സ്ഥാപനങ്ങളിൽ രൂഢമൂല(embed) മാകണം[63].

ഉത്തരവാദിത്വവും മരണവും: ഒരു ദാർശനിക അവസാനം:

അവസാനമായി, സിവിലൈസേഷനുകളുടെ അക്രമചക്രം മനസ്സിലാക്കാൻ, മനുഷ്യന്റെ മരണബോധം (mortality awareness) നിർണായകമാണ്. മനുഷ്യൻ തന്റെ മരണം പൂർണ്ണമായി ഉൾക്കൊള്ളു ന്ന നിമിഷം, അവനെ ഉപദ്രവത്തിന് ഉപയോഗിക്കുക ബുദ്ധിമുട്ടാകുന്നു. കാരണം അവൻ മനസ്സിലാക്കുന്നു: തന്റെ ലോകം തന്റെ മരണത്തോടെ അവസാനിക്കുന്നു. അവൻ മരിച്ച ശേഷം ലക്ഷ്യങ്ങൾ ജയിച്ചാലും, അതിന്റെ അനുഭവം അവനില്ല .ഇതുകൊണ്ടാണ് എല്ലാ അധികാര സംവിധാനങ്ങളും അമരത്വകഥകൾ, (immortality narratives) നിർമ്മി ക്കുന്നത്.

പുനർജന്മം, മഹത്വം, ചരിത്രസ്മൃതി, വംശഭിമാനം—ഇവ മനുഷ്യനെ തന്റെ മരണത്തി ന്റെ അന്തിമത്വത്തിൽ നിന്ന് മാറിനോ ക്കാൻ സഹാ യിക്കുന്നു. ഇത് വ്യക്തിപരമായ ആശ്വാസമല്ല; ഒരു ഘടനാപരമായ ആവശ്യം (structural necessity) ആണ്[64].

മഹാഭാരതത്തിൽ കൃഷ്ണൻ അർജുനനെ പ്രവർത്തനക്ഷമ നാക്കുന്നത് ഈ മരണബോധം മാറ്റിയിട്ടാണ്. "നീ കൊല്ലുന്നില്ല", "ആത്മാവ് നശിക്കുന്നില്ല" എന്ന ഭാഷ മനുഷ്യനെ ഉത്തരവാദിത്വത്തിന്റെ ഭാരത്തിൽ നിന്ന് ഒഴിവാക്കുന്നു. ഇത് മതവിശ്വാസത്തിന്റെ വിമർശനമല്ല. ഇത് അധികാരം മനുഷ്യബോധത്തിൽ എങ്ങനെ പ്രവർത്തിക്കുന്നു എന്നതിന്റെ നിരീക്ഷണമാണ്.അക്രമരഹിത ഭാവി സാധ്യമാകണ മെങ്കിൽ, മനുഷ്യൻ തന്റെ മരണം വീണ്ടും സ്വന്തം കാര്യമാക്കണം. അതിനെ രാഷ്ട്രത്തിന്റെയോ ആശയത്തിന്റെയോ കൈവശം ഏൽപ്പിക്കരുത്. ഉത്തരവാദിത്വം വ്യക്തിയിൽ അവസാനിക്കുന്നുവെന്ന് അവൻ തിരിച്ചറിയുന്ന നിമിഷം, "ഞാൻ വെറും ഉപാധിയാണ്" എന്ന വാചകം തകരും. സിവിലൈസേഷനുകൾ അക്രമരഹിതമാകുന്നത് മനുഷ്യൻ നല്ലവനായതുകൊണ്ടല്ല. മനുഷ്യനെ മോശമാകാൻ അനുവദിക്കാത്ത ഘടനകൾ രൂപകൽപ്പന ചെയ്യുമ്പോഴാണ്. മഹാഭാരതം അതുകൊണ്ടാണ് ഇന്നും പ്രസക്തം. അത് നമ്മോട് പറയുന്നത് ഇതാണ്:

ചരിത്രം മാറണമെങ്കിൽ, കഥകൾ മാത്രം മാറ്റിയാൽ പോര. ഘടന മാറണം. ഉത്തരവാദിത്വം തിരിച്ചെടുക്ക ണം.മരണത്തിന്റെ സത്യം വീണ്ടും മനുഷ്യന്റെ സ്വന്തമാകണം.അപ്പോഴേ, സമാധാനം ഒരു ആശയമല്ല; ഒരു നാഗരികത പ്രയോഗം (civilizational practice) ആകൂ.

Reference

1. Garland, D. (2001). The Culture of Control. Oxford University Press.

2. Merton, R. K. (1938). Social Structure and Anomie. American Sociological Review.

3. Galtung, J. (1969). Violence, Peace, and Peace Research. Journal of Peace Research.

4. Becker, H. (1963). Outsiders. Free Press.

5. Foucault, M. (1977). Discipline and Punish. Vintage.

6. Bourdieu, P. (1998). Practical Reason. Stanford University Press.

7. Freire, P. (1970). Pedagogy of the Oppressed. Continuum.

8. Smart, C. (1989). Feminism and the Power of Law. Routledge.

9. Sykes, G. M., and Matza, D. (1957). Techniques of Neutralization. American Sociological Review.

10. Illouz, E. (2007). Consuming the Romantic Utopia. University of California Press.

11. Herman, J. (1992). Trauma and Recovery. Basic Books.

12. Zimbardo, P. (2007). The Lucifer Effect. Random House.
13. Sutherland, E. H. (1949). White Collar Crime. Dryden Press.
14. Coleman, J. W. (1987). Toward an Integrated Theory of White-Collar Crime. American Journal of Sociology, 93(2), 406–439.
15. Bandura, A. (1999). Moral Disengagement in the Perpetration of Inhumanities. Personality and Social Psychology Review, 3(3), 193–209.
16. Haslam, N. (2006). Dehumanization: An Integrative Review. Personality and Social Psychology Review, 10(3), 252–264.

17. Barak, G. (2015). The Crimes of the Powerful and the Globalization of Crime. In The Routledge International Handbook of the Crimes of the Powerful. Routledge.
18. Merton, R. K. (1957). Social Theory and Social Structure. Free Press.
19. Hillyard, P., Pantazis, C., Tombs, S., & Gordon, D. (2004). Beyond Criminology: Taking Harm Seriously. Pluto Press.
20. Althusser, L. (1971). Ideology and Ideological State Apparatuses. In Lenin and Philosophy and Other Essays. Monthly Review Press.
21. Cohen, S. (2001). States of Denial: Knowing about Atrocities and Suffering. Polity Press.
22. Darley, J. M., & Latané, B. (1968). Bystander Intervention in Emergencies: Diffusion of Responsibility. Journal of Personality and Social Psychology, 8(4), 377–383.
23. Staub, E. (1989). The Roots of Evil: The Origins of Genocide and Other Group Violence. Cambridge University Press.
24. Kelman, H. C., & Hamilton, V. L. (1989). Crimes of Obedience: Toward a Social Psychology of Authority and Responsibility. Yale University Press.
25. Sutherland, E. H. (1949). White Collar Crime. Dryden Press.
26. Zimbardo, P. (2007). The Lucifer Effect. Random House.
27. Bauman, Z. (1989). Modernity and the Holocaust. Cornell University Press.
28. Arendt, H. (1963). Eichmann in Jerusalem. Viking Press.
29. Sapolsky, R. (2017). Behave. Penguin.
30. Sykes, G. M., & Matza, D. (1957). Techniques of Neutralization. American Sociological Review.
31. Cohen, S. (2001). States of Denial. Polity Press.
32. Mbembe, A. (2003). Necropolitics. Public Culture.
33. Garland, D. (2001). The Culture of Control. Oxford University Press.
34. Scott, J. C. (1998). Seeing Like a State. Yale University Press.

35. 35. Berger, P. L., & Luckmann, T. (1966). *The Social Construction of Reality*. Anchor Books.
36. 36. Geertz, C. (1973). *The Interpretation of Cultures*. Basic Books.
37. 37. Bandura, A. (1999). Moral Disengagement in the Perpetration of Inhumanities.Personality and Social Psychology Review.
38. 38. Bauman, Z. (1991). *Modernity and Ambivalence*. Cornell University Press.
39. 39. Foucault, M. (1980). *Power/Knowledge*. Pantheon Books.
40. 40. Arendt, H. (1963). *On Revolution*. Viking Press.
41. Weber, M. (1978). Economy and Society. University of California Press.
42. Elias, N. (1982). The Civilizing Process. Pantheon Books.
43. Bandura, A. (1999). Moral Disengagement in the Perpetration of Inhumanities. Personality and Social Psychology Review.
44. Galtung, J. (1990). Cultural Violence. Journal of Peace Research.
45. Bauman, Z. (2000). Liquid Modernity. Polity Press.
46. Sen, A. (2009). The Idea of Justice. Harvard University Press.
47. Foucault, M. (2007). Security, Territory, Population. Palgrave Macmillan.
48. Assmann, J. (2011). Cultural Memory and Early Civilization. Cambridge University Press.
49. Weber, M. (1978). Economy and Society. University of California Press.
50. Polanyi, K. (1944). The Great Transformation. Beacon Press.
51. Arendt, H. (1963). Eichmann in Jerusalem. Viking Press.
52. Sunstein, C. R. (2019). How Change Happens. MIT Press.
53. Sen, A. (2009). The Idea of Justice. Harvard University Press.
54. Assmann, J. (2011). Cultural Memory and Early Civilization. Cambridge University Press.
55. Ricoeur, P. (2004). Memory, History, Forgetting. University of Chicago Press.
56. Bauman, Z. (2000). Liquid Modernity. Polity Press.
57. Foucault, M. (1980). Power/Knowledge. Pantheon Books.

58. Power, M. (1997). The Audit Society. Oxford University Press.
59. Galtung, J. (1996). Peace by Peaceful Means. Sage Publications.
60. 60. Piketty, T. (2020). Capital and Ideology. Harvard University Press.
61. 61. Bovens, M. (2007). Analysing and Assessing Accountability. European Law Journal.
62. 62. Scheffler, S. (2013). Death and the Afterlife. Oxford University Press.
63. 63. Mouffe, C. (2005). On the Political. Routledge.
64. 64. Becker, E. (1973). The Denial of Death. Free Press.

അധ്യായം 9

വ്യവസ്ഥിതിയിലൂടെ തകർച്ച (Systems Collapse): സാമ്പത്തികവും പരിസ്ഥിതിയുമായ നാശത്തെ അതിജീവിക്കുന്ന നൈതിക അർത്ഥഘടനകൾ

(Why Moral Meaning Structures Outlive Economic and Ecological Ruin)

മഹാഭാരത യുദ്ധം ഒരേസമയം മനഃശാസ്ത്രപരമായും രാഷ്ട്രീയമായും സാമ്പത്തികമായും പരിസ്ഥിതിയിലും ജനസംഖ്യയിലും ആഴമുള്ള തകർച്ച സൃഷ്ടിച്ച ഒരു ചരിത്രസംഭവമായിരുന്നു എന്ന നിഗമനം മുൻ അധ്യായങ്ങൾ ഇതിനകം സ്ഥാപിച്ചിട്ടുണ്ട്. എന്നാൽ ഈ സമഗ്ര തകർച്ചയുടെ ഏറ്റവും ശ്രദ്ധേയമായ വശം ഭൗതിക നാശം മാത്രമല്ല, ആ നാശം സംഭവിച്ചിട്ടും സംസ്കാരബോധത്തിന്റെ കേന്ദ്രത്തിൽ നിലനിന്ന അർത്ഥഘടനകളുടെ ദീർഘായുസ്സാണ്. സാമ്പത്തിക ഉൽപ്പാദനം തകർന്നപ്പോഴും, ഭൂമി ഉപേക്ഷിക്കപ്പെട്ടപ്പോഴും, ജനസംഖ്യ വൻതോതിൽ നഷ്ടപ്പെ ട്ടപ്പോഴും, ധർമ്മം, മോക്ഷം, നൈതികത എന്നീ ആശയങ്ങൾ കൂടുതൽ ശക്തമായി സാമൂഹിക ബോധത്തിൽ പതിഞ്ഞുവെന്നതാണ് മഹാഭാര താനന്തര കാലഘട്ടത്തിന്റെ ഏറ്റവും വലിയ പരാഡോക്സ്[1].

ഈ പ്രതിഭാസം ഓർമ്മയുടെ പരാജയമല്ല. മറിച്ച്, സിവിലൈസേഷനുകൾ (civilizations) തകർച്ചയെ കൈകാര്യം ചെയ്യുന്ന ഒരു ആഴമുള്ള മാനസിക പൊരുത്തപ്പെടുത്തൽ സംവിധാനം (coping mechanism) എങ്ങനെ പ്രവർത്തിക്കുന്നു എന്നതിന്റെ പ്രകടനമാണ്. സിസ്റ്റംസ് സിദ്ധാന്തം (systems theory) ചൂണ്ടിക്കാണിക്കുന്നതുപോലെ, ഭൗതിക സിസ്റ്റങ്ങൾ മനുഷ്യന്റെ നിയന്ത്രണത്തിന് പുറത്തുപോ കുമ്പോൾ അർത്ഥവ്യവസ്ഥിതികൾ (meaning systems) ശക്തമാകുന്ന പ്രവണത ചരിത്രത്തിൽ ആവർത്തിച്ചു കാണപ്പെടുന്നു[2]. സാമ്പത്തികവും പരിസ്ഥിതിയുമായ ഘടനകൾ നിലച്ചാൽ, മനുഷ്യബോധം അവസ്ഥയെ സഹിക്കാൻ

അർത്ഥം സൃഷ്ടിക്കുന്നു. വിളവ് നിലച്ചാൽ കഥകൾ വളരുന്നു. ഭൂമി ശൂന്യമായാൽ നൈതിക ചട്ടക്കൂടുകൾ കൂടുതൽ ഫലഭൂയി ഷ്ഠമാകുന്നു. മഹാഭാരതം ഈ പ്രക്രിയയുടെ ഏറ്റവും ശക്തമായ ഉദാഹരണങ്ങളിലൊന്നാണ്. യുദ്ധം രാഷ്ട്രത്തെ ദുർബലമാക്കിയെങ്കിലും, അതിന്റെ ഫലമായി ഉയർന്ന അർത്ഥഘടനകൾ സംസ്കാരത്തെ കൂടുതൽ ഏകോപിതമാക്കി[3].

ഭരണകൂടവും നിയമവും സാമ്പത്തിക ശൃംഖലകളും തകരുമ്പോൾ, സമൂഹം നിലനിൽക്കാൻ മറ്റൊരു തരത്തിലുള്ള അടിസ്ഥാനസൗകര്യം (infrastructure) സൃഷ്ടിക്കേണ്ടിവരുന്നു. ഈ ഇൻഫ്രാസ്ട്രക്ചർ ഭൗതികമല്ല; അത് മാനസികമാണ്. ധർമ്മം, കർമ്മം, പുനർജന്മം, മോക്ഷം എന്നീ ആശയങ്ങൾ ഈ മാനസിക ഇൻഫ്രാസ്ട്രക്ചറിന്റെ ഘടകങ്ങളായി പ്രവർത്തിക്കുന്നു. അവ ദുഃഖത്തിന് അർത്ഥം നൽകുന്നു, നഷ്ടത്തെ നൈതികമായി പുനർവ്യാഖ്യാനിക്കുന്നു, അനീതിയെ ഒരു വലിയ ബ്രഹ്മാണ്ഡ സമതുലിതാവസ്ഥയുടെ (cosmic balance) ഭാഗമായി അവതരിപ്പിക്കുന്നു[4]. ഇതിലൂടെ സിസ്റ്റങ്ങളുടെ തകർച്ച (systems collapse) വ്യക്തിഗതമായും സാമൂഹികമായും സഹനീയ മാകുന്നു. തകർച്ചയുടെ യാഥാർത്ഥ്യം ഇല്ലാതാകു ന്നില്ല; പക്ഷേ അതിന്റെ മാനസിക ആഘാതം നിയന്ത്രിക്കപ്പെടുന്നു.

യുദ്ധാനന്തര സമൂഹങ്ങളിൽ ഏറ്റവും അപകടകരമായ ചോദ്യം "എന്തുകൊണ്ട്?" എന്നതാണ്. എന്തുകൊണ്ട് എന്റെ കുടുംബം മരിച്ചു, എന്തുകൊണ്ട് ഈ ഭൂമി ശൂന്യമായി, എന്തുകൊണ്ട് ഈ യുദ്ധം ആവശ്യമായിരുന്നു എന്നിങ്ങനെയുള്ള ചോദ്യങ്ങൾ സാമൂഹിക അസ്ഥിരത വർധിപ്പിക്കുന്നു. മാക്സ് വെബർ (Max Weber) വിശദീകരിച്ചതുപോലെ, ഇത്തരം ചോദ്യങ്ങൾക്ക് മറുപടി നൽകാൻ മത–നൈതിക അർത്ഥഘടനകൾ പ്രവർത്തിക്കുന്നു[5]. ദൈവന്യായീകരണം (theodicy) എന്ന ആശയം ദൈവത്തെ ന്യായീകരിക്കുന്നതിൽ മാത്രം

ഒതുങ്ങുന്നില്ല; ദുരന്തത്തെ സാമൂഹികമായി നിയന്ത്രിക്കുന്ന ഒരു ഉപാധിയായി അത് പ്രവർത്തി ക്കുന്നു. മഹാഭാരതത്തിൽ ദുരന്തങ്ങൾക്ക് കണക്കായ ഉത്തരങ്ങൾ ഇല്ലെങ്കിലും വിശദീകരണങ്ങളുണ്ട്. ധർമ്മം, കർമ്മം, കാലചക്രം എന്നിവ ചോദ്യത്തെ മറികടന്ന് വിശദീകരണമായി മാറുന്നു. ചോദ്യങ്ങൾ അടച്ചുപൂട്ടുമ്പോൾ സമൂഹം വീണ്ടും സ്ഥിരതയിലേക്ക് നീങ്ങുന്നു.

സാമ്പത്തിക തകർച്ചയുടെ ഓർമ്മകൾ ഭൗതികമാണ്. വിളവില്ലായ്മ, ക്ഷാമം, ശൂന്യഗ്രാമങ്ങൾ എന്നിവ കണക്കുകളിലും അവശിഷ്ടങ്ങളിലും മാത്രമേ നിലനിൽക്കൂ. എന്നാൽ അവ വാചികമായി പുനർഉൽപ്പാദിപ്പിക്കാൻ പ്രയാസമുള്ളഓർമ്മകളാണ്. അതേസമയം, നൈതിക അർത്ഥഘടനകൾ പ്രതീകാത്മകമായതിനാൽ (symbolic), കവിതയാക്കാനും ആചാരമാക്കാനും പ്രാർത്ഥനയായി മാറ്റാനും കഴിയും. ജാൻ അസ്മാൻ (Jan Assmann) ചൂണ്ടിക്കാണിക്കുന്നതുപോലെ, സിവിലൈസേഷനുകൾ വാസ്തവ ഓർമ്മകളേക്കാൾ (factual memory) സാംസ്കാരിക ഓർമ്മകളെയാണ് (cultural memory) നിലനിർത്തുന്നത്[6]. മഹാഭാരതത്തിൽ നിലനിൽക്കുന്നത് യുദ്ധാനന്തര ക്ഷാമത്തിന്റെ കണക്കുകൾ അല്ല; ഗീതയുടെ നൈതിക ഫ്രെയിം (moral frame) ആണ്. ഇത് യാദൃശ്ചികമല്ല. പ്രതീകാത്മക അർത്ഥഘടനകൾ ഡാറ്റയെക്കാൾ ശക്തമായി നിലനിൽക്കുന്നു.

പാണ്ഡവർ രാഷ്ട്രീയമായി ജയിച്ചെങ്കിലും അവർ ഭരിച്ച ലോകം സാമ്പത്തികമായും പരിസ്ഥിതിയിലും തകർന്നതായിരുന്നു. ഈ വൈരുധ്യം കൈകാര്യം ചെയ്യാൻ സംസ്കാരം ഒരു നൈതിക വിജയം (moral victory) നിർമ്മിക്കുന്നു. “നാം ജയിച്ചത് ശരിയായ തിനാലാണ്” എന്ന വിശ്വാസം, “നാം ജയിച്ചിട്ടും എന്തുകൊണ്ട് എല്ലാം നഷ്ടപ്പെട്ടു?” എന്ന ചോദ്യം മൂടിവയ്ക്കുന്നു. ഹന്നാ അരന്റ് (Hannah Arendt) പറഞ്ഞതുപോലെ, ആശയവാദങ്ങൾ (ideologies) യാഥാർത്ഥ്യത്തിൽ നിന്ന് സംരക്ഷിക്കുന്ന

കവചങ്ങളായി (reality shields) പ്രവർത്തിക്കുന്നു[7]. അവ യാഥാർത്ഥ്യം നിഷേധിക്കുന്നില്ല; അതിന്റെ ആഘാതം കുറയ്ക്കുകയാണ് ചെയ്യുന്നത്. കൂടുതൽ സമകാലികമായി വ്യക്തമാക്കുന്ന ഒരു സാംസ്കാരിക ഉദാഹരണം മലയാള സിനിമയിൽ തന്നെ കാണാം. സത്യൻ അന്തിക്കാടിന്റെ സന്ദേശം എന്ന ചിത്രത്തിൽ, കുമാരപിള്ള സാർ എന്ന കമ്മ്യൂണിസ്റ്റ് പാർട്ടി തത്ത്വചാര്യൻ തന്റെ പാർട്ടിയുടെ പരാജയം വിശദീകരിക്കുന്നത് സങ്കീർണ്ണമായ തത്ത്വചിന്താ ഭാഷയിലൂടെയാണ്. "താത്വികമായ ഒരു അവലോകനമാണ് ഞാൻ ഉദ്ദേശിക്കുന്നത്. ഒന്ന്, വിഘടനവാദികളും പ്രതിക്രിയാവാദികളും പ്രഥമ ദൃശ്യ അകൽച്ചയിൽ ആയിരുന്നെങ്കിലും അവർക്കിടയിലുള്ള അന്തർധാര സജീവമായിരുന്നു എന്ന് വേണം കരുതാൻ. ഒന്ന്, ബൂർഷ്വാസികളും തക്കം പാർത്തിരിക്കുകയായിരുന്നു. അങ്ങനെയാണ് തെരഞ്ഞെടുപ്പ് നമുക്ക് പ്രതികൂലമായി ഭവിച്ചത്. അതാണ് പ്രശ്നം,അതായത് വർഗ്ഗാധിപത്യവും കൊളോണിയലിസ്റ്റ് ചിന്താസരണികളും... റാഡിക്കൽ ആയിട്ടുള്ള ഒരു മാറ്റമല്ല... ഇപ്പോൾ മനസ്സിലായോ? എന്തുകൊണ്ട് നമ്മൾ തോറ്റു എന്നുള്ളത് ലളിതമായിട്ട് അങ്ങ് പറഞ്ഞാൽ... എന്താ ഈ പ്രതിക്രിയാ വാതകവും കൊളോണിയലിസവും എന്നൊക്കെ പറഞ്ഞ് വെറുതെ കൺഫ്യൂഷൻ ഉണ്ടാക്കുന്നത്? ഒരു സാധാരണ അനുയായിയുടെ വളരെ ലളിതമായ ചോദ്യം തന്നെ അവിടെ അസ്വസ്ഥത സൃഷ്ടിക്കുന്നു. കാരണം ഇത്തരം ലളിതവാക്കുകൾ (simple language) സിസ്റ്റത്തിന്റെ അർത്ഥഘടനയെ (meaning structure) തകർക്കാനുള്ള ശേഷിയുള്ളതാണ്. തോൽവി നേരിട്ട് സമ്മതിച്ചാൽ, ആശയത്തിന്റെ മഹത്വവും സംഘടനയുടെ നൈതിക അജയ്യതയും ചോദ്യം ചെയ്യപ്പെടും. അതിനാലാണ് രാഷ്ട്രീയ സംഘടനകളും വൻ ആശയവ്യവസ്ഥകളും ലളിതത്വത്തെ ഭയപ്പെടുന്നത്. സങ്കീർണ്ണമായ ഭാഷയും ഉയർന്ന നൈതിക വിശദീകരണങ്ങളും പരാജയത്തെയും

തകർച്ചയെയും സഹനീയമാക്കുന്ന ഒരു പ്രതീകാത്മക കവചമായി (symbolic shield) പ്രവർത്തിക്കുന്നു. ഈ ഉദാഹരണം ഭൗതിക യാഥാർത്ഥ്യം തകർന്നാലും അർത്ഥഘടനകൾ എങ്ങനെ നിലനിൽക്കുന്നു എന്നും, ലളിതമായ ചോദ്യങ്ങൾ എങ്ങനെ വലിയ രാഷ്ട്രീയസാംസ്കാരിക സിസ്റ്റങ്ങളെ അസ്ഥിരമാക്കുന്നുവെന്നും വ്യക്തമാക്കുന്നു.

പരിസ്ഥിതി തകർച്ച നൈതിക അർത്ഥഘടനകൾക്ക് പ്രത്യേകിച്ച് അസൗകര്യകരമാണ്, കാരണം പരിസ്ഥിതിക്ക് ഉദ്ദേശ്യമില്ല. വനം പുനർവ്യാപി ക്കുന്നത് ധർമ്മം കൊണ്ടല്ല; ക്ഷാമം വരുന്നത് പാപം കൊണ്ടല്ല. അതിനാൽ നൈതിക ഫ്രെയിമുകൾ പരിസ്ഥിതിയെ നിശ്ശബ്ദമാക്കുന്നു. ഇത് മറവിയല്ല; ഘടനാപരമായ ഒഴിവാക്കൽ (structural exclusion) ആണ്[8]. മഹാഭാരതം മനുഷ്യനീതിയെക്കുറിച്ച് വിശദമായി സംസാരിക്കുമ്പോൾ പരിസ്ഥിതി നീതിയെക്കുറിച്ച് മൗനം പാലിക്കുന്നു. ഈ മൗനം തന്നെ ഒരു ബോധപൂർവമായ സിസ്റ്റമാറ്റിക് തിരഞ്ഞെടുപ്പാണ്. സിവിലൈസേഷനുകൾ സാധാരണയായി തകരുന്നില്ല; അവ പുനർവ്യാഖ്യാനിക്കപ്പെടുകയാണ് ചെയ്യുന്നത്. മഹാഭാരതാനന്തര ഇന്ത്യ ഒരു ശക്തമായ സാമ്രാജ്യമായിരുന്നില്ല; എന്നാൽ അത് ഒരു ശക്തമായ നൈതിക സിവിലൈസേഷനായി മാറി. ഭൗതിക ദൗർബല്യം ആത്മീയ ശക്തിയായി പുനർവായി ക്കപ്പെട്ടു. ഇതാണ് സിസ്റ്റംസ് കൊളാപ്സിന്റെ അന്തിമ പരാഡോക്സ്: ഭൗതിക നഷ്ടം (material loss) പ്രതീകാത്മക സമ്പാദ്യമായി (symbolic surplus) മാറുന്നു[9].

ഈ അധ്യായം എത്തുന്ന നിഗമനം യുദ്ധം ഒരു രാഷ്ട്രത്തെ തകർക്കാം, ക്ഷാമം ഒരു ജനതയെ ദുർബലമാക്കാം, പരിസ്ഥിതി ഒരു സംസ്കാരത്തെ ക്ഷയിപ്പിക്കാം. എന്നാൽ അർത്ഥഘടനകൾ, പ്രത്യേകിച്ച് നൈതികവും ആത്മീയവുമായ ഘടനകൾ, ഈ എല്ലാറ്റിനുമപ്പുറം നിലനിൽക്കും. കാരണം അവ മനുഷ്യൻ സൃഷ്ടിക്കുന്നത്

ജയിക്കാൻ അല്ല, തകർച്ചയെ സഹിക്കാൻ ആണ്. അതിനാൽ മഹാഭാരതം ഒരു വിജയകഥയല്ല; അത് ഒരു അതിജീവന ചട്ടക്കൂട് (survival framework) ആണ്. സിസ്റ്റങ്ങൾ തകർന്നപ്പോൾ അർത്ഥം നിലനിന്നതിന്റെ രേഖ.

References

1. Tainter, J. A. (1988). The collapse of complex societies. Cambridge University Press.

2. Diamond, J. (2005). Collapse: How societies choose to fail or succeed. Viking.

3. Alexander, J. C. (2004). Toward a theory of cultural trauma. Cultural Sociology, 8(1), 1–30.

4. Berger, P. L. (1967). The sacred canopy: Elements of a sociological theory of religion. Anchor Books.

5. Weber, M. (1963). The sociology of religion. Beacon Press.

6. Assmann, J. (2011). Cultural memory and early civilization. Cambridge University Press.

7. Arendt, H. (1951). The origins of totalitarianism. Harcourt, Brace & Company.

8. Worster, D. (1994). Nature's economy: A history of ecological ideas. Cambridge University Press.

9. Elias, N. (1982). The civilizing process. Pantheon Books.

അദ്ധ്യായം -10

തകർച്ചയ്ക്കുശേഷം ഉയരുന്ന അധികാരരൂപങ്ങൾ: കൃഷ്ണസദൃശ മാതൃകയുടെ ആവർത്തനം

സാമൂഹികവും സാമ്പത്തികവുമായ ഘടനകൾ തകരുമ്പോൾ, മനുഷ്യസമൂഹം നേരിടുന്ന ഏറ്റവും വലിയ പ്രതിസന്ധി ഭക്ഷണമോ സുരക്ഷയോ മാത്രമല്ല. അതിനേക്കാൾ ആഴത്തിലുള്ളതാണ് അർത്ഥത്തിന്റെ നഷ്ടം. നിയമങ്ങൾ പ്രവർത്തിക്കാ താകുന്നു, ഭരണകൂടങ്ങളുടെ വിശ്വാസ്യത തകരുന്നു, ഭാവിയെക്കുറിച്ചുള്ള കണക്കുകൂട്ടലുകൾ അസാധ്യ മായി മാറുന്നു. ഇത്തരമൊരു ഘട്ടത്തിലാണ് മനുഷ്യബോധം ഏറ്റവും ശക്തമായി ഒരു ചോദ്യത്തെ നേരിടുന്നത്: "ഇനി എന്ത്?"

ഈ ചോദ്യം തുറന്ന നിലയിൽ തുടർന്നാൽ, സമൂഹം നിലനിൽക്കില്ല. അനിശ്ചിതത്വം ദീർഘകാലം സഹിക്കാൻ മനുഷ്യബോധത്തിന് കഴിയില്ല. അതിനാൽ തന്നെ, തകർച്ചയ്ക്കുശേഷം സമൂഹങ്ങൾ ആദ്യം തേടുന്നത് പുതിയ സംവിധാനങ്ങളെയല്ല, മറിച്ച് പുതിയ വ്യാഖ്യാനങ്ങളെയാണ്. അർത്ഥം നൽകുന്ന ഒരാൾ, അല്ലെങ്കിൽ ഒരു രൂപം, അത്തരം ഘട്ടങ്ങളിൽ അധികാരമായി മാറുന്നു. കൃഷ്ണൻ എന്ന രൂപം ഈ പ്രതിഭാസത്തിന്റെ ഏറ്റവും സമ്പൂർണ്ണമായ ഉദാഹരണമാണ്[1].ഇവിടെ കൃഷ്ണനെ ഒരു വ്യക്തിയായി കാണേണ്ടതില്ല. അദ്ദേഹം ഒരു മാതൃകയാണ്. സിസ്റ്റങ്ങൾ തകരുമ്പോൾ മനുഷ്യസംസ്കാരം സൃഷ്ടിക്കുന്ന അധികാരമാതൃക. ചരിത്രത്തിൽ ഇത്തരം രൂപങ്ങൾ ഒരിക്കൽ മാത്രം പ്രത്യക്ഷപ്പെടു ന്നില്ല. ഓരോ വലിയ തകർച്ചയ്ക്കും ശേഷം, ഓരോ സംസ്കാരത്തിലും, വ്യത്യസ്ത പേരുകളിലും വേഷങ്ങളിലും, സമാനമായ സ്വഭാവങ്ങളോടെ ഇവ ഉയർന്നുവരുന്നു[2].

സിസ്റ്റങ്ങൾ തകരുമ്പോൾ ആദ്യം ഉണ്ടാകുന്നത് അധികാരത്തിന്റെ ശൂന്യതയാണ്. നിയമം നിലനിൽക്കുന്നില്ല. സാമ്പത്തിക ഇടപാടുകൾ താളം തെറ്റുന്നു. സാമൂഹിക ചട്ടക്കൂടുകൾ അർത്ഥം നഷ്ടപ്പെടുന്നു. ഈ ശൂന്യത ഏറ്റവും അപകടകരമാണ്. കാരണം അത് ചോദ്യം ചെയ്യലിന് വഴിയൊരുക്കുന്നു. "ഇതെന്തിന് സംഭവിച്ചു?" എന്ന ചോദ്യം നിയന്ത്രണമില്ലാതെ വ്യാപിച്ചാൽ, കലാപം അനിവാര്യമാകും. അതിനാൽ തന്നെ, തകർച്ചയ്ക്കുശേഷം ഉയരുന്ന അധികാരരൂപങ്ങളുടെ ആദ്യ ചുമതല ചോദ്യം അടയ്ക്കുകയാണ്[3].

ഇവിടെ അധികാരം ശക്തിപ്രയോഗത്തിലൂടെ പ്രവർത്തിക്കുന്നില്ല. അത് അർത്ഥം നൽകിക്കൊ ണ്ടാണ് പ്രവർത്തിക്കുന്നത്. ദുഃഖം അർത്ഥശൂന്യമല്ലെന്ന് പറയുന്ന ഒരാൾ, നഷ്ടം അനിവാര്യമാണെന്ന് വിശദീകരിക്കുന്ന ഒരാൾ, സഹനം ഒരു വലിയ പദ്ധതിയുടെ ഭാഗമാണെന്ന് വിശ്വസിപ്പിക്കുന്ന ഒരാൾ—ഇവരാണ് തകർച്ചയ്ക്കു ശേഷം അധികാരമായി മാറുന്നത്. കൃഷ്ണൻ ഈ എല്ലാ ചുമതലകളും ഒരുമിച്ച് നിർവഹിക്കുന്ന ഒരു രൂപമാണ്[4].ചരിത്രത്തിൽ ഇത്തരത്തിലുള്ള അധികാരരൂപങ്ങൾ ഭരണാധി കാരികളായിരുന്നില്ല എന്നത് ശ്രദ്ധേയമാണ്. അവർ രാജാക്കന്മാരോ സാമ്രാട്ടുമാരോ ആയിരുന്നില്ല. മറിച്ച്, സമൂഹത്തിന്റെ വേദനയെ വ്യാഖ്യാനിച്ചവർ ആയിരുന്നു. മോശെ, ബുദ്ധൻ, ക്രൈസ്റ്റ്, കോൺഫ്യൂഷ്യസ് തുടങ്ങിയവർ എല്ലാവരും വലിയ പ്രതിസന്ധികളുടെ കാലത്താണ് സംസ്കാരത്തിന്റെ കേന്ദ്രത്തിലേക്ക് കടന്നുവരുന്നത്. ഇവരുടെ പൊതുസവിശേഷത, നിയമങ്ങൾ നിർമ്മിച്ചതല്ല, വേദനയെ സഹിക്കാവുന്ന ഒരു ചട്ടക്കൂട് നൽകിയ താണ്[5].ഈ ചട്ടക്കൂട് മനുഷ്യബോധത്തിൽ മൂന്ന് തലങ്ങളിലാണ് പ്രവർത്തിക്കുന്നത്. ഒന്നാമത്, അനിശ്ചിതത്വത്തിന് ഒരു അന്ത്യം കുറിക്കുന്നു. എല്ലാം അറിയില്ലെങ്കിലും, "ഇത് ഇങ്ങനെ തന്നെയായി രിക്കണം" എന്ന ഒരു ബോധം നൽകുന്നു. രണ്ടാമത്, സങ്കീർണ്ണമായ ദുരന്തങ്ങളെ ലളിതമായ നൈതിക ഭാഷയിലേക്ക്

മാറ്റുന്നു. ധർമ്മം, കടമ, നിയതി തുടങ്ങിയ വാക്കുകൾ ഈ ലളിതീകരണത്തിന് ഉപകരിക്കുന്നു. മൂന്നാമത്, വ്യക്തിയുടെ തീരുമാനഭാ രം ഒരു ഉയർന്ന അധികാരത്തിലേക്ക് മാറ്റുന്നു. "ഞാൻ തീരുമാനിക്കുന്നു" എന്ന നിലപാട് "ഇത് ശരിയാണ്" എന്ന നിലപാടായി മാറുന്നു.

കൃഷ്ണന്റെ ഗീതോപദേശം ഈ മൂന്നു പ്രവർത്തനങ്ങളും ഒരേസമയം നിർവഹിക്കുന്നതായി കാണാം. അവിടെ അർജ്ജുനന്റെ സംശയങ്ങൾ ഇല്ലാതാക്കപ്പെടുന്നില്ല. പക്ഷേ അവ ഒരു വലിയ ധാർമ്മിക ചട്ടക്കൂടിൽ ലയിപ്പിക്കപ്പെടുന്നു. വ്യക്തിഗത ഏജൻസി ഇല്ലാതാകുന്നില്ലെന്ന് പറയാം. എന്നാൽ അത് മറ്റൊരു തലത്തിലേക്ക് മാറ്റപ്പെടുകയാണ്. ഈ മാറ്റമാണ് അധികാരമാതൃ കയുടെ കേന്ദ്രം.ഇത്തരം അധികാര രൂപങ്ങൾ ഒരിക്കലും നൈതികമായി ശുദ്ധമായി പ്രത്യക്ഷപ്പെടുന്നില്ല. അവ എപ്പോഴും വൈരുധ്യങ്ങളോടെയാണ് നിലനിൽക്കുന്നത്. ഒരേസമയം ധർമ്മസംരക്ഷകരും ധർമ്മലംഘകരുമാകുന്നു. ഇത് ഒരു വൈരുധ്യമല്ല, മറിച്ച് പ്രവർത്തനക്ഷമതയുടെ അടയാളമാണ്. കാരണം തകർച്ചയ്ക്കുശേഷം സമൂഹങ്ങൾ തേടുന്നത് നൈതിക പരിപൂർണ്ണതയല്ല. അവയ്ക്ക് ദിശയാണ് ആവശ്യം.ഇവിടെയാണ് കൃഷ്ണസദൃശ രൂപങ്ങളുടെ ആവർത്തനം മനസ്സിലാക്കാൻ കഴിയുന്നത്. ഓരോ സംസ്കാരവും അതിന്റെ സ്വന്തം തകർച്ചാനുഭവത്തിന് അനുയോജ്യമായ ഒരു അധികാരമാതൃക സൃഷ്ടിക്കുന്നു. ഭാരതത്തിൽ അത് കൃഷ്ണനായി. മറ്റിടങ്ങളിൽ മറ്റുപേരുകളിൽ. പക്ഷേ അടിസ്ഥാനം ഒരേ തന്നെയാണ്: അർത്ഥം നൽകുന്ന അധികാരം[6]. വ്യവസ്ഥാ സിദ്ധാന്തത്തിന്റെ ഭാഷയിൽ പറഞ്ഞാൽ, ഇത്തരം അധികാരരൂപങ്ങൾ സിവിലൈസേഷന്റെ പ്രതിരോധപ്രവർത്തനമാണ്. ശരീരത്തിന് രോഗം വന്നാൽ പ്രതിരോധ സംവിധാനം പ്രവർത്തിക്കുന്നതുപോലെ, സമൂഹങ്ങൾ തകരുമ്പോൾ അർത്ഥം സൃഷ്ടിക്കുന്ന സംവിധാന ങ്ങൾ സജീവമാകുന്നു. അവ കലാപം നിയന്ത്രിക്കു ന്നു, കുറ്റബോധം ചാനലൈസ്

ചെയ്യുന്നു, ഭാവിയെക്കുറിച്ചുള്ള പ്രതീക്ഷ നിലനിർത്തുന്നു. ഈ പ്രവർത്തനങ്ങൾ ഇല്ലെങ്കിൽ, തകർച്ച ആത്മഹത്യായാ യി മാറും[1].എന്നാൽ ഈ അധികാരമാതൃകയ്ക്ക് വിലയുണ്ട്. വ്യക്തിഗത നൈതിക ചോദ്യങ്ങൾ അടച്ചുപൂട്ടപ്പെടുന്നു. ഘടനാപരമായ ക്രൂരതകൾ ന്യായീകരിക്കപ്പെടുന്നു. ദുരന്തങ്ങളുടെ യഥാർത്ഥ കാരണങ്ങൾ ചോദ്യം ചെയ്യപ്പെടാതെ പോകുന്നു. അതുകൊണ്ടാണ് ഇത്തരം അധികാരരൂപങ്ങൾ ഒരേസമയം രക്ഷകനും അപകടവുമാകുന്നത്[2].

കൃഷ്ണൻ ഈ ഇരട്ടസ്വഭാവത്തിന്റെ ഏറ്റവും പരിപക്വമായ രൂപമാണ്. അദ്ദേഹം രക്ഷിച്ചത് ഒരു സംസ്കാരത്തിന്റെ തുടർച്ചയാണ്. എന്നാൽ അതിനായി മനുഷ്യവേദന അനിവാര്യതയായി മാറ്റപ്പെട്ടു. ഈ തിരിച്ചറിവ് കൃഷ്ണവിരോധമല്ല. അത് അധികാരത്തിന്റെ പ്രവർത്തനരീതികളെ മനസ്സിലാക്കാനുള്ള ശ്രമമാണ്.അതിനാൽ, കൃഷ്ണനെ മനസ്സിലാക്കുന്നത് ഒരാളെ മനസ്സിലാക്കുന്നതല്ല. അത് ഒരു സിവിലൈസേഷന്റെ തകർച്ചയെ മനുഷ്യബോധം എങ്ങനെ സഹിക്കുന്നു എന്നതിനെ മനസ്സിലാക്കുകയാണ്. സിസ്റ്റങ്ങൾ തകരുമ്പോൾ, മനുഷ്യൻ അർത്ഥം തേടുന്നു. അർത്ഥം നൽകുന്നവർ അധികാരമാകുന്നു. അധികാരം ദൈവീകതയുടെ ഭാഷ സംസാരിക്കാൻ തുടങ്ങുന്നു. ഈ ചക്രമാണ് ചരിത്രത്തിലുടനീളം ആവർത്തിക്കുന്നത്[3].

ഈ ലേഖനം ഒരു വിധിപ്രസ്താവനയല്ല. അത് ഒരു തിരിച്ചറിവാണ്. തകർച്ചയ്ക്കുശേഷം ഉയരുന്ന അധികാരരൂപങ്ങളെ ആരാധിക്കണമോ നിരാകരിക്കണമോ എന്നത് വിശ്വാസത്തിന്റെ വിഷയമാണ്. പക്ഷേ അവ എങ്ങനെ രൂപപ്പെടുന്നു, എന്തുകൊണ്ട് ആവർത്തിക്കപ്പെടുന്നു എന്നത് ബൗദ്ധികമായും സാമൂഹികമായും പഠിക്കപ്പെടേണ്ട വിഷയമാണ്. അതാണ് ഈ വായനയുടെ ലക്ഷ്യം[4].

References

1. Tainter, J. A. (1988). *The Collapse of Complex Societies*. Cambridge University Press.
2. Eisenstadt, S. N. (1986). *The Origins and Diversity of Axial Age Civilizations*. SUNY Press.
3. Kruglanski, A. W. (2004). *The Psychology of Closed-Mindedness*. Psychology Press.
4. Weber, M. (1978). *Economy and Society*. University of California Press.
5. Campbell, J. (1949). *The Hero with a Thousand Faces*. Princeton University Press.
6. Diamond, J. (2005). *Collapse: How Societies Choose to Fail or Succeed*. Viking.

അധ്യായം 11

അധികാരത്തിന്റെ മനഃശാസ്ത്രം: വ്യക്തിത്വമില്ലാതാക്കുന്ന പ്രവർത്തനഘടന.

(Authority Internalization and Agency Collapse)

ഭാരതീയ സാംസ്കാരിക ബോധത്തിൽ കൃഷ്ണൻ ദൈവിക പരിപൂർണതയുടെ പരമാവധി പ്രതീകമായി നിലകൊള്ളുമ്പോൾ, അക്കാദമിക് വിശകലനം അനിവാര്യമായി ഒരു വിമർശനദൂരം പാലിക്കേണ്ടതുണ്ട്[1]. ഈ ദൂരം വിശ്വാസവിരോധമല്ല. മറിച്ച് ബൗദ്ധിക ശുചിത്വമാണ്. മഹാഭാരത–ഗീത പാഠങ്ങളിൽ പ്രവർത്തിക്കുന്ന അധികാര ഇടപെടൽ മാതൃക (Authority Intervention Model) മനുഷ്യബോധ ത്തിനുള്ളിൽ എങ്ങനെ ആന്തരീകരിക്കപ്പെടുന്നു (Internalized Authority) എന്നതിന്റെ ഘടനാപരമായ പ്രവർത്തനരീതിയാണ് ഇവിടെ പരിശോധിക്കുന്നത്[2].

അധികാരം ഒരു ബാഹ്യ ഘടനയായി മാത്രം നിലനിൽക്കുന്നില്ല. അത് ഭാഷയിലൂടെ, ധർമ്മസങ്കടങ്ങളിലൂടെ, ധാർമ്മിക ഫ്രെയിമു കളിലൂടെ

മനുഷ്യബോധത്തിനുള്ളിലേക്ക് കടക്കുമ്പോഴാണ് യഥാർത്ഥ ശക്തി നേടുന്നത്[2]. ഈ ഘട്ടത്തിൽ വ്യക്തിയുടെ സ്വതന്ത്ര തീരുമാനശേഷി (Agency) ക്രമേണ ദുർബലമാകുന്നു. വ്യക്തി തീരുമാനമെടുക്കുന്നവനല്ല, തീരുമാനങ്ങൾ "ശരിയെന്ന്" അനുഭവിക്കുന്നവനായി മാറുന്നു. മനഃശാസ്ത്രപരമായി ഈ അവസ്ഥയെ സ്വതന്ത്ര തീരുമാനശേഷിയുടെ തകർച്ച (Agency Collapse) എന്ന് വിശേഷിപ്പിക്കാം[3]. ഇത് ബലപ്രയോഗത്തിലൂടെയല്ല സംഭവിക്കുന്നത്. മറിച്ച് അർത്ഥവത്കരണത്തി ലൂടെയാണ്.

ഭഗവദ്ഗീതയിലെ ഇടപെടൽ ഈ പ്രക്രിയയുടെ ഏറ്റവും ക്ലാസിക്കൽ ഉദാഹരണമാണ്. അർജ്ജുനന്റെ വിഷാദം ഒരു വ്യക്തിഗത മാനസിക തകർച്ചയല്ല. അത് നൈതികബോധം പ്രവർത്തിക്കു ന്നതിനാൽ ഉണ്ടാകുന്ന മനഃശാസ്ത്രപര പ്രതിരോധം (Moral Resistance) ആണ്[4]. എന്നാൽ ആ പ്രതിരോധം അംഗീകരിക്കപ്പെടുന്നില്ല. പകരം, അതിനെ "അജ്ഞത", "മോഹം", "ക്ലൈബ്യം" എന്നീ വ്യാഖ്യാനച ട്ടക്കൂടുകളിൽ പുനർവ്യാഖ്യാനിക്കുന്നു. ഇതോടെ അർജ്ജുനന്റെ ഉള്ളിലെ നൈതിക ശബ്ദം തന്നെ തെറ്റായതാണെന്ന ധാരണ രൂപപ്പെടുന്നു. ഇതാണ് അധികാര ആന്തരീകരണത്തിന്റെ (Authority Internalization) ആദ്യഘട്ടം[3].

ഇവിടെ അധികാരം ഉത്തരവിടുന്നില്ല. അത് വ്യാഖ്യാനിക്കുന്നു. "നീ കാണുന്നത് യാഥാർത്ഥ്യമല്ല" എന്ന സൂക്ഷ്മമായ ഭാഷയിലൂടെയാണ് വ്യക്തിയുടെ അനുഭവത്തെ അസാധുവാക്കുന്നത്. ഇത് വ്യക്തിയുടെ അനുഭവനിഷേധം (Experiential Invalidating) എന്ന പ്രക്രിയയാണ്. വ്യക്തിപരമായ പീഢനമായി അറിയപ്പെടുന്ന വാക്കുകൾ കൊണ്ടുള്ള വഞ്ചന (Gaslight-ing) എന്ന ആശയവുമായി ഇതിന് ഘടനാപരമായ സാമ്യമുണ്ടെങ്കിലും, ഇവിടെ അത് വ്യക്തിഗത ബന്ധത്തിലല്ല. മറിച്ച് ഒരു നൈതിക പുനർകോഡിംഗ് (Moral Re-coding) പ്രക്രിയയാണ്[5]. ശരി–തെറ്റ് എന്ന ചട്ടക്കൂട്

മാറുമ്പോൾ, വ്യക്തിയുടെ സ്വയം നിർണയശേഷി സ്വയം പിന്മാറുന്നു.

ഈ ഘട്ടത്തിൽ നൈതികത ഇല്ലാതാകുന്നില്ല. മറിച്ച് അത് ഒരു പുതിയ അധികാരകേന്ദ്രത്തിലേക്ക് മാറ്റപ്പെടുന്നു. അർജ്ജുനൻ ഇനി "ഞാൻ എന്ത് ചെയ്യണം" എന്ന് ചിന്തിക്കുന്നില്ല. "ഇത് ചെയ്യുന്നത് ധർമ്മമാണോ" എന്നതിലേക്ക് അവന്റെ ചിന്ത ചുരുങ്ങുന്നു. എന്നാൽ ധർമ്മത്തിന്റെ നിർവചനാ ധികാരം അവനില്ല. അത് പുറത്ത് നിന്നാണ് വരുന്നത്. ഇതാണ് ശിക്ഷണം ലഭിച്ച അനുസരണം (Conditioned Obedience)[6]. സൈനിക മനഃശാസ്ത്രത്തിലും കൾട്ട് പഠനങ്ങളിലും ഈ ഘടന വ്യാപകമായി രേഖപ്പെടുത്തിയിട്ടുണ്ട്[3].ഈ ഘട്ടത്തിൽ വ്യക്തിയുടെ ഓർമ്മയും അനുഭവവും പോലും പുനർവ്യാഖ്യാ നിക്കപ്പെടുന്നു. മഹാഭാരതത്തിലെ യുദ്ധാനന്തര നിശ്ശബ്ദത ദുഃഖത്തിന്റെ അഭാവമായി അല്ല, മറിച്ച് ദുഃഖം പ്രകടിപ്പിക്കാൻ അനുവാദമില്ലാത്ത മാനസികാവസ്ഥ (Emotionally Restricted State) ആയി വായിക്കാവുന്നതാണ്[7]. യുദ്ധാനന്തര നിശ്ശബ്ദത (Post-war Silence) ഇവിടെ ആത്മീയ ഉയർച്ചയല്ല. അത് ഒരു മനഃശാസ്ത്ര തന്ത്രം (Psychological Strategy) ആണ്. വേദനയ്ക്ക് ഭാഷ ലഭിക്കാത്തപ്പോൾ, അധികാര ധർമ്മസങ്കടം ചോദ്യം ചെയ്യപ്പെടുന്നില്ല[7].ഇവിടെയാണ് കൃഷ്ണൻ ഒരു ചരിത്രവ്യക്തിയെന്നതിലപ്പുറം ഒരു വാർപ്പുമാതൃക (Archetype) ആയി മാറുന്നത്. അധികാരം, ധാർമ്മികത, അർത്ഥവത്കരണം എന്നിവ ഒരിടത്ത് സംഗമിക്കുമ്പോൾ മനുഷ്യബോധത്തിൽ ഉണ്ടാകുന്ന രൂപം. ഇത്തരം രൂപങ്ങൾ സംസ്കാരങ്ങൾ മാറിയാലും ആവർത്തിച്ചു പ്രത്യക്ഷപ്പെടുന്നു[2]. അതുകൊണ്ടാണ് ഈ പഠനം വ്യക്തിത്വത്തെക്കാൾ അധികാരഘടനയെ മുൻനിർത്തുന്നത്.

അധികാരത്തിന് അനുയോജ്യമായ മാനസിക ക്രമീകരണം (Authority-Compatible Psychological Configuration)

അധികാരമാതൃക ഫലപ്രദമായി പ്രവർത്തിക്കാൻ, അതിനെ നടപ്പിലാക്കുന്ന വ്യക്തിയിൽ ചില മനഃശാ സ്ത്ര ശേഷികൾ (Psychological Capacities) ആവശ്യമാണ്. എന്നാൽ ക്ലിനിക്കൽ സൈക്കോളജി രേഖപ്പെടുത്തിയിട്ടുള്ള ചില സ്വഭാവഗുണ കൂട്ടങ്ങൾ (Trait Clusters) ഈ തരത്തിലുള്ള അധികാരപ്ര വർത്തന ത്തിന് അനുകൂലമാണെന്ന് അക്കാദമിക് പഠനങ്ങൾ സൂചിപ്പിക്കുന്നു[8].

ഇവിടെയാണ് ഉയർന്ന പ്രവർത്തനക്ഷമതയുള്ള ഡാർക്ക് എംപത് (High-Functioning Dark Empath) എന്ന ആശയം പ്രസക്തമാകുന്നത്. ഡാർക്ക് എംപത് എന്നത്, മറ്റുള്ളവരുടെ വികാരങ്ങൾ ബൗദ്ധികമായി കൃത്യമായി വായിക്കാനും മനസ്സിലാക്കാനും കഴിയുന്നുവെങ്കിലും, ആ വികാരങ്ങളോടുള്ള ആന്തരിക കരുണയോ കുറ്റബോധമോ തീരുമാ നങ്ങളെ നിയന്ത്രിക്കാത്ത ഒരു മാനസിക ക്രമീകരണത്തെ സൂചിപ്പിക്കുന്ന ആശയമാണ് (High-Functioning Dark Empath).

ഇവിടെ "എംപതി" എന്നത് വേദന പങ്കുവയ്ക്കുന്ന വികാരബോധമല്ല. മറിച്ച്, മറ്റുള്ളവരുടെ ഭയം, ആഗ്രഹം, ദൗർബല്യം, ആശയക്കുഴപ്പം എന്നിവ തന്ത്രപരമായി തിരിച്ചറിയാനുള്ള ബൗദ്ധികശേഷിയാണ്. അതേസമയം "ഡാർക്ക്" എന്ന ഘടകം, ആ തിരിച്ചറിവ് മനുഷ്യബന്ധങ്ങളെ സംരക്ഷിക്കാൻ അല്ല, നിയന്ത്രിക്കാനും സ്വാധീനിക്കാനും ലക്ഷ്യസാധനത്തിന് ഉപയോഗിക്കപ്പെടുന്നുവെന്നതിനെ സൂചിപ്പിക്കുന്നു.

ഉയർന്ന പ്രവർത്തനക്ഷമതയുള്ള ഡാർക്ക് എംപത് എന്ന രൂപത്തിൽ, വ്യക്തിക്ക് സാമൂഹിക ആകർഷണം, ഭാഷാപാടവം, സാഹചര്യബോധം, വികാരനിയന്ത്രണം എന്നിവ ഉയർന്ന തോതിൽ ഉണ്ടായിരിക്കും. എന്നാൽ ഈ കഴിവുകൾക്ക് ഒപ്പം ആഴത്തിലുള്ള വികാരാത്മക സഹാനുഭൂതി കുറവായിരിക്കും. അതിനാൽ, മറ്റുള്ളവരുടെ വേദന അവൻ "കാണുന്നു", പക്ഷേ അത്

അവന്റെ നൈതിക തീരുമാനങ്ങളെ തടസ്സപ്പെടുത്തുന്നില്ല.

ഈ ഘടനയിൽ ഉള്ള വ്യക്തി സാധാരണയായി ക്രൂരനായി പ്രത്യക്ഷപ്പെടുന്നില്ല. മറിച്ച്, സൗമ്യനും ബുദ്ധിമാനും വിശ്വസനീയനുമായാണ് സാമൂഹികമായി അനുഭവപ്പെടുന്നത്. സ്നേഹം, ധർമ്മം, ഉത്തരവാദിത്വം, വലിയ ലക്ഷ്യം തുടങ്ങിയ ഭാഷകൾ ഉപയോഗിച്ച് അവൻ എതിർപ്പുകൾ നിഷ്ക്രിയമാക്കുന്നു. അതുകൊണ്ടാണ് ഇത്തരത്തിലുള്ള മാനസിക ഘടനകൾ അധികാരപ്രയോഗത്തിനും ധാർമിക സങ്കട നിയന്ത്രണത്തിനും പ്രത്യേകമായി ഫലപ്രദമാകുന്നത്.

സംക്ഷിപ്തമായി പറഞ്ഞാൽ, ഡാർക്ക് എംപത് എന്നത് വികാരങ്ങളെ അനുഭവിക്കാൻ അല്ല, അവയെ കാര്യക്ഷമമായി കൈകാര്യം ചെയ്യാൻ പഠിച്ച ഒരു മനുഷ്യരൂപമാണ്. empathy ഇവിടെ മനുഷ്യബന്ധങ്ങളുടെ അടിസ്ഥാനം അല്ല; അത് ഒരു പ്രവർത്തനോപകരണമാണ് (High-Functioning Dark Empath).ഇത് ഒരു മെഡിക്കൽ ലേബലല്ല. മറിച്ച് അധികാരം കാര്യക്ഷമമായി പ്രവർത്തിക്കാൻ സഹായിക്കുന്ന ഒരു മനഃശാസ്ത്ര ഘടന (Psychological Configuration) ആണ്. ഉയർന്ന ബുദ്ധിശക്തി, സാമൂഹിക ആകർഷണശേഷി, വികാരനിയന്ത്രണം, ആഴത്തിലുള്ള കുറ്റബോധത്തിന്റെ അഭാവം എന്നിവ ചേർന്ന ഘടന[8].

കൃഷ്ണന്റെ സാമൂഹിക ആകർഷണം വെറും വ്യക്തിപ്രഭാവമല്ല. അത് പ്രതിരോധങ്ങൾ താഴ്ത്തുന്ന സാമൂഹിക സാങ്കേതികത (Social Technique of Resistance Reduction) ആണ്. ഹെർവി ക്ലെക്ലി വിശദീകരിക്കുന്ന ഉപരിതല ആകർഷണം (Superficial Charm) ഇവിടെ ഒരു മുഖംമൂടിയായി പ്രവർത്തിക്കുന്നു[9]. സ്നേഹത്തിന്റെ ഭാഷയിൽ സംസാരിക്കുന്ന അധികാരം എതിർപ്പി ല്ലാതെ സ്വീകരിക്കപ്പെടുന്നു. വിശ്വാസം സ്ഥാപിതമായാൽ, വിമർശനം സ്വയം അസാധു വാകുന്നു[9].ഇവിടെ ബൗദ്ധിക

സഹാനുഭൂതി (Cognitive Empathy) ഉയർന്നിരിക്കുമ്പോൾ, മറ്റുള്ളവരുടെ ഭയം, ആഗ്രഹം, ദൗർബല്യം എന്നിവ കൃത്യമായി വായിക്കാൻ കഴിയും. എന്നാൽ വികാരാത്മക സഹാനുഭൂതി (Affective Empathy) കുറഞ്ഞിരിക്കുമ്പോൾ, ആ വേദന വ്യക്തിയുടെ തീരുമാനങ്ങളെ തടസ്സപ്പെടുത്തുന്നില്ല[10]. ഇതാണ് വലിയ നൈതിക സംഘർഷങ്ങളിൽ പ്രവർത്തിക്കാൻ സഹായിക്കുന്ന ഘടന. മഹാഭാരതത്തിലെ നിർവികാരതയെ ആത്മീയ ഉയർച്ചയായി വായിക്കുന്നില്ല. ക്ലിനിക്കൽ ഭാഷയിൽ ഇത് വികാര നിർവീര്യമാക്കൽ (Emotional Blunting) അല്ലെങ്കിൽ നിസ്സഹാനുഭൂത സ്വഭാവഗുണങ്ങൾ (Callous-Unemotional Traits) എന്ന ഘടനയുമായി സാമ്യമുള്ളതാണ്[11]. വേദനയെ ബൗദ്ധികമായി അംഗീകരിച്ചിട്ടും, വികാരതലത്തിൽ നിർവീര്യമാക്കുന്ന കഴിവ്. ഇത് കാര്യക്ഷമത നൽകുന്നു, പക്ഷേ മനുഷ്യവേദനയെ അപ്രസക്തമാക്കുന്നു[11].

ഇതോടൊപ്പം വരുന്ന ഘടകമാണ് വ്യാപക ആത്മമഹത്വബോധം (Grandiosity). ഇത് അഹങ്കാരമല്ല. മറിച്ച് "തനിക്ക് ചരിത്രപരമായ അല്ലെങ്കിൽ ധാർമ്മികമായ പ്രത്യേക ദൗത്യമുണ്ട്" എന്ന ആത്മബോ ധമാണ്[12]. മെസ്സിയ സ്വഭാവഘടന (Messiah Complex) ഉള്ളിടത്ത്, വ്യക്തി തന്റെ തീരുമാനങ്ങളെ സാധാരണ നൈതിക പരിശോധനയ്ക്ക് വിധേയമാക്കുന്നില്ല[12].ഇവയെല്ലാം ചേർന്ന് രൂപപ്പെടുന്നത് ഉപകരണാത്മക നൈതികത (Instrumental Morality) ആണ്.

പ്രവൃത്തികൾ ശരിയാണോ എന്നതല്ല, ലക്ഷ്യം കൈവരിക്കുമോ എന്നതാണ് മാനദണ്ഡം. ആൽബർട്ട് ബന്ദൂരയുടെ നൈതിക നിഷ്ക്രിയീകരണം (Moral Disengagement) എന്ന സിദ്ധാന്തം ഇവിടെ കൃത്യമായി ബാധകമാണ്[13]. ഹാനികരമായ പ്രവൃത്തികളെ അനിവാര്യമായി പുനർവ്യാഖ്യാനിക്കുമ്പോൾ, കുറ്റബോധം മാനസികമായി നിഷ്ക്രിയമാകുന്നു.

ഇതിന്റെ അന്തിമഫലം മനുഷ്യർ വ്യക്തികളായി നിലനിൽക്കാതെ പ്രവർത്തനഘടകങ്ങളായി (Functional Units) മാറുന്നു എന്നതാണ്. പാണ്ഡവർ പോലും സ്വതന്ത്ര നൈതിക ഏജന്റുകളല്ല. അവർ ഒരു വലിയ ധാർമിക സങ്കടങ്ങളുടെ കരുക്കളാണ്. ഇതാണ് അധികാരയന്ത്രത്തിന്റെ അവസാനഘട്ടം. വ്യക്തിത്വം ലയിക്കുന്നു; അർത്ഥം മാത്രം ശേഷിക്കുന്നു[5].ഈ അധ്യായം ചെയ്യുന്നത്, അധികാരം മനുഷ്യബോധത്തിൽ എങ്ങനെ പ്രവർത്തിക്കുന്നു എന്നതിന്റെ ഒരു കൃത്യമായ ഘടന പുറത്തെടുക്കുകയാണ്. കൃഷ്ണൻ ഇവിടെ ഉന്മാദിയല്ല. അധികാരം, ബുദ്ധി, നൈതിക സങ്കടം എന്നിവ ഒരിടത്ത് സംഗമിക്കുമ്പോൾ മനുഷ്യ സ്വതന്ത്ര തീരുമാനശേഷി അഥവാ ഏജൻസി, എത്ര സുന്ദരമായി ലയിപ്പിക്കാമെന്ന തിന്റെ പ്രതീകമാണ് അദ്ദേഹം.

ഈ വായന അധികാരവിരോധമാണ്. ദൈവീക തയുടെ ഭാഷയിൽ സംസാരിക്കുന്ന എല്ലാ ശക്തികളും മോചനത്തിലേക്കല്ല നയിക്കുന്നത്. ചിലത് മനുഷ്യനെ കൂടുതൽ കാര്യക്ഷമമായ ഉപകരണമായി മാത്രം മാറ്റുന്നു. ആ തിരിച്ചറിവാണ് ഈ അധ്യായത്തിന്റെ യഥാർത്ഥ അക്കാദമിക് ഫലം.

References

1. Fischer, D. H. (1970). Historians' fallacies: Toward a logic of historical thought. Harper & Row.

2. Foucault, M. (1980). Power/Knowledge. Pantheon Books.

3. Milgram, S. (1974). Obedience to authority. Harper & Row.

4. Festinger, L. (1957). A theory of cognitive dissonance. Stanford University Press.

5. Arendt, H. (1963). Eichmann in Jerusalem. Viking Press.

6. Janis, I. L. (1982). Groupthink. Houghton Mifflin.

7. Shay, J. (2014). Moral injury. Psychoanalytic Psychology, 31(2), 182–191.

8. Hare, R. D., & Neumann, C. S. (2008). Psychopathy as a clinical construct. Annual Review of Clinical Psychology.

9. Cleckley, H. (1988). The mask of sanity. Mosby.

10. Heym, N., & Forth, A. (2020). The Dark Empath. Personality and Individual Differences.

11. Blair, R. J. R. (2005). Responding to the emotions of others. Cognitive Neuropsychiatry.

12. Ronningstam, E. (2005). Identifying the narcissistic personality. Oxford University Press.

13. Bandura, A. (1999). Moral disengagement. Personality and Social Psychology Review.

അധ്യായം -12

പാവക്കൂത്തുകാരൻ: ആഘാതജന്യ ബന്ധങ്ങളുടെ രൂപീകരണവും പഠിച്ചെടുത്ത ആശ്രിതത്വത്തിന്റെ മാനസിക ഘടനയും

(The Puppet Master: Trauma Bonding and Learned Dependence)

മഹാഭാരതത്തിലെ പാണ്ഡവ–കൃഷ്ണ ബന്ധം സാധാരണയായി സൗഹൃദത്തിന്റെയും സമർപ്പണത്തിന്റെയും ഭക്തിപരമായ മാതൃകയായി വായിക്കപ്പെടുന്നു. എന്നാൽ ഈ വായന ബന്ധത്തിനുള്ളിൽ പ്രവർത്തിക്കുന്ന അധികാര ഘടനയെ അപൂർവ്വമായിട്ടേ ചോദ്യം ചെയ്യാറുള്ളൂ. സാമൂഹ്യ-മാനസിക വിശകലനത്തിന്റെ ദൃശ്യത്തിൽ നിന്ന് ഈ ബന്ധത്തെ പരിശോധി ക്കുമ്പോൾ, ഇവിടെ പ്രത്യക്ഷപ്പെടുന്നത് സമതുലിതമല്ലാത്ത, ക്രമേണ നിയന്ത്രണമായി പരിവർത്തിതമാകുന്ന ഒരു ബന്ധരൂപമാണ്. കൃഷ്ണൻ ആശ്വാസത്തിന്റെ സാന്നിധ്യമായി മാത്രമല്ല, സുരക്ഷയുടെ ഏക കേന്ദ്രമായി പ്രവർത്തിക്കുന്ന ഘട്ടത്തിൽ, ബന്ധം സൗഹൃദത്തിന്റെ പരിധി വിട്ട് ആഘാതജന്യ ബന്ധം (Trauma Bonding) എന്ന ഘടനയിലേക്ക് നീങ്ങുന്നു.

പാണ്ഡവരുടെ ജീവിതചരിത്രം നിരന്തരമായ ആഘാതാനുഭവങ്ങളുടെ സമാഹാരമാണ് (Chronic Trauma Exposure). ജനനം മുതൽ തന്നെ അവരെ അരക്ഷിതത്വവും മരണഭീഷണിയും പിന്തുടരുന്നു. പാണ്ഡുവിന്റെ മരണം, കൗരവരിൽ നിന്നുള്ള തുടർച്ചയായ വധശ്രമങ്ങൾ, അരക്കില്ലത്തിലെ തീപിടിത്തം, വനവാസം, സഭയിലെ

അപമാനം, ദ്രൗപദിയുടെ വസ്ത്രാക്ഷേപം എന്നിവ ചേർന്ന് അവരുടെ മനസ്സിൽ സ്ഥിരമായ അതിർത്തി ജാഗ്രത (Hyper-vigilance) സൃഷ്ടിക്കുന്നു. ജൂഡിത് ഹെർമാൻ വിശദീകരിക്കുന്നതുപോലെ, ഇത്തരമൊരു പശ്ചാത്തലത്തിൽ മനുഷ്യർ സുരക്ഷ നൽകുന്ന ഏതൊരു അധികാരസാന്നിധ്യത്തോടും ശക്തമായ വൈകാരികബന്ധം രൂപപ്പെടുത്തുന്നു[1]. ഈ ബന്ധം ആരോഗ്യകരമായ ആശ്രയമല്ല; മറിച്ച് നിലനിൽപ്പിനായി രൂപപ്പെടുന്ന അതിജീവന ആശ്രിതത്വം (Survival Attachment) ആണ്.

ആഘാതജന്യ ബന്ധം (Trauma Bonding) എന്നത്, ഭീഷണിയും ആശ്വാസവും മാറിമാറി ലഭിക്കുന്ന സാഹചര്യങ്ങളിൽ, ഇരകൾക്ക് തന്നെ നിയന്ത്രിക്കുന്ന അധികാരത്തോടു രൂപപ്പെടുന്ന ശക്തമായ വൈകാരികബന്ധമാണ്[2]. പാണ്ഡവരുടെ കാര്യത്തിൽ, ഓരോ തവണയും അവർ തകർക്കപ്പെടുമ്പോൾ കൃഷ്ണൻ രക്ഷകനായി പ്രത്യക്ഷപ്പെടുന്നു. ഈ തകർച്ച–രക്ഷാ ചക്രം (Break–Rescue Cycle) ആവർത്തിക്കപ്പെടുമ്പോൾ, അവരുടെ സുരക്ഷാബോധം പൂർണ്ണമായി കൃഷ്ണനിലേക്കു മാറ്റപ്പെടുന്നു. സുരക്ഷ ഒരു ആന്തരിക ശേഷിയല്ല, ഒരു ബാഹ്യ വ്യക്തിയുടെ സാന്നിധ്യമാണ് എന്ന ധാരണ അവരിൽ ആന്തരീകരിക്കപ്പെടുന്നു. ഇതോടെ ബന്ധം സൗഹൃദമല്ലാതെ മനഃശാസ്ത്ര ആശ്രിതത്വം (Psychological Dependence) ആയി മാറുന്നു.

ഈ ഘട്ടത്തിൽ തുറന്ന നിയന്ത്രണം പ്രകടമാകുന്നില്ല. പകരം, രക്ഷകനായി തുടരുന്നതിലൂടെ കൃഷ്ണൻ പാണ്ഡവരുടെ മാനസിക പ്രതിരോധങ്ങൾ (Psychological Defenses) സ്വയം താഴ്ത്തുന്നു. പെരുമാറ്റമനഃ ശാസ്ത്രം വ്യക്തമാക്കുന്നതുപോലെ, ഇടവേള കളോടെയുള്ള പ്രതിഫലം (Intermittent Reinforcement) സ്ഥിരമായ പ്രതിഫലത്തേക്കാൾ ശക്തമായി ബന്ധം ഉറപ്പിക്കുന്നു[3]. കൃഷ്ണന്റെ ഇടപെടലുകൾ സ്ഥിരമല്ല; അവ അനിശ്ചിതമാണ്. ഈ അനിശ്ചിതത്വമാണ് പാണ്ഡവരെ

"കൃഷ്ണന്റെ ശ്രദ്ധയും അംഗീകാരവും" നേടാൻ നിരന്തരം ശ്രമിക്കുന്ന അവസ്ഥയിലേക്ക് നയിക്കുന്നത്. ഇതുവഴി ആഘാതജന്യബന്ധം കൂടുതൽ ആഴപ്പെടുന്നു.

പാണ്ഡവർ സ്വഭാവപരമായി ദുർബലരല്ല. യുധിഷ്ഠിരൻ ധർമ്മത്തെക്കുറിച്ച് ആഴത്തിലുള്ള ബോധമുള്ള ഭരണാധികാരിയാണ്. ഭീമനും അർജ്ജുനനും അസാധാരണമായ ശാരീരികവും മാനസികവുമായ ശേഷികളുള്ള യോദ്ധാക്കളാണ്. എന്നിട്ടും, മഹാഭാരതത്തിന്റെ നിർണായക ഘട്ടങ്ങളിൽ അവർ സ്വതന്ത്രമായി തീരുമാനമെ ടുക്കാൻ കഴിയാതെ കൃഷ്ണനിലേക്ക് തിരിയുന്നു. ഈ പരിവർത്തനത്തിന്റെ അടിത്തറയാണ് പഠിച്ചെടുത്ത ആശ്രിതത്വം (Learned Dependence).

മാർട്ടിൻ സെലിഗ്മാൻ അവതരിപ്പിച്ച പഠിച്ചെടുത്ത അസഹായത (Learned Helplessness) സിദ്ധാന്തം പ്രകാരം, വ്യക്തികൾ നിരന്തരമായി സ്വന്തം ശ്രമങ്ങൾ പരാജയപ്പെടുന്നതായി അനുഭവിക്കുമ്പോൾ, അവർ സ്വയം അശക്തരാണെന്ന് പഠിച്ചെടുക്കുന്നു[4]. Learned Dependence ഇതിന്റെ വികസിത രൂപമാണ്. ഇവിടെ വ്യക്തി തന്റെ കഴിവുകളെയും വിലയിരുത്തലു കളെയും അവഗണിച്ച്, ബാഹ്യ അധികാരത്തിന്റെ മാർഗ്ഗനിർദ്ദേശം മാത്രമേ സുരക്ഷിതമെന്ന് വിശ്വസിക്കുന്നു. പാണ്ഡവരുടെ ജീവിതത്തിൽ ഓരോ നിർണായക തീരുമാനത്തിലും കൃഷ്ണന്റെ ഇടപെടൽ, അവരുടെ വിധിനിർണ്ണയ ശേഷിയും കർത്തൃത്വബോധവും (Agency) ക്രമേണ ദുർബലമാക്കുന്നു.

യുധിഷ്ഠിരൻ സമാധാനത്തെക്കുറിച്ച് ചിന്തിക്കുമ്പോഴും, അർജ്ജുനൻ യുദ്ധത്തിന്റെ നൈതികതയെ ചോദ്യം ചെയ്യുമ്പോഴും, ഈ ചിന്തകൾ "അജ്ഞത", "ബലഹീനത" എന്നീ ഫ്രെയിമുകളിൽ പുനർവ്യാഖ്യാനിക്കപ്പെടുന്നു. ഇത് ചികിത്സയിൽ ഉപയോഗിക്കുന്ന ബൗദ്ധിക പുനർക്രമീകരണത്തിന്റെ (Cognitive Restructuring)

മറുവശമാണ്[5]. ചികിത്സയിൽ ഈ സാങ്കേതികവിദ്യ വ്യക്തിയുടെ സ്വയംവിശ്വാസവും കർത്തൃത്വവും വർദ്ധിപ്പിക്കാനാണ് ഉപയോഗിക്കുന്നത്. ഇവിടെ, അതേ സാങ്കേതികവിദ്യ നൈതിക സ്വയംഭരണ ശേഷിയും കർത്തൃത്വവും (Moral Autonomy and Agency) തകർക്കാൻ ഉപയോഗിക്കപ്പെടുന്നു. "ഇത് ശരിയാണോ?" എന്ന ചോദ്യത്തിൽ നിന്ന് "ഇത് കൃഷ്ണന് സമ്മതമാണോ?" എന്ന ചോദ്യത്തിലേക്ക് ചിന്ത ചുരുങ്ങുമ്പോൾ, നൈതികതയുടെ കേന്ദ്രം വ്യക്തിയിൽ നിന്ന് അധികാരത്തിലേക്ക് മാറുന്നു.

ദ്രൗപദിയുടെ വസ്ത്രാക്ഷേപ സമയത്ത് പാണ്ഡവർ പ്രവർത്തനരഹിതരായി നിൽക്കുന്നത്, പഠിച്ചെടുത്ത ആശ്രിതത്വത്തിന്റെ ഏറ്റവും വ്യക്തമായ ഉദാഹരണമാണ്. ഇടപെടാനുള്ള ശാരീരികവും മാനസികവുമായ ശേഷി ഉണ്ടായിട്ടും, "കൃഷ്ണൻ വരുന്നത് വരെ ഒന്നും ചെയ്യാനില്ല" എന്ന വിശ്വാസം അവരെ സ്തംഭിപ്പിക്കുന്നു. ബന്ധസിദ്ധാന്തം (Attachment Theory) പ്രകാരം, ഇത്തരമൊരു ആശ്രിതത്വം വ്യക്തിയുടെ സ്വയംബോധത്തെയും കർത്തൃത്വ ബോധത്തെയും (Self-Concept and Agency) ആഴത്തിൽ മാറ്റുന്നു[6]. പാണ്ഡവർ സ്വയം നൈതിക ഏജന്റുകളല്ല, മറിച്ച് കൃഷ്ണന്റെ തീരുമാനങ്ങൾ നടപ്പിലാക്കുന്ന ഇടനിലക്കാരാണ് എന്ന തിരിച്ചറിവിലേക്ക് നീങ്ങുന്നു.

കുരുക്ഷേത്ര യുദ്ധത്തിന് മുന്നോടിയായി "നിമിത്തമാത്രം ഭവ" എന്ന വാചകം ഭക്തിപരമായി സമർപ്പണത്തിന്റെ ഉച്ചകോടിയായി വായിക്കപ്പെ ടുന്നു. എന്നാൽ സാമൂഹ്യ-മാനസികമായി ഇത് കർത്തൃത്വ ലയനം (Agency Dissolution) എന്ന പ്രക്രിയയുടെ പൂർത്തീകരണമാണ്. കർത്തൃത്വം എന്നത്, താൻ ചെയ്യുന്ന പ്രവൃത്തികൾക്ക് താനാണ് ഉത്തരവാദിയെന്ന ബോധമാണ്. ഈ ബോധം ക്ഷയിക്കുമ്പോൾ, വ്യക്തി തന്റെ പ്രവൃത്തികളുടെ ഉത്തരവാദിത്തം മറ്റൊരു ശക്തിയിലേക്ക് മാറ്റുന്നു.

ആൽബർട്ട് ബന്ദൂര വിശദീകരിക്കുന്ന ഉത്തരവാദിത്വ നീക്കം (Displacement of Responsibility)യും നൈതിക നിഷ്ക്രിയീകരണം (Moral Disengagement) എന്ന പ്രക്രിയയും ഇവിടെ കൃത്യമായി പ്രവർത്തിക്കുന്നു[7]. "നീ കൊല്ലുന്നില്ല, അവർ നേരത്തെ തന്നെ മരിച്ചുകഴിഞ്ഞു" എന്ന ആശയം, കൊലപാതകത്തി ന്റെ നൈതികഭാരം പൂർണ്ണമായി നീക്കം ചെയ്യുന്നു. കുറ്റബോധം ഇല്ലാതാകുമ്പോൾ, ക്രൂരത മാനസി കമായി എളുപ്പമാകുന്നു. അധികാരപരമായ സംവി ധാനങ്ങളിലും സൈനിക പരിശീലനങ്ങളിലും ഈ സാങ്കേതികത വ്യാപകമായി ഉപയോഗിക്കപ്പെടു ന്നു[8].

ഈ പശ്ചാത്തലത്തിൽ ഭഗവദ്ഗീത ഒരു ആത്മീയ ഗ്രന്ഥം മാത്രമല്ല; അത് ബൗദ്ധിക പുനർഘടന (Cognitive Reframing) എന്ന സമഗ്ര പ്രക്രിയയായി പ്രത്യക്ഷപ്പെടുന്നു. വ്യക്തിപരമായ വേദന "മിഥ്യ"യാകുന്നു, നൈതിക സംഘർഷം "അജ്ഞത "യാകുന്നു, ഉത്തരവാദിത്വം "വിധിയി ലേക്ക്" മാറ്റപ്പെടുന്നു[9]. ചികിത്സയിൽ ഇത് വ്യക്തിയെ പ്രവർത്തനക്ഷമനാക്കാനാണ് ഉപയോഗിക്കുന്നത്. ഇവിടെ, അതേ പ്രക്രിയ കൂട്ടവിനാശങ്ങൾ സാധ്യമാക്കാൻ ഉപയോഗിക്കപ്പെടുന്നു.

ഗ്രൂപ്പ് ഡൈനാമിക്സ് ഈ ഘടനയെ കൂടുതൽ ശക്തമാക്കുന്നു. ഐർവിംഗ് ജാനിസ് വിശദീകരിക്കു ന്ന ഗ്രൂപ്പ് ചിന്ത (Groupthink)യും ഉത്തരവാദിത്വ വിതരണശൂന്യത (Diffusion of Responsibility)യും പാണ്ഡവരുടെ കൂട്ടത്തിനുള്ളിൽ പ്രവർത്തിക്കുന്നു[10]. നേതാവിന്റെ അഭിപ്രായം അന്തിമമാകുമ്പോൾ, എതിർചിന്തകൾ അടിച്ചമർത്തപ്പെടുന്നു. ഓരോരുത്തരും തങ്ങളുടെ പങ്ക് ചെറുതാണെന്ന് വിശ്വസിക്കുന്നു. ഇതാണ് കൂട്ടവിനാശങ്ങൾക്ക് ആവശ്യമായ മാനസിക അന്തരീക്ഷം.

യുദ്ധം അവസാനിക്കുമ്പോൾ പാണ്ഡവർ രാജാക്കന്മാരാകുന്നു. എന്നാൽ അവിടെ വിജയോന്മാദമില്ല. യുധിഷ്ഠിരൻ ആഴമുള്ള വിഷാദത്തിലേക്ക് വീഴുന്നു.

വിക്ടർ ഫ്രാങ്കൽ വിശദീകരിക്കുന്ന അസ്തിത്വ ശൂന്യത (Existential Vacuum) എന്ന അവസ്ഥയുമായി ഇതിന് സാമ്യമുണ്ട്[11]. ദീർഘകാലം സ്വന്തം കർത്തൃത്വം മറ്റൊരാൾക്ക് കൈമാറിയ മനുഷ്യർ, ആ നിയന്ത്രണം അവസാ നിക്കുമ്പോൾ അനുഭവിക്കുന്ന ശൂന്യതയാണിത്. ഇത് വെറും യുദ്ധാനന്തര ആഘാതമല്ല; അത് കർത്തൃത്വ നഷ്ടാനന്തര ശൂന്യത (Post-Agency Void) ആണ്.

ഈ സമഗ്ര വായന വ്യക്തമാക്കുന്നത്, കൃഷ്ണനും പാണ്ഡവരും തമ്മിലുള്ള ബന്ധം സമത്വത്തിലോ പരസ്പര സ്വാതന്ത്ര്യത്തിലോ അധിഷ്ഠിതമായതല്ല എന്നതാണ്. അത് ആഘാതജന്യബന്ധത്തിലൂടെ രൂപപ്പെട്ട, പഠിച്ചെടുത്ത ആശ്രിതത്വത്തിലൂടെ ശക്തിപ്പെട്ട, കർത്തൃത്വ ലയനത്തിലൂടെ പൂർത്തീകരിക്കപ്പെട്ട ഒരു അധികാരബന്ധമാണ്. മഹാഭാരത യുദ്ധം ഇവിടെ വെറും രാഷ്ട്രീയമോ ധാർമ്മികമോ ആയ സംഭവമല്ല. അത് മനുഷ്യരെ എങ്ങനെ ഉപകരണങ്ങളാക്കി മാറ്റാം എന്നതിന്റെ ഒരു പുരാതനവും അതേസമയം അത്യന്തം പ്രസക്തവുമായ സാമൂഹ്യ–മാനസിക രേഖയാണ്.

ചരിത്രപരമായി അധികാരം മനുഷ്യ കർത്തൃ ത്വത്തെ (agency) ചുരുക്കുന്നതായാണ് സാധാരണ യായി അനുഭവപ്പെടുന്നത്. ഭരണകൂടങ്ങൾ, മതസംവിധാനങ്ങൾ, സൈനിക ഘടനകൾ, ആശയസംവിധാനങ്ങൾ എന്നിവ പ്രവർത്തിച്ച ഭൂരിഭാഗം സന്ദർഭങ്ങളിലും, വ്യക്തിയുടെ തീരുമാനശേഷി ക്രമേണ ഒരു കേന്ദ്രത്തിലേക്ക് മാറ്റപ്പെടുകയും, മനുഷ്യൻ സ്വയം ചിന്തിക്കുന്നവനല്ല, "ശരിയെന്ന് അനുഭവിക്കുന്നവനായി" മാറുകയും ചെയ്തിട്ടുണ്ട്. സാമൂഹ്യശാസ്ത്രപരമായ പഠനങ്ങൾ വ്യക്തമാക്കുന്നത്, അധികാരം അതിന്റെ ശക്തി നേടുന്നത് ബലപ്രയോഗത്തിലൂടെ മാത്രമല്ല, മറിച്ച് നിയമാനുസൃതത (legitimacy), ആചാരം, ഭാഷ, ധർമ്മ സങ്കടം എന്നിവയിലൂടെ മനുഷ്യബോധത്തി നുള്ളിലേക്ക് കടന്നുകയറുമ്പോഴാണ് എന്നതാണ്[12].

മാക്സ് വെബർ വ്യക്തമാക്കിയതുപോലെ, അധികാരം നിലനിൽക്കുന്നത് ആളുകൾ അതിനെ അംഗീകരിക്കുമ്പോഴാണ്[12]. എന്നാൽ ഈ അംഗീകരണം സ്വതന്ത്ര കർത്തൃത്വത്തിന്റെ ഫലമാണോ, അതോ സാമൂഹ്യപരമായി നിർമ്മിക്ക പ്പെട്ട അനുസരണബോധത്തിന്റെ ഫലമാണോ എന്ന ചോദ്യമാണ് ഇവിടെ നിർണായകം. മഹാഭാരതം പോലുള്ള ഇതിഹാസങ്ങളിൽ നാം കാണുന്നത്, അധികാരം ധർമ്മം, ദൈവീകത, ചരിത്രാനിവാര്യത എന്നീ ഭാഷകളിലൂടെ സാധൂകരിക്കപ്പെടുകയും, അതിന്റെ ഫലമായി വ്യക്തിയുടെ ഉത്തരവാ ദിത്വബോധം പതിയെ ലയിക്കുകയും ചെയ്യുന്നതാണ്. ഇതാണ് അധികാരം മനുഷ്യനെ ഉപാധിയാക്കുന്ന (instrumentalization of the human being) ഘടനയിലേക്ക് നീങ്ങുന്ന ഘട്ടം[13].

ഹന്ന അരണ്ടിന്റെ നിരീക്ഷണം ഇവിടെ പ്രസക്തമാണ്. അധികാരം അതിന്റെ ഏറ്റവും അപകടകരമായ രൂപം കൈവരിക്കുന്നത്, "ഞാൻ ചിന്തിക്കുന്നില്ല, ഞാൻ ചെയ്യുകയാണ്" എന്ന മാനസികാവസ്ഥ സാധാരണമാകുമ്പോഴാണ്[13]. ഈ അവസ്ഥയിൽ വ്യക്തി സ്വയം തീരുമാനമെടുക്കുന്നില്ല; തീരുമാനങ്ങൾ നടപ്പിലാ ക്കുന്ന ഒരു പ്രവർത്തനഘടകമായി മാത്രമാണ് നില നിൽക്കുന്നത്. ഇതാണ് കർത്തൃ ത്വത്തിന്റെ ക്രമേണ മായ ക്ഷയം.

എന്നാൽ ഈ ചരിത്രപരമായ മാതൃകയെ ചോദ്യം ചെയ്യുന്ന ഒരു അടിസ്ഥാന ചോദ്യമുണ്ട്. അധികാരം നിലനിൽക്കുമ്പോഴും, മനുഷ്യ കർത്തൃത്വം സംരക്ഷിക്കപ്പെടുന്ന ഘടനകൾ സൃഷ്ടിക്കാനാകുമോ?

മിഷേൽ ഫൂക്കോയുടെ അധികാരവിശകലനം ഇവിടെ ഒരു നിർണായക വഴിത്തിരിവ് നൽകുന്നു. ഫൂക്കോയുടെ അഭിപ്രായത്തിൽ, അധികാരം ഒരു വസ്തുവല്ല; അത് ഒരു ബന്ധമാണ്[14]. അതിനാൽ, എല്ലാ അധികാരബന്ധങ്ങളും അനിവാര്യമായി അടിച്ചമ ർത്തലിലേക്ക്

നയിക്കണമെന്നില്ല. ചില അധികാരബ ന്ധങ്ങൾ മനുഷ്യനെ നിയന്ത്രിക്കുന്നതിനുപകരം, മനുഷ്യനെ രൂപപ്പെടുത്തുകയും, കഴിവുകൾ വികസിപ്പിക്കുകയും ചെയ്യാം. ഇതാണ് "ഉൽപ്പാദനാത്മക അധികാരം" (productive power) എന്ന ആശയം.

ഈ ആശയത്തോട് ചേർന്നാണ് അമർത്ത്യ സെൻ മുന്നോട്ടുവയ്ക്കുന്ന കാഴ്ചപ്പാട്. വികസനം എന്നത് സാമ്പത്തിക വളർച്ചയല്ല, മറിച്ച് മനുഷ്യന്റെ സ്വാതന്ത്ര്യവും ശേഷിവികസനവും (capability expansion) ആണെന്ന് സെൻ വാദിക്കുന്നു[15]. ഈ കാഴ്ചപ്പാടിൽ, അധികാരം മനുഷ്യന്റെ കർത്തൃത്വം ഇല്ലാതാക്കുന്ന ഒന്നല്ല; മറിച്ച് അതിനെ ശക്തിപ്പെടു ത്തുന്ന ഒരു സാമൂഹ്യ ഘടനയായിരിക്കണം. അധികാരം വ്യക്തിക്ക് വേണ്ടി തീരുമാന മെടുക്കുന്നില്ല; വ്യക്തിക്ക് തീരുമാനമെടുക്കാൻ കഴിവുണ്ടാക്കുകയാണ് ചെയ്യുന്നത്.

ഇത് വിദ്യാഭ്യാസരംഗത്ത് പൗലോ ഫ്രെയ്റെയുടെ ചിന്തകളിൽ വ്യക്തമായി കാണാം. അധിനിവേ ശാത്മക വിദ്യാഭ്യാസം (banking model of education) വിദ്യാർത്ഥിയുടെ കർത്തൃത്വം നശിപ്പിക്കുന്നു. അതേസമയം, വിമോചനാത്മക വിദ്യാഭ്യാസം (liberatory pedagogy) വ്യക്തിയെ ചിന്തിക്കുന്നവനാക്കി മാറ്റുന്നു[16]. ഇവിടെ അധ്യാപകൻ അധികാരമി ല്ലാത്തവനല്ല. പക്ഷേ ആ അധികാരം ചോദ്യങ്ങളെ അടച്ചുപൂട്ടുന്നില്ല; മറിച്ച് ചോദ്യങ്ങൾ ഉണർത്തുന്നു. ഇതാണ് കർത്തൃത്വം നഷ്ടപ്പെടാത്ത അധികാരത്തിന്റെ ആദ്യ സുതാര്യമായ മാതൃക.

ആധുനിക സംഘടനകളിൽ ഈ ആശയം മനഃശാസ്ത്ര സുരക്ഷ (psychological safety) എന്ന ആശയത്തിലൂടെ വികസിപ്പിക്കപ്പെടുന്നു. ഏമി എഡ്മൺഡ്സൺ ചൂണ്ടിക്കാണിക്കുന്നത്, ആളുകൾ ചോദ്യം ചെയ്യാനും തെറ്റുകൾ സമ്മതിക്കാനും കഴിയുന്ന അന്തരീക്ഷത്തിലാണ് സംഘടനകൾ ദീർഘകാലം

നിലനിൽക്കുന്നത് എന്നതാണ്[17]. ഇവിടെ അധികാരം നിലനിൽക്കുന്നു, പക്ഷേ അത് ഭയം സൃഷ്ടിക്കുന്നില്ല. കർത്തൃത്വം ശിക്ഷിക്കപ്പെടുന്നില്ല; മറിച്ച് പ്രോത്സാഹിപ്പിക്കപ്പെടുന്നു.

ന്യായതയുടെ തത്വശാസ്ത്രത്തിൽ ജോൺ റോൾസ് മുന്നോട്ടുവയ്ക്കുന്ന സ്ഥാപനപരമായ നൈതിക തയും ഇതേ ദിശയിലാണ്. നീതിയുള്ള സ്ഥാപനങ്ങൾ വ്യക്തികളെ ഉപാധികളായി കാണുന്നില്ല; അവർ ഓരോരുത്തരെയും ന്യായമായ പങ്കാളികളായി അംഗീകരിക്കുന്നു[18]. നിയമങ്ങളും ചട്ടങ്ങളും വ്യക്തിയുടെ കർത്തൃത്വത്തെ ഇല്ലാതാക്കുന്നില്ല; മറിച്ച് അവയുടെ പരിധിയിൽ സ്വതന്ത്രമായി പ്രവർത്തിക്കാൻ അവസരം നൽകുന്നു.

യൂർഗൻ ഹാബർമാസിന്റെ സംവാദാത്മക പ്രവർത്തന സിദ്ധാന്തം (communicative action) അധികാരത്തിന്റെ മറ്റൊരു രൂപം തുറന്നുകാട്ടുന്നു[19]. ഇവിടെ അധികാരം വാദത്തിലൂടെയും ചർച്ചയി ലൂടെയും രൂപപ്പെടുന്നു. ഉത്തരവുകൾ നൽകുന്നില്ല; സമ്മതം ഉണ്ടാക്കുന്നു. ഈ ഘടനയിൽ, അധികാരം കർത്തൃത്വത്തിന്റെ വിരുദ്ധമല്ല. അത് കർത്തൃ ത്വത്തിന്റെ ഫലമാണ്.

അതേസമയം, ജെയിംസ് സി. സ്കോട്ട് മുന്നറിയിപ്പ് നൽകുന്നത്, കേന്ദ്രകൃതവും സങ്കീർണ്ണവുമായ ഭരണഘടനകൾ മനുഷ്യ കർത്തൃത്വത്തെ എളുപ്പത്തിൽ കാണാതാക്കുന്നു എന്നതാണ്[20]. മനുഷ്യരെ കണക്കുകളായും വിഭാഗങ്ങളായും മാത്രം കാണുന്നിടത്ത്, അധികാരം സ്വാഭാവികമായി നിഷ്ഠൂരമാകുന്നു. അതിനാൽ കർത്തൃത്വം സംരക്ഷിക്കണമെങ്കിൽ, അധികാരം മനുഷ്യന്റെ പ്രാദേശിക അറിവിനെയും അനുഭവത്തെയും അംഗീകരിക്കേണ്ടതുണ്ട്.

മനഃശാസ്ത്രതലത്തിൽ ആൽബർട്ട് ബന്ദൂരയുടെ ഏജൻറിക് കാഴ്ചപ്പാട് (agentic perspective) ഈ സംവാദത്തിന് അടിത്തറ നൽകുന്നു[21]. മനുഷ്യർ അവരുടെ

പ്രവൃത്തികൾക്ക് ഉത്തരവാദികളാണെന്ന് അനുഭവപ്പെടുമ്പോഴാണ് അവർ നൈതികമായി പ്രവർത്തിക്കുന്നത്. ഉത്തരവാദിത്വം പുറത്തേക്ക് മാറ്റപ്പെടുമ്പോൾ, നൈതിക നിഷ്ക്രിയീകരണം (moral disengagement) എളുപ്പമാകുന്നു. അതിനാൽ, അധികാരം കർത്തൃത്വം സംരക്ഷിക്കണമെങ്കിൽ, ഉത്തരവാദിത്വം പങ്കുവയ്ക്കപ്പെടണം; ഇല്ലാതാക്ക പ്പെടരുത്.

എലിനോർ ഓസ്ട്രത്തിന്റെ പ്രവർത്തനം ഇതിന് പ്രായോഗിക തെളിവാണ്[22]. പൊതുസമ്പത്തുകൾ (commons) കൈകാര്യം ചെയ്യുന്ന നിരവധി സമൂഹങ്ങ ളിൽ, കേന്ദ്രകൃത അധികാരമില്ലാതെയും, കർശന നിയന്ത്രണമില്ലാതെയും, പങ്കാളിത്താധിഷ്ഠിത ഭരണരീതികൾ വിജയകരമായി പ്രവർത്തിച്ചിട്ടുണ്ട്. ഇവിടെ അധികാരം ഇല്ലാതാകുന്നില്ല; അത് താഴേക്ക് പകർന്ന്, കർത്തൃത്വം സമൂഹത്തിനുള്ളിൽ നിലനിൽക്കുന്നു.

ഇവയെല്ലാം ചേർന്നാൽ ഒരു നിഗമനം വ്യക്തമാകുന്നു. കർത്തൃത്വം നഷ്ടപ്പെടുത്തത്ത അധികാരരൂപങ്ങൾ അസാധ്യമല്ല. പക്ഷേ അവ സ്വാഭാവികമായി ഉണ്ടാകുന്നതുമല്ല. അവ സൃഷ്ടിക്ക പ്പെടേണ്ടതാണ്. ഭാഷയിലൂടെ, സ്ഥാപനങ്ങളിലൂടെ, വിദ്യാഭ്യാസത്തിലൂടെ, ഭരണഘടനകളിലൂടെ. അധികാരം മനുഷ്യനെ മാറ്റിസ്ഥാപിക്കുന്നിടത്ത്, മനുഷ്യൻ ഉപാധിയാകുന്നു. അധികാരം മനുഷ്യനെ ശക്തിപ്പെടുത്തുന്നിടത്ത്, മനുഷ്യൻ ഉത്തരവാദിത്തമുള്ള ഏജന്റായി നിലനിൽക്കുന്നു.

അതിനാൽ, യഥാർത്ഥ ചോദ്യം “അധികാരം വേണ്ടോ?” എന്നതല്ല. “എന്ത് തരത്തിലുള്ള അധികാരമാണ് മനുഷ്യനെ മനുഷ്യനായി നിലനിർത്തുന്നത്?” എന്നതാണ്. ഈ ചോദ്യം ചോദിക്കാൻ കഴിയുന്ന സമൂഹങ്ങളിലാണ് കർത്തൃത്വം നിലനിൽക്കുന്നത്. ചോദ്യം ചോദിക്കാൻ കഴിയാത്തിടത്താണ് അധികാരം അപകടകരമാകുന്നത്.

ആധുനിക സമൂഹങ്ങളിൽ അധികാരം ഏറ്റവും ശക്തമായി പ്രകടമാകുന്നത് മൂന്നു മേഖലകളിലാണ്: ഭരണകൂടം, സൈനിക സംവിധാനം, വിദ്യാഭ്യാസം. ഈ മൂന്നു ഘടനകളിലും അധികാരം അനിവാര്യ മാണ്. എന്നാൽ അതേ സമയം, ഇവിടങ്ങളിലാണ് മനുഷ്യന്റെ കർത്തൃത്വം (agency) ഏറ്റവും എളുപ്പത്തിൽ മങ്ങിപ്പോകുന്നതും. അതിനാൽ "കർത്തൃത്വം നഷ്ടപ്പെടുത്തത്ത അധികാരരൂപങ്ങൾ" എന്ന ചോദ്യത്തിന് ഇവിടെ ഒരു സിദ്ധാന്തപര മറുപടിയല്ല, പ്രായോഗിക ഘടനാപര വിശകലനമാണ് ആവശ്യമായത്.

ആധുനിക ഭരണകൂടത്തിൽ (modern governance) അധികാരം പ്രധാനമായും നിയമങ്ങൾ, ചട്ടങ്ങൾ, ഭരണനടപടികൾ എന്നിവയിലൂടെ പ്രവർത്തിക്കുന്നു. നിയമപര–യുക്തിപര അധികാരം (rational-legal authority) കാര്യക്ഷമത ഉറപ്പാക്കുന്നുവെങ്കിലും, അതിന്റെ ഏറ്റവും വലിയ അപകടം മനുഷ്യനെ ഒരു രേഖയായി, ഒരു ഫയൽ നമ്പറായി ചുരുക്കുന്നതാ ണ്[23]. തീരുമാനങ്ങൾ മനുഷ്യാനുഭവങ്ങളെ അടിസ്ഥാനമാക്കിയല്ല, നടപടിക്രമങ്ങളെ അടിസ്ഥാനമാക്കിയാകുമ്പോൾ, കർത്തൃത്വം നിശ്ശബ്ദമായി നഷ്ടപ്പെടുന്നു.

ഇത്തരത്തിലുള്ള ഭരണഘടനയിൽ കർത്തൃത്വം സംരക്ഷിക്കണമെങ്കിൽ, പങ്കാളിത്താധിഷ്ഠിത ഭരണരീതികൾ (participatory governance) നിർണായകമാകുന്നു[24]. പൊതുചർച്ചകൾ, ഗ്രാമസഭകൾ, പൗരപങ്കാളിത്തം, പ്രാദേശിക സ്വയംഭരണം എന്നിവയിൽ അധികാരം പൗരന്മാരെ നിയന്ത്രിക്കുന്നില്ല. മറിച്ച്, അവർക്ക് തീരുമാന ങ്ങളിൽ പങ്കാളികളാകാൻ ഇടം നൽകുന്നു. ഇവിടെ അധികാരം മേൽനോട്ടമല്ല; സഹകരണമാകുന്നു.

യൂർഗൻ ഹാബർമാസ് മുന്നോട്ടുവച്ച സംവാദാത്മക യുക്തിബോധം (communicative rationality) ഭരണകൂട ത്തിന് ഒരു അടിസ്ഥാന രൂപരേഖ നൽകുന്നു[25]. നയങ്ങൾ

മുകളിലിരുന്ന് പ്രഖ്യാപിക്കപ്പെടുന്നില്ല. അവ സാമൂഹിക സംവാദങ്ങളിലൂടെ സാധൂകരി ക്കപ്പെടുന്നു. ഇതുവഴി നിയമാനുസരണം മാത്രമല്ല, നൈതിക സമ്മതത്തിലൂടെയും അധികാരം പ്രവർത്തിക്കുന്നു. ഇത് കർത്തൃത്വം ലയിക്കാതെ നിലനിൽക്കുന്ന ഭരണത്തിന്റെ അടിസ്ഥാന സവിശേഷതയാണ്.

സൈനിക സംവിധാനത്തിൽ (military structures) ഈ പ്രശ്നം കൂടുതൽ സങ്കീർണ്ണമാണ്. സൈന്യം അനുസരണത്തെ (obedience) അടിസ്ഥാനമാക്കിയ ഘടനയാണ്. അടിയന്തിര സാഹചര്യങ്ങളിൽ വിമർശനാത്മക ചിന്തയ്ക്ക് സമയം ഉണ്ടാക ണമെന്നില്ല. എന്നാൽ ചരിത്രം തെളിയിക്കുന്നത്, കർത്തൃത്വം പൂർണ്ണമായി ഇല്ലാതാക്കുന്ന സൈനിക ഘടനകൾ വലിയ മനുഷ്യവിപത്തുകളിലേക്ക് നയിച്ചിട്ടുണ്ടെന്നാണ്[26].

ഇവിടെ നിർണായകമായ വ്യത്യാസം “അന്ധ അനുസരണം” (blind obedience) ഉം “ചിന്തിക്കുന്ന അനുസരണം” (reflective obedience) ഉം തമ്മിലുണ്ട്[27]. ആധുനിക സൈനിക പരിശീലനങ്ങളിൽ ഉൾപ്പെടുത്തിയിരിക്കുന്ന നൈതിക പരിശീലനം (ethical training), നിയമവിരുദ്ധ ആജ്ഞകൾ നിരസിക്കാനുള്ള അവകാശം (right to refuse unlawful orders), യുദ്ധനീതി ചട്ടങ്ങൾ (rules of engagement) എന്നിവ കർത്തൃത്വം സംരക്ഷിക്കുന്ന ഘടനകളാണ്.

മനഃശാസ്ത്രപരമായി ഇത് നൈതിക പരിക്ക് (moral injury) ഒഴിവാക്കാനും സഹായിക്കുന്നു[28]. സ്വന്തം പ്രവൃത്തികളുടെ ഉത്തരവാദിത്വം പൂർണ്ണമായി പുറത്തേക്ക് മാറ്റിയ സൈനികർ, യുദ്ധാനന്തര ഘട്ടത്തിൽ ആഴമുള്ള കുറ്റബോധവും ശൂന്യതയും അനുഭവിക്കുന്നു. അതിനാൽ, സൈന്യത്തിൽ കർത്തൃത്വം സംരക്ഷിക്കുന്നത് നൈതിക ആഡംബരമല്ല; അത് ദീർഘകാല മാനസികാരോഗ്യത്തിനുള്ള ഘടനാപര ആവശ്യ കതയാണ്.

വിദ്യാഭ്യാസ മേഖലയിലാണ് (education) കർത്തൃത്വവും അധികാരവും തമ്മിലുള്ള ബന്ധം ഏറ്റവും ദീർഘകാല ഫലങ്ങൾ സൃഷ്ടിക്കുന്നത്. വിദ്യാഭ്യാസം ഒരു സമൂഹത്തിന്റെ ഭാവിയിലെ അനുസരണരീതികൾ പരിശീലിപ്പിക്കുന്ന ഘടനയാണ്. അധികാരാധിഷ്ഠിത വിദ്യാഭ്യാസം (authoritarian education) വിദ്യാർത്ഥിയെ ഉത്തരങ്ങൾ ആവർത്തിക്കുന്നവനാക്കുന്നു[29]. വിമോചനാത്മക വിദ്യാഭ്യാസം (liberatory education) വിദ്യാർത്ഥിയെ ചോദ്യങ്ങൾ ചോദിക്കുന്നവനാക്കുന്നു[30].

പൗലോ ഫ്രെയ്റേ വിമർശിച്ച ആശ്രിത വിദ്യാഭ്യാസ മാതൃക (banking model of education) ഇവിടെ പ്രസക്ത മാണ്[31]. അധ്യാപകൻ അറിവിന്റെ ഏക ഉടമയാ കുമ്പോൾ, വിദ്യാർത്ഥിയുടെ കർത്തൃത്വം ബാല്യത്തിലേ നശിപ്പിക്കപ്പെടുന്നു. അതിന്റെ സാമൂഹിക ഫലം, അധികാരത്തെ ചോദ്യം ചെയ്യാൻ കഴിയാത്ത പൗരന്മാരാണ്.

അതേസമയം, സംവാദാത്മക പഠനം (dialogical learning), വിമർശനാത്മക ചിന്ത (critical thinking), നൈതിക സംവാദങ്ങൾ എന്നിവ ഉൾക്കൊള്ളുന്ന വിദ്യാഭ്യാസം വിദ്യാർത്ഥിയെ ഭാവിയിലെ ഉത്തരവാദിത്തമുള്ള സാമൂഹിക ഏജന്റായി രൂപപ്പെടുത്തുന്നു[32]. ഇവിടെ അധ്യാപകൻ അധികാരകേന്ദ്രമല്ല; മാർഗ്ഗനിർ ദ്ദേശകനാണ്. അധികാരം നിലനിൽക്കുന്നു, പക്ഷേ കർത്തൃത്വം ലയിക്കുന്നില്ല.

ഈ മൂന്നു മേഖലകളിലെയും പൊതുവായ നിഗമനം ഇതാണ്. അധികാരം സ്വയം അപകടകരമല്ല. കർത്തൃ ത്വം ഇല്ലാതാകുന്ന ഘടനകളാണ് അപകടകരം. മനുഷ്യനെ വിശ്വാസയോഗ്യമല്ലാത്ത ഘടകമായി കാണുന്നിടത്ത്, അധികാരം നിയന്ത്രണമായി മാറുന്നു. മനുഷ്യനെ ചിന്തിക്കുന്ന, ഉത്തരവാദി ത്തമുള്ള സാമൂഹിക ഏജന്റായി കാണുന്നിടത്ത്, അധികാരം സഹകരണമായി മാറുന്നു.

അതുകൊണ്ട്, ഭാവിയിലെ സമൂഹങ്ങൾ നേരിടുന്ന യഥാർത്ഥ വെല്ലുവിളി ശക്തമായ സ്ഥാപനങ്ങൾ നിർമ്മിക്കുക എന്നതല്ല. കർത്തൃത്വം നിലനിർത്തുന്ന സ്ഥാപനങ്ങൾ രൂപകൽപ്പന ചെയ്യുക എന്നതാണ്. ഈ തിരിച്ചറിവ് സംഭവിക്കുന്ന നിമിഷം മുതൽ, അധികാരം മനുഷ്യന്റെ ശത്രുവല്ല; അവന്റെ സാമൂഹിക ശേഷിയുടെ വിപുലീകരണമാകും.

ഇത് ഒരു ആശാവാദ പ്രസ്താവനയല്ല. ചരിത്രവും സാമൂഹ്യശാസ്ത്രവും repeatedly പഠിപ്പിക്കുന്ന ഒരു ഘടനാപര സത്യമാണിത്.

ഭരണഘടനകൾ സാധാരണയായി അധികാരത്തിന്റെ വിതരണം എങ്ങനെ നടത്തണം എന്നതിലേക്കാണ് ശ്രദ്ധ കേന്ദ്രീകരിക്കുന്നത്. എന്നാൽ ചരിത്രാനുഭവങ്ങൾ വ്യക്തമാക്കുന്നത്, അധികാരം എവിടെ കേന്ദ്രീകരിക്കുന്നു എന്നതിലുപരി, മനുഷ്യന്റെ കർത്തൃത്വം (agency) എങ്ങനെ സംരക്ഷിക്കപ്പെടുന്നു എന്നതാണ് ഒരു ഭരണസംവിധാനത്തിന്റെ യഥാർത്ഥ ഗുണനിലവാരം നിർണ്ണയിക്കുന്നത് എന്നതാണ്[33]. കർത്തൃത്വം നിലനിർത്തുന്ന ഭരണഘടനകൾ അധികാരത്തെ ഇല്ലാതാക്കുന്നില്ല; മറിച്ച് അധികാ രത്തെ മനുഷ്യന്റെ ഉത്തരവാദിത്തബോധ ത്തോട് ബന്ധിപ്പിക്കുന്നു.

ഇത്തരം ഭരണഘടനകളുടെ ആദ്യ ഡിസൈൻ സിദ്ധാന്തം ഉത്തരവാദിത്തത്തിന്റെ വ്യക്തമായ രേഖപ്പെടുത്തലാണ് (clear attribution of responsibility). തീരുമാനങ്ങൾ "സിസ്റ്റം എടുത്തു" എന്ന അബ്സ്ട്രാക്റ്റ് ഭാഷയിൽ മറയ്ക്കപ്പെടുമ്പോൾ, വ്യക്തിയുടെ കർത്തൃത്വം നിശ്ശബ്ദമായി ലയിക്കുന്നു[34]. അതിനാൽ, തീരുമാനങ്ങൾ എടുക്കുന്ന ഓരോ ഘടകത്തിനും വ്യക്തമായ ഉത്തരവാദിത്തപരിധി നിർവചിക്ക പ്പെടണം. ഇത് നിയമപരമായ സാങ്കേതികത മാത്രമല്ല; അത് നൈതിക വ്യക്തിത്വത്തിന്റെ സംരക്ഷണ മാണ്.

രണ്ടാമത്തെ സിദ്ധാന്തം പ്രത്യാഘാതബോധം (consequence awareness) സ്ഥാപനപരമായി ഉൾപ്പെടുത്തുക എന്നതാണ്. തീരുമാനങ്ങളുടെ ഫലങ്ങൾ നേരിട്ട് അനുഭവിക്കുന്നവരിൽ നിന്ന് തീരുമാനമെടുക്കുന്ന വർ പൂർണ്ണമായി വേർപെടുമ്പോൾ, കർത്തൃത്വം അനിവാര്യമായി ക്ഷയിക്കുന്നു[35]. പങ്കാളിത്ത വിലയിരുത്തലുകൾ (participatory evaluation), സാമൂഹ്യ ഓഡിറ്റുകൾ (social audit), പൊതു വിശദീകരണം (public justification) എന്നിവ ഈ വിടവ് കുറയ്ക്കുന്ന ഘടനക ളാണ്.

മൂന്നാമത്തെ സിദ്ധാന്തം നിയമപരമായ അനുസര ണത്തിനൊപ്പം നൈതിക അസമ്മത ത്തിനുള്ള ഇടം (space for ethical dissent) ഉറപ്പാക്കുക എന്നതാണ്. ഒരു ഭരണഘടന പൂർണ്ണമായ അനുസരണം മാത്രമേ അംഗീകരിക്കൂ എങ്കിൽ, അവിടെ കർത്തൃത്വം നിലനിൽക്കില്ല[36]. നിയമപരമായി സംരക്ഷിക്കപ്പെട്ട അഭിപ്രായഭിന്നതകൾ, വിസിൽബ്ലോവർ സംരക്ഷണം (whistleblower protection), ഭരണകൂടത്തി നകത്തെ വിമർശന വേദികൾ എന്നിവ അധികാര ത്തെ മനുഷ്യവിരുദ്ധമാകാതെ നിലനിർത്തുന്ന ഘടനകളാണ്.

പരമ്പരാഗത അധികാരചിന്തയിൽ അനുസരണം (obedience) അധികാരത്തിന്റെ സ്വാഭാവിക ഫലമായി കണക്കാക്കപ്പെടുന്നു. എന്നാൽ ആധുനിക സാമൂഹ്യ ചിന്തയിൽ ഉയർന്നു വരുന്ന ചോദ്യം ഇതാണ്: അനുസ രണം ഇല്ലാതെ അധികാരം സാധ്യമോ? ഈ ചോദ്യത്തിന് ഉത്തരം നൽകുന്ന മാതൃകയാണ് പോസ്റ്റ്-ഹിയറാർക്കിക്കൽ അധികാരരൂപം (post-hierarchical authority)[37].

ഇവിടെ അധികാരം ആജ്ഞാപിക്കുന്നതല്ല; ഏകോപിപ്പിക്കുന്നതാണ്. വ്യക്തികളെ നിയന്ത്രിക്കുന്നില്ല; അവർ തമ്മിലുള്ള ബന്ധങ്ങൾ ക്രമീകരിക്കുന്നു. നെറ്റ്‌വർക്ക് അധിഷ്ഠിത ഭരണഘട നകൾ (network-based governance), ഫ്ലാറ്റ് ഓർഗനൈസേഷനുകൾ (flat organizations),

സഹകരണ തീരുമാനമെടുക്കൽ (collaborative decision-making) എന്നിവ ഇതിന്റെ ഉദാഹരണങ്ങളാണ്[38]. ഇത്തരം ഘടനകളിൽ, അധികാരം സ്ഥാനത്തുനിന്നല്ല; പ്രക്രിയയിൽ നിന്നാണ് ഉദ്ഭവിക്കുന്നത്.

ഈ മാതൃകയിൽ കർത്തൃത്വം നിലനിൽക്കുന്നത് കാരണം, വ്യക്തി ഒരു ഉത്തരവാദിത്തമുള്ള പങ്കാളി യാണ്, ഒരു ആജ്ഞാനുസൃത ഘടകമല്ല. തീരുമാനങ്ങൾ ചർച്ചകളിലൂടെ രൂപപ്പെടുന്നതിനാൽ, അവയെ അനുസരിക്കുന്നത് ബാഹ്യബലപ്രയോഗത്തിന്റെ ഫലമല്ല; ആന്തരിക സമ്മതത്തിന്റെ ഫലമാണ്[39]. ഇത് അനുസരണ ത്തിന്റെ സ്ഥാനത്ത് പങ്കാളിത്തബദ്ധത (commitment) സ്ഥാപിക്കുന്നു.

എന്നാൽ ഈ മാതൃക എല്ലാ സാഹചര്യങ്ങളിലും എളുപ്പമല്ല. അടിയന്തിര ഘട്ടങ്ങളിൽ, വേഗതയും ഏകോപനവും ആവശ്യമായിടത്ത്, ഹിയറാർക്കികൾ വീണ്ടും ഉയർന്നു വരുന്നു. അതിനാൽ, പോസ്റ്റ്-ഹിയറാർക്കിക്കൽ മാതൃക അധികാരത്തിന്റെ ഇല്ലായ്മയല്ല; അതിന്റെ സാഹചര്യാനുസൃത വിന്യാസമാണ്[40]. കർത്തൃത്വം സംരക്ഷിക്കുന്ന അധികാരരൂപങ്ങൾ കഠിനസാഹചര്യങ്ങളിൽ പോലും മനുഷ്യനെ "നിമിത്തമാത്രം" ആക്കുന്നില്ല എന്നതാണ് അതിന്റെ മുഖ്യഗുണം.

സ്ഥാപനങ്ങൾ കർത്തൃത്വത്തെ ഭയപ്പെടുന്നത് വ്യക്തികളുടെ നൈതിക മേന്മ കൊണ്ടല്ല; ഘടനാപ രമായ അസ്ഥിരതയുടെ ഭീഷണി കൊണ്ടാ ണ്[41]. കർത്തൃത്വം നിലനിൽക്കുന്നിടത്ത്, ചോദ്യങ്ങൾ ഉയരും. ചോദ്യങ്ങൾ ഉയരുന്നിടത്ത്, നടപടിക്രമങ്ങൾ മന്ദഗതിയിലാകും. നടപടിക്രമങ്ങൾ മന്ദഗതിയി ലാകുമ്പോൾ, അധികാരത്തിന്റെ പ്രവചനക്ഷമത (predictability) കുറയും. സ്ഥാപനങ്ങൾ ഏറ്റവും കൂടുതൽ ഭയപ്പെടുന്നത് ഇതാണ്.

കർത്തൃത്വമുള്ള വ്യക്തികൾ "എന്തുകൊണ്ട്" എന്ന ചോദ്യം ചോദിക്കുന്നു. ഇത് സിസ്റ്റങ്ങൾക്ക്

അപകടകരമാണ്, കാരണം സിസ്റ്റങ്ങൾ "എങ്ങനെ" എന്ന ചോദ്യത്തിലാണ് പ്രവർത്തിക്കുന്നത്[42]. "എങ്ങനെ നടപ്പാക്കാം" എന്നതിലാണ് ബ്യൂറോ ക്രാറ്റിക് യുക്തി; "എന്തുകൊണ്ട് ചെയ്യണം" എന്നത് അതിന്റെ പരിധിക്ക് പുറത്താണ്. അതിനാൽ, കർത്തൃത്വം ചുരുക്കപ്പെടുമ്പോൾ, കാര്യക്ഷമത വർദ്ധിക്കുന്നതായി സ്ഥാപനങ്ങൾ അനുഭവിക്കുന്നു.

ഇതിന്റെ മറ്റൊരു വശം ഉത്തരവാദിത്തഭീതിയാണ് (fear of accountability). കർത്തൃത്വമുള്ള വ്യക്തികൾ തങ്ങളുടെ പ്രവൃത്തികളുടെ ഉത്തരവാദിത്തം ഏറ്റെടുക്കുന്നു. എന്നാൽ അതേ സമയം, അവർ അധികാരകേന്ദ്രങ്ങളോട് ഉത്തരവാദിത്തം ചോദിക്കും[43]. ഇത് സ്ഥാപനങ്ങൾക്ക് അസ്വസ്ഥത സൃഷ്ടിക്കുന്നു. അതിനാൽ, "നീ വെറും നിയമം പാലിക്കുക" എന്ന ഭാഷ വ്യാപകമാകുന്നു. നിയമം പാലിക്കുന്നവൻ കുറ്റക്കാരനല്ല; അതുകൊണ്ട് തന്നെ അവൻ സുരക്ഷിതനാണ് എന്ന ധാരണ രൂപപ്പെടുന്നു.

ചരിത്രപരമായി നോക്കുമ്പോൾ, മനുഷ്യവിപത്തുകൾ സൃഷ്ടിച്ച സ്ഥാപനങ്ങൾ എല്ലാം കർത്തൃത്വം ഇല്ലാതാക്കിയ ഘടനകളാണ്[44]. വ്യക്തികളെ പ്രവർത്തനഘടകങ്ങളാക്കി (functional units) മാറ്റിയിടത്ത്, ഉപദ്രവവും ദ്രോഹവും നയപരമായ തീരുമാനങ്ങളായി മാറുന്നു. ഇത് സ്ഥാപനങ്ങൾക്ക് താൽക്കാലിക കാര്യക്ഷമത നൽകുന്നു. എന്നാൽ ദീർഘകാലത്തിൽ അത് സാമൂഹിക വിശ്വാസം തകർക്കുന്നു.

അതുകൊണ്ട്, കർത്തൃത്വത്തെ ഭയക്കേണ്ടതല്ല സ്ഥാപനങ്ങൾ ചെയ്യേണ്ടത്. അതിനെ ഘടനാപരമായി കൈകാര്യം ചെയ്യാൻ പഠിക്കുകയാണ്. കർത്തൃത്വം നിയന്ത്രിക്കപ്പെടേണ്ട അപകടമല്ല; അത് നൈതിക സുരക്ഷാ സംവിധാനമാണ്. ഈ തിരിച്ചറിവ് സംഭവിക്കുന്ന നിമിഷം മുതൽ, അധികാരവും മനുഷ്യസ്വാതന്ത്ര്യവും തമ്മിലുള്ള സംഘർഷം ശൂന്യമാകുന്നു.

നൈതിക പുരോഗതി മനുഷ്യബോധത്തിന്റെ സ്വാഭാവിക വികാസഫലമാണെന്ന് വിശ്വസിക്കു ന്നത് ആകർഷകമായ ഒരു ധാരണയാണ്. എന്നാൽ ചരിത്രപരമായ സാമൂഹ്യശാസ്ത്ര പഠനങ്ങൾ കാണിക്കുന്നത്, മനുഷ്യർ നൈതികമായി "മുന്നോട്ട് പോകുന്നത്" അവരുടെ മൂല്യങ്ങൾ മെച്ചപ്പെട്ടതു കൊണ്ടല്ല, മറിച്ച് അവരുടെ സ്ഥാപനഘടനകൾ മാറിയതുകൊണ്ടാണ്[45]. അടിമത്തം, സ്ത്രീകളുടെ അവകാശനിഷേധം, കൂട്ടക്കൊലകൾ എന്നിവ ഒരുകാലത്ത് സാധാരണമായിരുന്ന സമൂഹങ്ങൾ ഇന്ന് അവയെ അംഗീകരിക്കാത്തത് വ്യക്തികളുടെ നന്മ വർദ്ധിച്ചതിനാൽ മാത്രമല്ല. അവയെ സാധൂകരി ച്ചിരുന്ന ഘടനകൾ തകർന്നതിനാലാണ്.

ഇവിടെ നൈതിക പുരോഗതി എന്നത് വ്യക്തികളുടെ ഉദ്ദേശ്യങ്ങളിലുണ്ടാകുന്ന മാറ്റമല്ല; കർത്തൃത്വം (agency) പ്രവർത്തിക്കാൻ കഴിയുന്ന സാമൂഹിക സാഹചര്യങ്ങളുടെ വിപുലീകരണമാണ്. ഒരാൾക്ക് "ഇല്ല" എന്ന് പറയാൻ കഴിയുന്നിടത്താണ് നൈതികത പ്രവർത്തിക്കുന്നത്. ആ "ഇല്ല" പറയാനുള്ള ശേഷി ഘടനാപരമായി അടിച്ചമർത്തപ്പെടുമ്പോൾ, എത്ര ഉയർന്ന മൂല്യപ്രഖ്യാപനങ്ങളുണ്ടായാലും, ഉപദ്രവവും ദ്രോഹവും ആവർത്തിക്കപ്പെടും[46].

അതുകൊണ്ട് നൈതിക പുരോഗതി ഒരു ലീനിയർ പ്രക്രിയയല്ല. അത് റിവേഴ്സിബിളാണ്. സ്ഥാപനങ്ങൾ വീണ്ടും കർത്തൃത്വം ചുരുക്കുമ്പോൾ, സമൂഹങ്ങൾ നൈതികമായി പിന്നോട്ടുപോകും. ഇത് ഇരുപതാം നൂറ്റാണ്ടിലെ യൂറോപ്പിലും, ആധുനിക അധികാരസംവിധാനങ്ങളിലുമെല്ലാം വ്യക്തമായി രേഖപ്പെടുത്തിയിട്ടുണ്ട്[47]. നൈതിക പുരോഗതി നിലനിൽക്കണമെങ്കിൽ, അത് നിയമങ്ങളിലും നടപടിക്രമങ്ങളിലും ഉത്തരവാദിത്ത ഘടനകളിലും കെട്ടിപ്പടുക്കപ്പെട്ടിരിക്കണം.

അക്രമത്തോട് "ഇല്ല" പറയാൻ കഴിയുന്ന സ്ഥാപന ങ്ങൾ രൂപകൽപ്പന ചെയ്യുക

(Designing Institutions That Can Say No to Violence)

സ്ഥാപനങ്ങൾ സാധാരണയായി അക്രമം നടപ്പി ലാക്കാനുള്ള ഉപകരണങ്ങളായി വിശകലനം ചെയ്യപ്പെടുന്നു. എന്നാൽ കൂടുതൽ നിർണായകമായ ചോദ്യം, സ്ഥാപനങ്ങൾ എപ്പോൾ അക്രമത്തെ നിഷേധിക്കുന്നു എന്നതാണ്. അക്രമത്തോട് "ഇല്ല" പറയാൻ കഴിയുന്ന സ്ഥാപനങ്ങൾ രൂപകൽപ്പന ചെയ്യുന്നത് നൈതികതയുടെ ഏറ്റവും ഉയർന്ന ഘടനാപര പരീക്ഷണമാണ്[48].

ഇത്തരം സ്ഥാപനങ്ങളുടെ കേന്ദ്രസവിശേഷതയാണ് കർത്തൃത്വത്തിന്റെ വിതരണഘടന (distributed agency). ഒരൊറ്റ അധികാരകേന്ദ്രത്തിന് അന്തിമ തീരുമാനാധികാരം നൽകിയാൽ, അക്രമം എളുപ്പത്തിൽ "അനിവാര്യത"യായി മാറും. മറിച്ച്, തീരുമാനങ്ങൾ പല തലങ്ങളിലൂടെ കടന്നുപോകുമ്പോൾ, ഓരോ ഘട്ടത്തിലും നൈതിക പ്രതിരോധം (moral friction) ഉണ്ടാകുന്നു. ഈ friction ആണ് അക്രമത്തെ മന്ദഗതിയിലാക്കുന്നതും പലപ്പോഴും തടയുന്നതും[49].

മറ്റൊരു നിർണായക ഘടകം നിയമപരമായ അനുസരണവും നൈതിക അസമ്മതവും തമ്മിലു ള്ള വ്യത്യാസം വ്യക്തമായി അംഗീകരിക്കുന്നതാണ്. ഒരു ഉത്തരവ് നിയമപരമാണെന്ന alone കാരണം കൊണ്ട് അത് നടപ്പിലാക്കേണ്ടതില്ലെന്ന ബോധം സ്ഥാപനപരമായി സംരക്ഷിക്കപ്പെടണം. ഇതാണ് conscientious refusal (ബോധപൂർവ നിരാകരണം, conscientious refusal) എന്ന ആശയം. ചരിത്രത്തിൽ അക്രമം തടഞ്ഞ പല നിമിഷങ്ങളും ഇത്തരം നിരാകര ണങ്ങളിൽ നിന്നാണ് ഉദ്ഭവിച്ചത്[50].

അക്രമത്തോട് "ഇല്ല" പറയുന്ന സ്ഥാപനങ്ങൾ കാര്യക്ഷമത കുറവായവയായി തോന്നാം. എന്നാൽ ഈ "അപ്രാപ്തി" തന്നെയാണ് അവയുടെ നൈതിക സുരക്ഷാസാധനം. വേഗത്തിൽ നടപ്പിലാക്കാൻ കഴിയുന്ന സംവിധാനങ്ങളാണ് ഏറ്റവും അപകടകരം. കാരണം അവിടെ ചിന്തയ്ക്ക് ഇടമില്ല. ചിന്തയ്ക്ക് ഇടമില്ലാത്തിടത്ത് കർത്തൃത്വവും ഇല്ല[51].

മനുഷ്യചരിത്രത്തിന്റെ വലിയ ഭാഗം അനുസരണത്തെ (obedience) സാമൂഹിക ഗുണമായി കണക്കാക്കിയതാണ്. അനുസരണം ശാന്തി നിലനി ർത്തും, ക്രമം ഉറപ്പാക്കും, സുരക്ഷ നൽകും എന്ന ധാരണ. എന്നാൽ ആധുനിക അനുഭവങ്ങൾ തെളിയിച്ചത്, അനുസരണം നിയന്ത്രണമില്ലാതെ ഉയർന്നിടത്താണ് ഏറ്റവും വലിയ ഉപദ്രവങ്ങളും ദ്രോഹങ്ങളും സംഭവിച്ചതെന്നതാണ്[52].

ഇതിനാൽ സിവിലൈസേഷണൽ തലത്തിൽ ആവശ്യമായ മാറ്റം അനുസരണത്തിൽ നിന്ന് ഉത്തരവാദിത്തത്തിലേക്കുള്ള (responsibility) മാറ്റമാണ്. ഉത്തരവാദിത്തം എന്നത് "ഞാൻ നിയമം പാലിച്ചു" എന്നതല്ല; "ഞാൻ ചെയ്തതിന്റെ ഫലങ്ങൾ ഞാൻ ഏറ്റെടുക്കുന്നു" എന്ന ബോധമാണ്. ഈ മാറ്റം വ്യക്തിഗത ധാർമ്മികതയിൽ മാത്രം സംഭവിക്കില്ല. അത് വിദ്യാഭ്യാസത്തിൽ, സൈനിക പരിശീലനത്തിൽ, ഭരണകൂട പ്രവർത്തന രീതികളിൽ എല്ലാം ഉൾക്കൊള്ളണം[53].

ഈ മാറ്റത്തിൽ കർത്തൃത്വം ഒരു ഭീഷണിയല്ല; അത് സാമൂഹിക സ്ഥിരതയുടെ അടിസ്ഥാനഘടകമാണ്. ഉത്തരവാദിത്തമുള്ള വ്യക്തികൾ തെറ്റുകൾ ചെയ്യില്ലെന്ന് ഉറപ്പില്ല. പക്ഷേ അവർ തെറ്റുകൾ മറയ്ക്കില്ല. മറച്ചുവയ്ക്കാത്ത തെറ്റുകളാണ് സിവിലൈസേഷനുകൾക്ക് പഠിക്കാനുള്ള അവസരം നൽകുന്നത്[54].

അനുസരണാധിഷ്ഠിത സംസ്കാരങ്ങളിൽ, ചരിത്രം "നമ്മൾക്ക് വേറെ വഴിയില്ലായിരുന്നു" എന്ന വാചകത്തിലൂടെ അവസാനിക്കുന്നു. ഉത്തരവാദി ത്താധിഷ്ഠിത സംസ്കാരങ്ങളിൽ, ചരിത്രം "നമ്മൾ ഇങ്ങനെ ചെയ്യാൻ തീരുമാനിച്ചു" എന്ന വാചകത്തിലൂടെയാണ് എഴുതപ്പെടുന്നത്. ഈ ഭാഷാമാറ്റം ചെറിയതുപോലെ തോന്നാം. എന്നാൽ ഇതാണ് മനുഷ്യനെ ഉപകരണത്തിൽ നിന്ന് കർത്താവായി (agent) തിരിച്ചുകൊണ്ടുവരുന്ന നിർണായക സിവിലൈസേഷണൽ തിരിവ്[55].

അനുസരണം (obedience) ഇല്ലാത്ത സമൂഹം അരാജകമാകുമെന്ന ധാരണ അധികാര സംവിധാ നങ്ങളുടെ ഏറ്റവും പഴയ ഭീതികളിലൊന്നാണ്. എന്നാൽ സാമൂഹ്യശാസ്ത്രപരമായ പഠനങ്ങൾ വ്യക്തമാക്കുന്നത്, അനുസരണത്തിന്റെ അഭാവമല്ല സാമൂഹിക അസ്ഥിരത സൃഷ്ടിക്കുന്നത്; മറിച്ച് ഉത്തരവാദിത്വമില്ലാത്ത അനുസരണമാണ് ദീർഘകാലത്തിൽ സമൂഹങ്ങളെ തകർക്കുന്നത്[56]. അതിനാൽ ചോദ്യം "ആജ്ഞ ഇല്ലെങ്കിൽ എന്ത്?" എന്നല്ല, "ആജ്ഞയുടെ സ്ഥാനത്ത് എന്ത് വരണം?" എന്നതാണ്.

അനുസരണാനന്തര സമൂഹങ്ങളിൽ ആജ്ഞയ്ക്ക് പകരം പ്രവർത്തിക്കുന്നത് പങ്കിട്ട ന്യായീകരണം (shared justification) ആണ്. തീരുമാനങ്ങൾ മുകളിൽ നിന്ന് താഴേക്ക് ഒഴുകുന്നതല്ല; മറിച്ച് വിശദീകര ണങ്ങളിലൂടെ, വിമർശനങ്ങളിലൂടെ, തിരുത്തലു കളിലൂടെ വികസിക്കുന്നു. ഇവിടെ വ്യക്തികൾക്ക് ചെയ്യേണ്ടത് "പാലിക്കുക" എന്നല്ല, "പങ്കെടുക്കുക" എന്നതാണ്[57]. പങ്കാളിത്തം (participation) ഒരു ആഡംബരമല്ല; അത് കർത്തൃത്വം (agency) നിലനിർത്താനുള്ള അടിസ്ഥാന ഉപാധിയാണ്.

ഇത്തരമൊരു ഘടനയിൽ അധികാരം അപ്രത്യക്ഷമാകുന്നില്ല. അത് രൂപാന്തരപ്പെടുന്നു. നിയന്ത്രണാധികാരം (command authority)

വിശദീകരണാധികാരമായി (justificatory authority) മാറുന്നു. ഒരു തീരുമാനത്തിന്റെ ശക്തി അതിന്റെ ഉറവിടത്തിൽ നിന്നല്ല, അതിനെ പിന്തുണയ്ക്കുന്ന കാരണങ്ങളുടെ ബലത്തിൽ നിന്നാണ് ഉണ്ടാകുന്നത്[58]. ഇതോടെ "ആരാണ് പറഞ്ഞു" എന്ന ചോദ്യത്തിന് പകരം "എന്തുകൊണ്ട് ചെയ്തു" എന്ന ചോദ്യം സാമൂഹികമായി കേന്ദ്രസ്ഥാനമെടുക്കുന്നു.

ആധുനിക സമൂഹങ്ങളിൽ കർത്തൃത്വത്തിന് ഏറ്റവും വലിയ വെല്ലുവിളി തുറന്ന അധികാരമല്ല; മറിച്ച് അദൃശ്യ നിയന്ത്രണമാണ്. സാങ്കേതിക സംവിധാനങ്ങൾ മനുഷ്യരെ നിർബന്ധിക്കുന്നില്ല; അവ തിരഞ്ഞെടുപ്പുകൾ മുൻകൂട്ടി രൂപകൽപ്പന ചെയ്യുന്നു. ഈ ഘടനയെ പെരുമാറ്റശാസ്ത്രം നഡ്ജിംഗ് (nudging) എന്ന് വിളിക്കുന്നു[59]. നഡ്ജിംഗ് സ്വയം തെറ്റല്ല. എന്നാൽ അത് നിരന്തരം ഉപയോഗിക്കപ്പെടുമ്പോൾ, മനുഷ്യൻ തീരുമാനമെടുക്കുന്നവനല്ല, തീരുമാന ങ്ങളിലേക്ക് നയിക്കപ്പെടുന്നവനായി മാറുന്നു.

നിരീക്ഷണസംവിധാനങ്ങൾ (surveillance systems) ഇവിടെ നിർണായകമാണ്. നിരീക്ഷണം ഭയം സൃഷ്ടിക്കുന്നതിലൂടെയല്ല ഏറ്റവും ശക്തമാകുന്നത്; മറിച്ച് അത് സ്വയംനിയന്ത്രണം (self-regulation) ആന്തരീകരിക്കപ്പെടുമ്പോഴാണ്[60]. "ആരെങ്കിലും നോക്കുന്നു" എന്ന ബോധം "ഞാൻ തെറ്റായി ചിന്തിക്കരുത്" എന്ന ആന്തരിക നിയന്ത്രണമായി മാറുന്നു. ഇതോടെ കർത്തൃത്വം ബാഹ്യമായി ഇല്ലാതാക്കപ്പെടുന്നില്ല; അത് ഉള്ളിൽ നിന്ന് തന്നെ ചുരുങ്ങുന്നു.

ഡിജിറ്റൽ ഭരണഘടനകൾ (digital governance frameworks) മനുഷ്യനെ ഡാറ്റാ യൂണിറ്റുകളായി വായിക്കുമ്പോൾ, വ്യക്തിയുടെ നൈതിക സങ്കീർണ്ണത കാണാതാകുന്നു[61]. മനുഷ്യൻ പ്രവചനയോഗ്യനാകുമ്പോൾ, അവന്റെ നിഷേധശേഷി (capacity to say no) സംവിധാനത്തിന് ഒരു പിശകായി തോന്നുന്നു. അതുകൊണ്ടാണ് കർത്തൃത്വം സംരക്ഷിക്കുന്ന സാങ്കേതിക രൂപകൽപ്പനകൾ

നിർണായകമാകുന്നത്. ഉപയോക്താവിന് വിശദീകരണം ചോദിക്കാനുള്ള അവകാശം, തീരുമാനം എങ്ങനെ ഉണ്ടായി എന്ന് മനസ്സിലാക്കാനുള്ള കഴിവ്, സ്വയം മാറിനിൽക്കാനുള്ള (opt-out) സൗകര്യം—ഇവയില്ലാതെ സാങ്കേതിക പുരോഗതി മാനസിക പിന്മാറ്റമായി മാറും[62].സമാധാനം സാധാരണയായി യുദ്ധത്തിന്റെ അഭാവമായി മാത്രം നിർവചിക്കപ്പെടുന്നു. എന്നാൽ ഈ നിർവചനം അപൂർണ്ണമാണ്. യുദ്ധമില്ലാത്ത സമൂഹങ്ങൾ പോലും ഉപദ്രവം (harm) സാധാരണവൽക്കരിച്ചിരിക്കാം. പുരാണനിർമ്മിതികൾ (myth-making) ഇവിടെ നിർണായക പങ്ക് വഹിക്കുന്നു. സമാധാനം "ത്യാഗത്തിന്റെ ഫലം", "വീരമൃത്യുവിന്റെ നേട്ടം", "ചരിത്രാനിവാര്യതയുടെ അവസാനഘട്ടം" എന്ന ഭാഷയിൽ അവതരിപ്പിക്കുമ്പോൾ, ഉപദ്രവത്തിന്റെ യഥാർത്ഥ ഘടനകൾ മറഞ്ഞുപോകുന്നു[63].

പുരാണനിർമ്മിതിയില്ലാത്ത സമാധാനം വാഗ്ദാനങ്ങൾ നൽകുന്നില്ല; അത് അസ്വസ്ഥമായ ചോദ്യങ്ങൾ ഉയർത്തുന്നു. "ആർക്കാണ് വില കൊടുത്തത്?", "ആരുടെ വേദനയാണ് മറഞ്ഞത്?", "ഇത് വീണ്ടും സംഭവിക്കാതിരിക്കാൻ എന്താണ് മാറേണ്ടത്?" എന്നിങ്ങനെയുള്ള ചോദ്യങ്ങളാണ് സമാധാനത്തെ സ്ഥിരതയുള്ളതാക്കുന്നത്[64]. ഇത്തരം ചോദ്യങ്ങൾ അധികാരങ്ങൾക്ക് അസ്വസ്ഥത സൃഷ്ടിക്കും. എന്നാൽ അതാണ് സമാധാനത്തിന്റെ സുരക്ഷാ സംവിധാനം.

ഇവിടെയാണ് സ്ഥാപന ഓർമ്മയുടെ (institutional memory) പങ്ക് നിർണായകമാകുന്നത്. പരാജയങ്ങളും ഉപദ്രവങ്ങളും രേഖപ്പെടുത്തപ്പെടാതെ, അവ മഹത്വവൽക്കരിക്കപ്പെടുമ്പോൾ, ചരിത്രം പാഠമാകുന്നില്ല; അത് ആവർത്തനമായി മാറുന്നു[65]. സമാധാനം നിലനിർത്തുന്ന സ്ഥാപനങ്ങൾ വിജയകഥകൾ മാത്രമല്ല, തങ്ങളുടെ പരാജയങ്ങളും തുറന്ന് സൂക്ഷിക്കുന്നവയായിരിക്കണം.

അവസാനം, അനുസരണാനന്തര സമൂഹങ്ങൾ സ്വപ്നലോകമല്ല. അവ സ്ഥിരമായ പരിശ്രമമാണ്. കർത്തൃത്വം ഒരിക്കൽ നേടിയാൽ സ്ഥിരമായി നിലനിൽക്കുന്ന ഒന്നല്ല; അത് ഓരോ തലമുറയും പുതുക്കി ഉറപ്പിക്കേണ്ട സാമൂഹിക കരാറാണ്. ആ കരാർ തകരുന്നിടത്താണ് ഉപദ്രവം വീണ്ടും സാധാരണമായി തോന്നുന്നത്. സമാധാനം ഒരു അവസ്ഥയല്ല. അത് കർത്തൃത്വം നഷ്ടപ്പെടാത്ത മനുഷ്യരുടെ തുടർച്ചയായ പ്രവർത്തനമാണ്.

സാധാരണയായി നിഷേധം (refusal) സാമൂഹിക അച്ചടക്കക്കേടായോ അനുസരണക്കേടായോ ചിത്രീകരിക്കപ്പെടുന്നു. എന്നാൽ സാമൂഹ്യ-നൈതിക വിശകലനം വ്യക്തമാക്കുന്നത്, എല്ലാ ആരോഗ്യകരമായ സമൂഹങ്ങൾക്കും ആവശ്യമായ ഒരു അടിസ്ഥാന ശേഷിയാണ് നിഷേധം എന്നതാണ്[66]. ഇത് പ്രതികാരപരമായ എതിർപ്പോ വികാരപ്രേരിത പ്രതിഷേധമോ അല്ല. മറിച്ച്, കർത്തൃത്വം (agency) നിലനിൽക്കുന്നിടത്ത് സ്വാഭാവികമായി ഉണ്ടാകുന്ന ഒരു നൈതിക ഇടപെടലാണ്.

നിഷേധം സാധ്യമാകുന്നത്, വ്യക്തിക്ക് "ഇല്ല" എന്ന് പറയാനുള്ള ഭാഷയും സംരക്ഷണവും സാമൂഹികമായി ലഭിക്കുമ്പോഴാണ്. അനുസരണത്തെ മാത്രമാണ് പൗരത്വത്തിന്റെ മാനദണ്ഡമായി നിർവചിക്കുന്ന സമൂഹങ്ങളിൽ, നിഷേധം കുറ്റബോധത്തോടെയാണ് ബന്ധിപ്പിക്കപ്പെടുന്നത്. എന്നാൽ പൗരധർമ്മ ത്തിന്റെ (civic virtue) പരിധിയിൽ നിഷേധം വരുമ്പോൾ, അത് സാമൂഹിക സുരക്ഷാ സംവിധാന മായി മാറുന്നു[67]. കാരണം, എല്ലാ ഹാനികരമായ തീരുമാനങ്ങളും ആദ്യമായി തടയപ്പെടുന്നത് നിഷേധത്തിന്റെ ചെറിയ നിമിഷങ്ങളിലാണ്.

ചരിത്രപരമായി നോക്കുമ്പോൾ, വലിയ സാമൂഹിക ദുരന്തങ്ങൾ ഉണ്ടായത് ആളുകൾ അനുസരിച്ചു

എന്നതുകൊണ്ടല്ല. അവർ നിഷേധിക്കാൻ കഴിയാതിരുന്നതുകൊണ്ടാണ്[68]. "എനിക്ക് വേറെ വഴിയില്ല" എന്ന വാചകം വ്യക്തിയുടെ കർത്തൃത്വം പിൻവലിക്കപ്പെട്ടതിന്റെ സൂചനയാണ്. നിഷേധം ഇവിടെ ഒരു വ്യക്തിഗത ധൈര്യമല്ല; അത് ഘടനാപരമായി സംരക്ഷിക്കപ്പെടേണ്ട ഒരു സാമൂഹിക ശേഷിയാണ്.

ആധുനിക വിദ്യാഭ്യാസം അറിവ് നൽകുന്നതിൽ കേന്ദ്രീകരിച്ചിരിക്കുമ്പോൾ, തീരുമാനങ്ങൾ എങ്ങനെ രൂപപ്പെടുന്നു എന്ന ബോധം നൽകുന്നതിൽ പരാജയപ്പെടുന്നു. അൽഗോരിതമിക സംവിധാനങ്ങൾ (algorithmic systems) മനുഷ്യരുടെ മുൻഗണനകളും തിരഞ്ഞെടുപ്പുകളും പ്രവചിക്കുകയും സ്വാധീനിക്കുകയും ചെയ്യുന്ന സാഹചര്യത്തിൽ, കർത്തൃത്വവിദ്യാഭ്യാസം (agency education) ഒരു നൈതിക അടിയന്തരതയായി മാറുന്നു[69].

ഇവിടെ വിദ്യാഭ്യാസത്തിന്റെ ലക്ഷ്യം "ശരിയായ ഉത്തരങ്ങൾ" പഠിപ്പിക്കുക എന്നതല്ല. "ഈ തീരുമാനം എങ്ങനെയാണ് എന്നിലേക്ക് എത്തിയത്?" എന്ന ചോദ്യം ചോദിക്കാൻ കഴിയുന്ന ബുദ്ധിശേഷി വളർത്തുകയാണ്. അൽഗോരിതങ്ങൾ നിർദേശങ്ങൾ നൽകുമ്പോൾ, അവ നിഷ്പക്ഷമാണെന്ന മിഥ്യാബോധം (myth of neutrality) ചോദ്യം ചെയ്യാൻ പഠിക്കാത്ത സമൂഹങ്ങൾ സ്വമേധയാ നിയന്ത്രണത്തി ലേക്ക് നീങ്ങുന്നു[70].

കർത്തൃത്വം നിലനിർത്തുന്ന വിദ്യാഭ്യാസം മൂന്നു തലങ്ങളിൽ പ്രവർത്തിക്കണം. ഒന്നാമത്, തീരുമാനങ്ങളുടെ സാങ്കേതിക ഉറവിടങ്ങൾ തിരിച്ചറിയാനുള്ള ബോധം. രണ്ടാമത്, അവയുടെ സാമൂഹിക ഫലങ്ങൾ വിലയിരുത്താനുള്ള നൈതിക പരിശീലനം. മൂന്നാമത്, നിർദ്ദേശങ്ങളെ നിരസിക്കാനുള്ള മാനസിക സുരക്ഷ. ഈ മൂന്നും ഇല്ലാതെ, ഡിജിറ്റൽ പൗരത്വം (digital citizenship) ഒരു ശൂന്യവാചകമായി മാറും[71].

അധ്യാപകൻ ഇവിടെ അറിവിന്റെ അധികാരകേന്ദ്രമല്ല. മറിച്ച്, ചോദ്യങ്ങൾ ചോദിക്കാൻ അനുവാദം നൽകുന്ന സാമൂഹിക ഇടനിലക്കാരനാണ്. "ഇത് എന്തുകൊണ്ട് ഇങ്ങനെ രൂപകൽപ്പന ചെയ്തു?" എന്ന ചോദ്യം പഠിപ്പിക്കുന്ന വിദ്യാഭ്യാസം, "ഇത് ഉപയോഗിക്കുക" എന്ന നിർദ്ദേശത്തേക്കാൾ ദീർഘകാലത്തിൽ സമൂഹത്തെ സംരക്ഷിക്കും[72].

സമൂഹങ്ങൾ ഹിംസയെ (violence) ഓർക്കുന്ന രീതി തന്നെയാണ് ഭാവിയിലെ ഹിംസയുടെ സാധ്യത നിർണ്ണയിക്കുന്നത്. ഹിംസയെ പുരാണങ്ങളിലൂടെ (myths) ഓർക്കുമ്പോൾ, അത് മഹത്വവൽക്കരിക്കപ്പെ ടുന്നു. വീരത, ത്യാഗം, ചരിത്രാനിവാര്യത എന്നീ ഭാഷകൾ ഹിംസയെ ശുദ്ധീകരിക്കുന്നു[73]. ഇതോടെ ഓർമ്മ (memory) മുന്നറിയിപ്പാകാതെ പ്രചോദനമായി മാറുന്നു.

പുരാണനിർമ്മിതിയില്ലാത്ത ഓർമ്മപ്പെടുത്തൽ (non-mythic remembrance) ഒരു അസ്വസ്ഥമായ പ്രവർത്ത നമാണ്. അത് ആശ്വാസം നൽകുന്നില്ല; മറിച്ച് ഉത്തരവാദിത്വം ഉണർത്തുന്നു. ഇവിടെ ചോദിക്കുന്നത് "ആരാണ് ജയിച്ചത്?" എന്നല്ല, "ആർക്കാണ് നഷ്ടമായത്?" എന്നതാണ്[74]. ഈ ചോദ്യം നിലനിൽക്കുന്നിടത്ത്, ഹിംസ വീണ്ടും ആവർത്തി ക്കാൻ ബുദ്ധിമുട്ടാകും.

സ്മാരകങ്ങൾ, പാഠപുസ്തകങ്ങൾ, ഔദ്യോഗിക അനുസ്മരണങ്ങൾ ഇവ ഓർമ്മയുടെ രാഷ്ട്രീയം (politics of memory) രൂപപ്പെടുത്തുന്നു. ഹിംസയെ വിശുദ്ധീകരിക്കുന്ന ഓർമ്മകൾ സമൂഹത്തെ തയ്യാറാക്കുന്നു; ഹിംസയെ തുറന്നുവെക്കുന്ന ഓർമ്മകൾ സമൂഹത്തെ ജാഗ്രതയോടെ നിർത്തുന്നു[75]. അതിനാൽ "എങ്ങനെ ഓർക്കണം" എന്നത് ഒരു നൈതിക തീരുമാനമാണ്.

ഹിംസയെ മഹത്വവൽക്കരിക്കാതെ ഓർക്കുന്ന സമൂഹങ്ങൾ പൂർണമായും സമാധാനപരമാകു മെന്നില്ല. എന്നാൽ അവയ്ക്ക് ഒരു നിർണായക മുൻതൂക്കം ഉണ്ടാകും: അവർക്ക് വീണ്ടും അതേ പിഴവ്

സംഭവിക്കുമ്പോൾ അത് തിരിച്ചറിയാനുള്ള ഭാഷ ഉണ്ടാകും. തിരിച്ചറിവാണ് പുനരാവർത്തനത്തിനെതിരെയുള്ള ആദ്യ പ്രതിരോധം[76].

അവസാനമായി, നിഷേധം, കർത്തൃത്വവിദ്യാഭ്യാസം, പുരാണനിർമ്മിതിയില്ലാത്ത ഓർമ്മ ഇവ ഒരേ ദിശയിലേക്ക് ചൂണ്ടുന്നു. മനുഷ്യൻ അനുസരിക്കാൻ മാത്രമല്ല, ഉത്തരവാദിത്വത്തോടെ നിർത്താൻ കഴിയുന്ന ഒരു സാമൂഹിക ജീവിയാണ്. ആ ശേഷി സംരക്ഷിക്കപ്പെടുന്നിടത്താണ് ഹിംസയുടെ ചക്രം മന്ദഗതിയിലാകുന്നത്.

അനുസരണകേന്ദ്രിതമായ സാമൂഹിക ഘടനകൾ ക്ഷയിക്കുമ്പോൾ ഉയരുന്ന പ്രധാന ചോദ്യം ഇതാണ്: കമാൻഡിന് പകരം എന്ത് വരും? ഉത്തരമെന്ന നിലയിൽ പലരും ആശയക്കുഴപ്പത്തിലാകുന്നു, കാരണം ആജ്ഞ ഇല്ലെങ്കിൽ അരാജകത ഉണ്ടാകുമെന്ന ഒരു ആഴമുള്ള സാമൂഹിക ധാരണ നിലനിൽക്കുന്നു[77]. എന്നാൽ സാമൂഹ്യ–മാനസിക പഠനങ്ങൾ സൂചിപ്പിക്കുന്നത്, ആജ്ഞയുടെ അഭാവം അരാജകതയുടെ തുടക്കം അല്ല; ഉത്തരവാദിത്വത്തിന്റെ പുനർവിതരണമാണ്.

കമാൻഡ് (command) എന്നത് തീരുമാനത്തിന്റെ ഭാരവും ഉത്തരവാദിത്തവും ഒരിടത്ത് കേന്ദ്രീകരിക്കുന്ന ഒരു ഘടനയാണ്. ഇതിന് പകരം ഉയരേണ്ടത് സംവാദാധിഷ്ഠിതമായ ഏകോപനം (deliberative coordination) ആണ്. ഇവിടെ തീരുമാനങ്ങൾ ഉണ്ടാകുന്നത് മുകളിൽ നിന്ന് താഴേക്കല്ല; മറിച്ച് പരസ്പര ചർച്ചയിലൂടെയും പ്രതികരണങ്ങളിലൂടെയും ആണ്[78]. ഇത് മന്ദഗതിയിലായേക്കാം, പക്ഷേ ഹാനികരമായ തീരുമാനങ്ങൾ തടയാനുള്ള സാമൂഹിക പ്രതിരോധശേഷി ഇതിലൂടെ വർധിക്കുന്നു.പോസ്റ്റ്-ഒബീഡിയൻസ് സമൂഹങ്ങളിൽ (post-obedience societies) അധികാരം അപ്രത്യക്ഷമാകു ന്നില്ല. അത് രൂപം മാറ്റുന്നു. അധികാരം ഇനി "ആജ്ഞാപിക്കുക" എന്ന ക്രിയയല്ല;

“ന്യായീകരി ക്കുക” എന്ന പ്രക്രിയയാണ്. ഓരോ തീരുമാനത്തിനും വിശദീകരണം ആവശ്യമായിടത്ത്, അനീതിക്ക് ചുരുങ്ങിയ ആയുസ്സേ ഉണ്ടാകൂ[79].

ആധുനിക സാങ്കേതിക സംവിധാനങ്ങൾ കർത്തൃത്വത്തിന് (agency) ഇരട്ട സ്വഭാവമുള്ള വെല്ലുവിളിയാണ്. ഒരുവശത്ത്, അവ മനുഷ്യശേഷി വർധിപ്പിക്കുന്നു. മറുവശത്ത്, തീരുമാനങ്ങൾ മനുഷ്യനിൽ നിന്ന് അൽഗോരിതങ്ങളിലേക്ക് മാറ്റുന്നു. നിരീക്ഷണ സംവിധാനങ്ങൾ (surveillance systems) സുരക്ഷയുടെ ഭാഷയിൽ അവതരിപ്പിക്കപ്പെടു മ്പോൾ, അവ കർത്തൃത്വത്തിന്റെ പരിധി ചുരുക്കു ന്നു[80].

നിരീക്ഷണം നേരിട്ട് അക്രമമാകുന്നില്ല. എന്നാൽ അത് സ്വയംനിയന്ത്രണത്തെ (self-regulation) നിർബന്ധമാക്കുന്നു. “എപ്പോഴും കാണപ്പെടുന്നു” എന്ന ബോധം, വ്യക്തിയെ സ്വയം തിരുത്തുന്ന ഒരു ഘടനയിലേക്ക് മാറ്റുന്നു. മിഷേൽ ഫൂക്കോ വിവരിച്ച പാനോപ്റ്റിക് ഘടന (panoptic structure) ഇവിടെ ഡിജിറ്റൽ രൂപത്തിൽ ആവർത്തിക്കപ്പെടുന്നു[81]. കർത്തൃത്വം ഇല്ലാതാകുന്നത് ബലത്തിലൂടെയല്ല; മുൻകൂർ അനുസരണത്തിലൂടെയാണ്.

എന്നാൽ സാങ്കേതികവിദ്യ അനിവാര്യമായി നിയന്ത്രണത്തിലേക്ക് നയിക്കണമെന്നില്ല. രൂപകൽപ്പന (design) തന്നെയാണ് നിർണായകം. കർത്തൃത്വത്തെ മാനിക്കുന്ന സാങ്കേതിക സംവിധാനങ്ങൾ, ഉപയോക്താവിന് തീരുമാന ങ്ങളുടെ വിശദാംശങ്ങൾ കാണാനും ചോദ്യം ചെയ്യാനും നിരസിക്കാനും അവസരം നൽകും[82]. അൽഗോരിതമിക സുതാര്യത (algorithmic transparency) ഇവിടെ ഒരു സാങ്കേതിക സവിശേഷതയല്ല; ഒരു നൈതിക അവകാശമാണ്.

സമാധാനം പലപ്പോഴും ഒരു പുരാണമായി (myth) അവതരിപ്പിക്കപ്പെടുന്നു. “നമ്മൾ സമാധാന പ്രിയരാണ്” എന്ന സ്വയംചിത്രീകരണം, സമൂഹങ്ങളെ അവരുടെ തന്നെ ഹാനികരമായ പ്രവർത്തനങ്ങളിൽ നിന്ന്

അന്ധരാക്കുന്നു[83]. സമാധാനം ഒരു സ്വഭാവഗു ണമല്ല; അത് തുടർച്ചയായ ഘടനാപര പരിശ്രമത്തിന്റെ ഫലമാണ്.

പുരാണരഹിത സമാധാനരൂപകൽപ്പന (non-mythic peace design) ആരംഭിക്കുന്നത് അസ്വസ്ഥമായ സത്യങ്ങളിൽ നിന്നാണ്. സ്വന്തം ചരിത്രത്തിലെ ഉപദ്രവങ്ങളും ദ്രോഹങ്ങളും (harm and betrayal) തുറന്നുവെക്കാനുള്ള സന്നദ്ധത, സമാധാനത്തിന്റെ ആദ്യപടി തന്നെയാണ്[84]. ഇവിടെ ലക്ഷ്യം കുറ്റബോധം വളർത്തലല്ല; മറിച്ച് ഉത്തരവാദിത്വ ബോധം നിലനിർത്തലാണ്.

സമാധാനസംവിധാനങ്ങൾ രൂപകൽപ്പന ചെയ്യു മ്പോൾ, ഒരു നിർണായക ചോദ്യം ഉയരണം: "ഈ സംവിധാനം തെറ്റായ തീരുമാനങ്ങളെ എങ്ങനെ തടയും?" യുദ്ധം ഒഴിവാക്കുന്ന സംവിധാനങ്ങ ളേക്കാൾ പ്രധാനമാണ്, യുദ്ധത്തിലേക്ക് നയിക്കുന്ന ചെറിയ തീരുമാനങ്ങളെ തിരിച്ചറിയുന്ന സംവിധാനങ്ങൾ[85]. സമാധാനം ഒരു അന്തിമാവസ്ഥ യല്ല; അത് നിരന്തരം പുതുക്കപ്പെടേണ്ട ഒരു സാമൂഹി ക പ്രാക്ടീസാണ്.

ഈ എല്ലാ നിരീക്ഷണങ്ങളും ഒരേ ദിശയിലേക്കാണ് ചൂണ്ടുന്നത്. മനുഷ്യസമൂഹങ്ങൾ അനുസരണത്തെ കേന്ദ്രമാക്കിയ ഘടനകളിൽ നിന്ന് ഉത്തരവാദിത്വത്തെ കേന്ദ്രമാക്കിയ ഘടനകളിലേക്ക് മാറേണ്ട ഒരു സിവിലിസേഷണൽ ഘട്ടത്തിലാണ്[86]. ഇത് വേഗത്തിൽ സംഭവിക്കില്ല. കാരണം അനുസരണം ലളിതമാണ്; ഉത്തരവാദിത്വം ബുദ്ധിമുട്ടാണ്.

ഉത്തരവാദിത്വം (responsibility) എന്നത് തീരുമാനത്തിന്റെ ഫലങ്ങൾ നേരിടാനുള്ള തയ്യാറെടുപ്പാണ്. അതിന് ഓർമ്മ വേണം, നിഷേധം വേണം, സംവാദം വേണം. അതിനാൽ തന്നെ, ഉത്തരവാദിത്വം ആവശ്യപ്പെടുന്ന സംവിധാനങ്ങൾ എപ്പോഴും അധികാരകേന്ദ്രങ്ങൾക്ക് അസൗകര്യമുണ്ടാക്കും[87]. എന്നാൽ ദീർഘകാലത്തിൽ, അതേ അസൗകര്യമാണ് സമൂഹങ്ങളെ ഹിംസയുടെ ആവർത്തനത്തിൽ നിന്ന് രക്ഷിക്കുന്നത്.

അവസാനമായി, കർത്തൃത്വം നിലനിൽക്കുന്ന സമൂഹങ്ങൾ പൂർണമായും സമാധാനപരമാകുമെന്ന വാഗ്ദാനം ഇല്ല. പക്ഷേ അവയ്ക്ക് ഒരു നിർണായക ശേഷിയുണ്ട്: തെറ്റ് സംഭവിക്കുമ്പോൾ അത് തിരിച്ചറിയാനും തിരുത്താനും കഴിയുന്ന ശേഷി. ആ ശേഷിയാണ് മനുഷ്യസമൂഹങ്ങളെ യന്ത്രങ്ങളിൽ നിന്ന് വേർതിരിക്കുന്ന അടിസ്ഥാനഗുണം.

മനുഷ്യചരിത്രത്തിൽ അധികാരം പലപ്പോഴും ക്രമവും സ്ഥിരതയും ഉറപ്പാക്കുന്ന ഘടനയായി അവതരിപ്പിക്കപ്പെട്ടിട്ടുണ്ട്. എന്നാൽ ആ ക്രമം നിലനിർത്തുന്ന പ്രക്രിയയിൽ മനുഷ്യനെ സ്വതന്ത്രമായി തീരുമാനമെടുക്കുന്ന ഒരു ഏജന്റായി കാണാതെ, അനുസരണം നിർവഹിക്കുന്ന ഒരു പ്രവർത്തനഘടകമായി ചുരുക്കിയതാണ് ചരിത്രത്തിന്റെ ആവർത്തിക്കുന്ന പാഠം. നിയമം, മതം, ധർമ്മം, രാഷ്ട്രം തുടങ്ങിയ ഉയർന്ന മൂല്യഭാഷകൾ വഴി അധികാരം മനുഷ്യബോ ധത്തിനുള്ളിൽ ആന്തരീകരിക്കപ്പെടുമ്പോൾ, വ്യക്തി തന്റെ പ്രവൃത്തികളുടെ ഉത്തരവാദിത്തം സ്വയം ഏറ്റെടുക്കുന്നവനല്ല, മറിച്ച് "ശരിയെന്ന് പറയപ്പെട്ടത്" നടപ്പിലാക്കുന്നവനായി മാറുന്നു[12]. ഇതാണ് കർത്തൃത്വത്തിന്റെ ക്രമേണമായ ക്ഷയത്തിലേക്കുള്ള ഘടനാപര വഴിമാറ്റം.

മാക്സ് വെബറുടെ നിരീക്ഷണം ഇവിടെ നിർണായകമാണ്. അധികാരം നിലനിൽക്കുന്നത് അതിന്റെ ബലത്തിലല്ല, മറിച്ച് അതിനെ അംഗീകരിക്കുന്ന മനുഷ്യരുടെ മനസ്സിലാണ്[12]. എന്നാൽ ഈ അംഗീകാരം സ്വതന്ത്രമായ വിധിനിർണ്ണയത്തിന്റെ ഫലമാണോ, അല്ലെങ്കിൽ സാമൂഹികമായി നിർമ്മിക്കപ്പെട്ട അനുസരണ ബോധത്തിന്റെ ഫലമാണോ എന്ന ചോദ്യം അധികാരത്തിന്റെ നൈതിക സ്വഭാവത്തെ നിർണ്ണയിക്കുന്നു. ഹന്ന അരണ്ട് ചൂണ്ടിക്കാണിച്ചതുപോലെ, "ഞാൻ ചിന്തിക്കുന്നില്ല, ഞാൻ ചെയ്യുകയാണ്" എന്ന മാനസികാവസ്ഥ സാധാരണമാ

കുമ്പോൾ, അധികാരം അതിന്റെ ഏറ്റവും അപകടകരമായ രൂപത്തിലേക്ക് മാറുന്നു[13]. ഈ ഘട്ടത്തിൽ മനുഷ്യൻ തീരുമാനമെടുക്കുന്ന ഏജന്റല്ല, തീരുമാനങ്ങൾ നടപ്പിലാക്കുന്ന ഉപാധിയാണ്.

ഈ ചരിത്രാനുഭവത്തെ പൂർണ്ണമായി നിഷേധി ക്കാതെ തന്നെ, ആധുനിക സാമൂഹ്യചിന്ത ഒരു നിർണായക തിരുത്തൽ മുന്നോട്ടുവയ്ക്കുന്നു. മിഷേൽ ഫൂക്കോയുടെ അഭിപ്രായത്തിൽ, അധികാരം ഒരു വസ്തുവല്ല; അത് ബന്ധങ്ങളുടെ ശൃംഖലയാണ്[14]. അതിനാൽ എല്ലാ അധികാരബന്ധ ങ്ങളും അനിവാര്യമായി മനുഷ്യനെ അടിച്ചമ ർത്തണമെന്നില്ല. ചില ഘടനകളിൽ അധികാരം മനുഷ്യനെ നിയന്ത്രിക്കുന്നതിനു പകരം, മനുഷ്യനെ രൂപപ്പെടുത്തുകയും ശേഷികൾ വികസിപ്പിക്കുകയും ചെയ്യുന്നു.

അമർത്ത്യ സെൻ വികസനത്തെക്കുറിച്ച് അവതരിപ്പിക്കുന്ന കാഴ്ചപ്പാട് ഇതേ ദിശയിലാണ്. വികസനം സാമ്പത്തിക വളർച്ചയല്ല, മറിച്ച് മനുഷ്യന്റെ സ്വാതന്ത്ര്യവും ശേഷിവികസ നവുമാണ്[15]. ഈ നിലപാടിൽ അധികാരം മനുഷ്യന്റെ കർത്തൃത്വം ഇല്ലാതാക്കുന്ന ഒന്നല്ല; മറിച്ച് തീരുമാനമെടുക്കാനുള്ള കഴിവ് ശക്തിപ്പെടുത്തുന്ന സാമൂഹിക ഘടനയായിരി ക്കണം. പൗലോ ഫ്രെയ്റെയുടെ വിമോചനാത്മക വിദ്യാഭ്യാസചിന്തയിലും ഇതേ തത്വം വ്യക്തമാണ്. അധികാരം ചോദ്യങ്ങളെ അടച്ചുപൂട്ടുന്നില്ലെങ്കിൽ, മറിച്ച് ചോദ്യങ്ങൾ ഉണർത്തുന്നുവെങ്കിൽ, അത് കർത്തൃത്വത്തെ നശിപ്പിക്കുന്നില്ല[16].

ഈ സിദ്ധാന്തപരമായ തിരിച്ചറിവ് പ്രായോഗികമായി എങ്ങനെ പ്രവർത്തിക്കുന്നു എന്നതാണ് വിശദമായി പരിശോധിക്കുന്നത്. പ്രത്യേകിച്ച് മൂന്ന് മേഖലകളിലാണ് അധികാരവും കർത്തൃത്വവും തമ്മിലുള്ള സംഘർഷം ഏറ്റവും ശക്തമായി പ്രകടമാകുന്നത്. ഭരണകൂടത്തിൽ, പങ്കാളിത്താധി ഷ്ഠിത ഭരണരീതികൾ നിർണായകമാണ്.

പൊതുചർച്ചകളും സംവാദാത്മക നയനിർമ്മാണവും വ്യക്തമായ ഉത്തരവാദിത്തരേഖകളും ഉള്ളിടത്ത്, അധികാരം നിയന്ത്രണമായി മാറുന്നില്ല. മറിച്ച്, അത് പൗരന്മാരെ തീരുമാനങ്ങളുടെ പങ്കാളികളാക്കുന്നു[17]. ഹാബർമാസിന്റെ സംവാദാത്മക യുക്തിബോധം ഇവിടെ ഒരു അടിസ്ഥാന ഘടന നൽകുന്നു[19].സൈനിക സംവിധാനത്തിൽ, അനുസരണം അനിവാര്യമായ ഘടകമാണെങ്കിലും, അന്ധാനുസരണം തന്നെ ഏറ്റവും വലിയ അപകടമാണ്. ചരിത്രം തെളിയിക്കുന്നത്, ചിന്തരഹിത അനുസരണം വലിയ മനുഷ്യവിപത്തുകളിലേക്ക് നയിച്ചിട്ടുണ്ടെന്നാണ്[26]. അതിനാൽ നിയമവിരുദ്ധ ആജ്ഞകൾ നിരസിക്കാനുള്ള അവകാശവും നൈതിക പരിശീലനവും സൈനിക ഘടനയിൽ കർത്തൃത്വം സംരക്ഷിക്കുന്ന നിർണായക ഘടകങ്ങളാണ്[27].

വിദ്യാഭ്യാസ രംഗത്ത്, അധികാരാധിഷ്ഠിത മാതൃകകൾ അനുസരണപൗരന്മാരെ സൃഷ്ടിക്കുന്നു. വിമോചനാത്മക വിദ്യാഭ്യാസം വിദ്യാർത്ഥിയെ ചോദ്യങ്ങൾ ചോദിക്കുന്ന, ഉത്തരവാദിത്തമുള്ള സാമൂഹിക ഏജന്റായി രൂപപ്പെടുത്തുന്നു[29]. ഇവിടെ അധ്യാപകൻ അറിവിന്റെ ഏകാധിപതിയല്ല; ചിന്തയ്ക്ക് ഇടം നൽകുന്ന മാർഗ്ഗനിർദ്ദേശകനാണ്.

ഈ എല്ലാ നിരീക്ഷണങ്ങളും ചേർന്ന് ഒരു സിവിലിസേഷണൽ മാറ്റത്തിന്റെ ആവശ്യകതയെ സൂചിപ്പിക്കുന്നു. സമൂഹങ്ങൾ അനുസരണത്തെ സാമൂഹിക ഗുണമായി കണക്കാക്കിയ ഘട്ടത്തിൽ നിന്ന്, ഉത്തരവാദിത്വത്തെ കേന്ദ്രമാക്കിയ ഘടനകളിലേക്ക് മാറണം. യഥാർത്ഥ നൈതികത "ഞാൻ നിയമം പാലിച്ചു" എന്ന വാചകത്തിലല്ല, "ഞാൻ ചെയ്തതിന്റെ ഫലങ്ങൾ ഞാൻ ഏറ്റെടുക്കുന്നു" എന്ന ബോധത്തിലാണ്[28]. ഈ മാറ്റം വ്യക്തിഗത ധാർമ്മികതയിൽ മാത്രം സംഭവിക്കില്ല; അത് സ്ഥാപനങ്ങളുടെയും സംസ്കാരത്തിന്റെയും ഘടനയിൽ തന്നെ അടിയുറച്ചിരിക്കണം.

നിഷേധം ഒരു പൗരധർമ്മമായി/അവകാശമായി സ്ഥാപിക്കപ്പെടണം. ഈ സിവിലൈസേഷണൽ മാറ്റത്തിന്റെ കേന്ദ്രത്തിൽ നിഷേധത്തിന്റെ പുനർമൂല്യനിർണ്ണയമുണ്ട്. "ഇല്ല" എന്ന് പറയാനുള്ള ശേഷി സാമൂഹിക അച്ചടക്കക്കേടല്ല; മറിച്ച് ഒരു നൈതിക സുരക്ഷാ സംവിധാനമാണ്[30]. ചരിത്രത്തിലെ വലിയ സാമൂഹിക ദുരന്തങ്ങൾ ഉണ്ടായത് ആളുകൾ അനുസരിച്ചു എന്നതുകൊണ്ടല്ല, അവർ നിഷേധിക്കാൻ കഴിയാതിരുന്ന തുകൊണ്ടാണ്[31]. നിഷേധം ഘടനാപരമായി സംരക്ഷിക്കപ്പെടുന്നിടത്താണ് അധികാരം മനുഷ്യവിരുദ്ധമാകാതെ നിലനിൽക്കുന്നത്.

ആധുനിക സമൂഹങ്ങളിൽ അധികാരത്തിന്റെ ഏറ്റവും സൂക്ഷ്മവും അപകടകരവുമായ രൂപം സാങ്കേതിക സംവിധാനങ്ങളിലൂടെയാണ് പ്രവർത്തിക്കുന്നത്. അൽഗോരിതങ്ങൾ, നിരീക്ഷണസംവിധാനങ്ങൾ, നഡ്ജിംഗ് എന്നിവ മനുഷ്യനെ നിർബന്ധിക്കുന്നില്ല; മറിച്ച് തീരുമാനങ്ങൾ മുൻകൂട്ടി രൂപകൽപ്പന ചെയ്യുന്നു[32]. ഇതിലൂടെ കർത്തൃത്വം ബാഹ്യമായി ഇല്ലാതാകുന്നില്ല; അത് ഉള്ളിൽ നിന്ന് തന്നെ ചുരുങ്ങുന്നു.അതുകൊണ്ട്, കർത്തൃത്വം മാനിക്കുന്ന സാങ്കേതിക രൂപകൽപ്പനകൾ നിർണായകമാണ്. സുതാര്യത, വിശദീകരണം ചോദിക്കാനുള്ള അവകാശം, ഒഴിവാക്കാൻ ഉള്ള അവകാശം (opt-out) സൗകര്യങ്ങൾ എന്നിവ ഇല്ലാതെ സാങ്കേതിക പുരോഗതി സാമൂഹിക പിന്മാറ്റമായി മാറും[33].

ഹിംസയെ മഹത്വവൽക്കരിക്കുന്ന ഓർമ്മകൾ ഭാവിയിലെ ഹിംസയ്ക്ക് സാമൂഹിക അനുമതി നൽകുന്നു. സമാധാനം നിലനിൽക്കണമെങ്കിൽ, സമൂഹങ്ങൾ സ്വന്തം പരാജയങ്ങളും ഉപദ്രവങ്ങളും തുറന്ന് ഓർക്കണം[34]. ഓർമ്മ ഒരു ആശ്വാസപ്രക്രി യയല്ല; അത് ഉത്തരവാദിത്തം ഉണർത്തുന്ന സാമൂഹിക പ്രവർത്തനമാണ്. ഹിംസയെ വിശുദ്ധീകരിക്കാതെ ഓർക്കുന്നിടത്താണ് ആവർത്തനം തടയപ്പെടുന്നത്[35].

അധികാരം സ്വയം അപകടകരമല്ല. കർത്തൃത്വം ഇല്ലാതാക്കുന്ന ഘടനകളാണ് അപകടകരം. ഭാവിയിലെ സമൂഹങ്ങളുടെ യഥാർത്ഥ വെല്ലുവിളി ശക്തമായ സ്ഥാപനങ്ങൾ നിർമ്മിക്കുക എന്നതല്ല, മറിച്ച് കർത്തൃത്വം നിലനിർത്തുന്ന സ്ഥാപനങ്ങൾ രൂപകൽപ്പന ചെയ്യുക എന്നതാണ്. അവിടെയാണ് മനുഷ്യൻ ഉപകരണത്തിൽ നിന്ന് ഉത്തരവാദിത്ത മുള്ള ഏജന്റായി മാറുന്നത്. അവിടെയാണ് അധികാരം മനുഷ്യന്റെ സാമൂഹിക ശേഷിയുടെ വിപുലീകരണമാകുന്നത്.

അധികാരം–കർത്തൃത്വം–ഉത്തരവാദിത്തം എന്ന സിദ്ധാന്തരേഖ, ആധുനിക നിയമസംവിധാനങ്ങളിൽ എങ്ങനെ പ്രവർത്തിക്കുന്നു എന്നതിന്റെ ഒരു വ്യക്തമായ സ്ഥാപനപര ഉദാഹരണമാണ് വിവരാവ കാശ നിയമം (Right to Information Act, 2005). വിവരാവ കാശ നിയമം ഒരു പരാതിപരിഹാര സംവിധാനം (grievance redressal mechanism) അല്ലെന്നും, ഒരു ചോദ്യം ചെയ്യൽ ഉപാധി (interrogation tool) അല്ലെന്നും, മറിച്ച് മനുഷ്യന്റെ കർത്തൃത്വം ശക്തിപ്പെടുത്തുന്ന സ്ഥാപനഘടന (agency-enabling institutional design) ആണെന്നതും മനസ്സിലാക്കാൻ, നിയമത്തിന്റെ ആന്തരിക ഘടനയും കോടതിവ്യാഖ്യാനങ്ങളും പരിഗണിക്കേണ്ടതുണ്ട്.

വിവരാവകാശ നിയമത്തിലെ വകുപ്പ് 2(f) "വിവരം" (information) എന്ന പദത്തെ വളരെ കർശനമായും പരിമിതമായും നിർവചിക്കുന്നു. രേഖകൾ, ഫയലുകൾ, കുറിപ്പുകൾ (file notings), ഉത്തരവുകൾ, റിപ്പോർട്ടുകൾ, സർക്കുലറുകൾ, ഇമെയിലുകൾ, രേഖപ്പെടുത്തിയ അഭിപ്രായങ്ങൾ എന്നിവ മാത്രമാണ് വിവരമായി കണക്കാക്കപ്പെടുന്നത്[30]. ഇതിലൂടെ നിയമം ഒരു കാര്യം വ്യക്തമായി ഉറപ്പാക്കുന്നു. പൗരന് ഇതിനകം നിലവിലുള്ള രേഖകളിൽ അടങ്ങിയിരിക്കുന്ന വിവരം ലഭിക്കാനുള്ള അവകാശമുണ്ട്. എന്നാൽ ഒരു ഉദ്യോഗസ്ഥനോട് പുതിയ വിശദീകരണം സൃഷ്ടിക്കാനോ, ഒരു തീരുമാനത്തിന്റെ

പിന്നിലെ മാനസിക ഉദ്ദേശ്യം പുനർനിർമ്മിക്കാനോ നിയമം ആവശ്യപ്പെടുന്നില്ല.

സുപ്രീം കോടതി ഈ വ്യത്യാസം പല തവണ വ്യക്തമായി വ്യക്തമാക്കിയിട്ടുണ്ട്. വിവരാവകാശ നിയമം ഭരണകൂടത്തെ "ന്യായീകരണം നൽകാൻ" (justify) നിർബന്ധിക്കുന്ന ഒരു സംവിധാനം അല്ല. അത് സുതാര്യത (transparency) ഉറപ്പാക്കുന്ന നിയമമാണ്, ഉത്തരവാദിത്തം ആവശ്യപ്പെടാനുള്ള ബൗദ്ധിക ഉപാധിയാണ്, പക്ഷേ നേരിട്ടുള്ള ചോദ്യംചെയ്യൽ സംവിധാനം (cross-examination mechanism) അല്ല[31]. ഒരു പൊതുവിവര ഉദ്യോഗസ്ഥന് (Public Information Officer) ഒരു തീരുമാനത്തിന്റെ കാരണം വിശദീകരിക്കേണ്ട നിയമബാധ്യതയില്ല. എന്നാൽ ആ തീരുമാനത്തി ലേക്ക് നയിച്ച രേഖകൾ മറച്ചുവയ്ക്കാനും അവന വകാശമില്ല.

ഈ നിയമപരമായ നിയന്ത്രണം യാദൃശ്ചികമല്ല. ഇത് മുൻ ലേഖനത്തിൽ വിശദീകരിച്ച അധികാര ത്തിന്റെ ഭാഷാപര അപകടവുമായി നേരിട്ട് ബന്ധപ്പെട്ടു നിൽക്കുന്നു. ഹന്ന അരണ്ട് സൂചിപ്പിച്ചതു പോലെ, അധികാരം പലപ്പോഴും വിശദീകരണങ്ങ ളിലൂടെ തന്നെ നൈതിക ഉത്തരവാദിത്തത്തിൽ നിന്ന് രക്ഷപ്പെടുന്നു[32]. കാരണം പറയുന്ന ഘടനകൾ, പലപ്പോഴും കാരണം തന്നെയാണ് നിയന്ത്രണത്തി ന്റെ പുതിയ ഭാഷയായി മാറുന്നത്. വിവരാവകാശ നിയമം ഈ അപകടം ഒഴിവാക്കുന്നു. അത് അധികാരത്തെ സംസാരിപ്പിക്കുന്നില്ല. അത് അധികാരത്തെ വായിക്കാവുന്നതാക്കുന്നു (readable).

മിഷേൽ ഫൂക്കോയുടെ അധികാരവിശകലന ത്തിൽ കാണുന്നതുപോലെ, അധികാരം ബന്ധങ്ങളിലൂ ടെയും രേഖകളിലൂടെയും പ്രവർത്തിക്കുമ്പോൾ, അതിനെ നേരിടാൻ ആവശ്യമായത് പ്രതിവാദം (counter-speech) അല്ല, മറിച്ച് പ്രത്യക്ഷത (counter-visibility) ആണ്[33]. വിവരാവകാശ നിയമം ഇതാണ് ചെയ്യുന്നത്. "എന്തുകൊണ്ട്" എന്ന

ചോദ്യത്തിന് നേരിട്ട് മറുപടി നൽകാൻ നിർബന്ധിക്കാതെ, "എന്തൊക്കെയാണ് പരിഗണിച്ചത്, ഏത് രേഖകളാണ് ഉപയോഗിച്ചത്, ഏത് ചട്ടങ്ങളാണ് ബാധകമായത്" എന്ന വിവരങ്ങൾ പുറത്തുവിടാൻ ഭരണകൂടത്തെ നിയമം നിർബന്ധിക്കുന്നു.ഇവിടെയാണ് വിവരാവകാശ നിയമം മനുഷ്യന്റെ കർത്തൃത്വത്തെ സൂക്ഷ്മമായി പുനഃസ്ഥാപിക്കുന്നത്. പൗരൻ ഉദ്യോഗസ്ഥനെ ചോദ്യം ചെയ്യുന്ന ചോദ്യംചെയ്യുന്നവൻ (interrogator) അല്ല. അവൻ വിവരമുള്ള, വിലയിരുത്തുന്ന സാമൂഹിക ഏജന്റാണ് (evaluative agent). രേഖകൾ വായിച്ച് ബന്ധങ്ങൾ തിരിച്ചറിയാനും, അസംഗ തികൾ കണ്ടെത്താനും, അവയെ പൊതുസംവാ ദത്തിലേക്ക് (public discourse) കൊണ്ടുവരാനും അവനവകാശമുണ്ട്. ഈ അവകാശം പരാതിപരിഹാ രത്തിലേക്കല്ല, സംവാദാധിഷ്ഠിത ജനാധിപത്യത്തി ലേക്കാണ് (deliberative democracy) നയിക്കുന്നത്[34].

അമർത്ത്യ സെൻ ചൂണ്ടിക്കാണിച്ചതുപോലെ, ഉത്തരവാദിത്തം (accountability) എന്നത് വിശദീകരണം നൽകുന്നതിലല്ല, മറിച്ച് പൊതുയുക്തിക്ക് തുറന്നുനിൽക്കുന്നതിലാണ്[35]. വിവരാവകാശ നിയമം ഇതേ തത്വമാണ് സ്ഥാപനപരമായി നടപ്പിലാക്കുന്നത്. കാരണം പറയാൻ ആവശ്യപ്പെടാതെ, കാരണം ഒളിപ്പിക്കാൻ അനുവദിക്കാതെ.

അതുകൊണ്ട് വിവരാവകാശ നിയമത്തിന്റെ പരിമിതിയായി പലരും കരുതുന്ന "എന്തുകൊണ്ട്" ചോദിക്കാൻ പറ്റില്ല എന്ന സവിശേഷത, യഥാർത്ഥത്തിൽ അതിന്റെ നൈതിക ശക്തിയാണ്. ഇത് അധികാരത്തെ മാനസിക ന്യായീകരണങ്ങളിൽ നിന്ന് അകറ്റി, രേഖകളുടെ നിശ്ശബ്ദ സത്യത്തിലേക്ക് പൗരനെ എത്തിക്കുന്നു. അവിടെ നിന്നാണ് അനുസരണത്തിൽ നിന്ന് ഉത്തരവാദിത്തത്തിലേക്കുള്ള സിവിലൈസേഷണൽ മാറ്റം (civilizational shift) സാധ്യമാകുന്നത്.

ഇവിടെയാണ് മുൻ ലേഖനത്തിലെ കേന്ദ്രവാദം വീണ്ടും ഉറപ്പിക്കപ്പെടുന്നത്. അധികാരം സ്വയം അപകടകരമല്ല. വിശദീകരണങ്ങൾ കൊണ്ട് അധികാരം രക്ഷപ്പെടുന്ന ഘടനകളാണ് അപകട കരം. വിവരാവകാശ നിയമം അതിനെ അനുവദിക്കുന്നില്ല. അത് അധികാരത്തെ ന്യായീക രിക്കാൻ ആവശ്യപ്പെടുന്നില്ല. അത് അധികാ രത്തെ തുറന്ന് കാട്ടുന്നു. ആ തുറന്ന കാഴ്ചയിലാണ് ഒരു പൗരന്റെ കർത്തൃത്വം പുനർജനിക്കുന്നത്.

References

1. Herman, J. L. (1992). Trauma and Recovery: The Aftermath of Violence—from Domestic Abuse to Political Terror. Basic Books.

2. Dutton, D. G., & Painter, S. L. (1993). Emotional Attachments in Abusive Relationships: A Test of Traumatic Bonding Theory. Violence and Victims, 8(2), 105–120.

3. Skinner, B. F. (1953). Science and Human Behavior. Macmillan.

4. Seligman, M. E. P. (1975). Helplessness: On Depression, Development, and Death. W. H. Freeman.

5. Beck, A. T. (1976). Cognitive Therapy and the Emotional Disorders. International Universities Press.

6. Mikulincer, M., & Shaver, P. R. (2007). Attachment in Adulthood: Structure, Dynamics, and Change. Guilford Press.

7. Bandura, A. (1999). Moral disengagement in the perpetration of inhumanities. Personality and Social Psychology Review, 3(3), 193–209.

8. Zimbardo, P. G. (2007). The Lucifer Effect: Understanding How Good People Turn Evil. Random House.

9. Beck, A. T. (1976). Cognitive Therapy and the Emotional Disorders. International Universities Press.

10. Janis, I. L. (1972). Victims of Groupthink. Houghton Mifflin.

11. Frankl, V. E. (1959). Man's Search for Meaning. Beacon Press.

12. Weber, Max. Economy and Society: An Outline of Interpretive Sociology. 1922. University of California Press.

13. Arendt, Hannah. Between Past and Future: Eight Exercises in Political Thought. 1961. Viking Press.

14. Foucault, Michel. The Subject and Power. 1982. Critical Inquiry, Vol. 8, No. 4.

15. Sen, Amartya. Development as Freedom. 1999. Oxford University Press.

16. Freire, Paulo. Pedagogy of the Oppressed. 1970. Continuum.

17. Edmondson, Amy C. The Fearless Organization: Creating Psychological Safety in the Workplace for Learning, Innovation, and Growth. 2018. Wiley.

18. Rawls, John. A Theory of Justice. 1971. Harvard University Press.

19. Habermas, Jürgen. The Theory of Communicative Action, Volume 1: Reason and the Rationalization of Society. 1981. Beacon Press.

20. Scott, James C. Seeing Like a State: How Certain Schemes to Improve the Human Condition Have Failed. 1998. Yale University Press.

21. Bandura, Albert. Social Foundations of Thought and Action: A Social Cognitive Theory. 1986. Prentice-Hall.

22. Ostrom, Elinor. Governing the Commons: The Evolution of Institutions for Collective Action. 1990. Cambridge University Press.

23. Weber, Max. Economy and Society: An Outline of Interpretive Sociology. 1922. University of California Press.

24. Pettit, Philip. Republicanism: A Theory of Freedom and Government. 1997. Oxford University Press.

25. Habermas, Jürgen. Between Facts and Norms: Contributions to a Discourse Theory of Law and Democracy. 1992. MIT Press.

26. Browning, Christopher R. Ordinary Men: Reserve Police Battalion 101 and the Final Solution in Poland. 1992. HarperCollins.

27. Kelman, Herbert C., & Hamilton, V. Lee. Crimes of Obedience: Toward a Social Psychology of Authority and Responsibility. 1989. Yale University Press.

28. Shay, Jonathan. Achilles in Vietnam: Combat Trauma and the Undoing of Character. 1994. Scribner.

29. Adorno, Theodor W., Frenkel-Brunswik, Else, Levinson, Daniel J., & Sanford, R. Nevitt. The Authoritarian Personality. 1950. Harper & Row.

30. Freire, Paulo. Education for Critical Consciousness. 1974. Continuum.

31. Freire, Paulo. Pedagogy of the Oppressed. 1970. Continuum.

32. Dewey, John. Democracy and Education. 1916. Macmillan.

33. Rawls, John. A Theory of Justice. 1971. Harvard University Press.

34. Arendt, Hannah. Responsibility and Judgment. 2003. Schocken Books.

35. Sen, Amartya. Development as Freedom. 1999. Oxford University Press.

36. Raz, Joseph. The Authority of Law. 1979. Oxford University Press.

37. Heifetz, Ronald A. Leadership Without Easy Answers. 1994. Harvard University Press.

38. Castells, Manuel. The Rise of the Network Society. 1996. Blackwell.

39. Habermas, Jürgen. Moral Consciousness and Communicative Action. 1990. MIT Press.

40. Mintzberg, Henry. Structure in Fives: Designing Effective Organizations. 1983. Prentice-Hall.

41. Scott, James C. Domination and the Arts of Resistance. 1990. Yale University Press.

42. Bauman, Zygmunt. Modernity and the Holocaust. 1989. Polity Press.

43. Arendt, Hannah. Responsibility and Judgment. 2003. Schocken Books.

44. Bauman, Zygmunt. Modernity and the Holocaust. 1989. Polity Press.

45. Norbert Elias. The Civilizing Process. 1939. Blackwell Publishing.

46. Sen, Amartya. The Idea of Justice. 2009. Harvard University Press.

47. Traverso, Enzo. The Origins of Nazi Violence. 2003. New Press.

48. Arendt, Hannah. On Violence. 1970. Harcourt Brace & Company.

49. Tilly, Charles. The Politics of Collective Violence. 2003. Cambridge University Press.

50. Rawls, John. Political Liberalism. 1993. Columbia University Press.

51. Bauman, Zygmunt. Liquid Modernity. 2000. Polity Press.

52. Milgram, Stanley. Obedience to Authority. 1974. Harper & Row.

53. Dewey, John. Human Nature and Conduct. 1922. Henry Holt and Company.

54. Ricoeur, Paul. Memory, History, Forgetting. 2004. University of Chicago Press.

55. Taylor, Charles. Sources of the Self. 1989. Harvard University Press.

56. Scott, James C. Seeing Like a State. 1998. Yale University Press.

57. Habermas, Jürgen. Between Facts and Norms. 1996. MIT Press.

58. Forst, Rainer. The Right to Justification. 2012. Columbia University Press.

59. Thaler, Richard H., & Sunstein, Cass R. Nudge. 2008. Yale University Press.

60. Foucault, Michel. Discipline and Punish. 1975. Vintage Books.

61. Zuboff, Shoshana. The Age of Surveillance Capitalism. 2019. PublicAffairs.

62. Floridi, Luciano. The Ethics of Information. 2013. Oxford University Press.

63. Galtung, Johan. Peace by Peaceful Means: Peace and Conflict, Development and Civilization. 1996. Sage Publications.

64. Lederach, John Paul. The Moral Imagination: The Art and Soul of Building Peace. 2005. Oxford University Press.

65. Ricoeur, Paul. Memory, History, Forgetting. 2004. University of Chicago Press.

66. Arendt, Hannah. Civil Disobedience. 1972. Harcourt Brace Jovanovich.

67. Rawls, John. A Theory of Justice. 1971. Harvard University Press.

68. Milgram, Stanley. Obedience to Authority: An Experimental View. 1974. Harper & Row.

69. Floridi, Luciano. The Fourth Revolution: How the Infosphere Is Reshaping Human Reality. 2014. Oxford University Press.

70. O'Neil, Cathy. Weapons of Math Destruction. 2016. Crown Publishing Group.

71. Buckingham, David. The Media Education Manifesto. 2019. Polity Press.

72. Freire, Paulo. Pedagogy of the Oppressed. 1970. Continuum.

73. Assmann, Jan. Cultural Memory and Early Civilization. 2011. Cambridge University Press.

74. Todorov, Tzvetan. Memory as a Remedy for Evil. 2010. Seagull Books.

75. Young, James E. The Texture of Memory. 1993. Yale University Press.

76. Levi, Primo. The Drowned and the Saved. 1986. Summit Books.

77. Scott, James C. Against the Grain. 2017. Yale University Press.

78. Habermas, Jürgen. The Theory of Communicative Action, Vol. 1. 1984. Beacon Press.

79. Forst, Rainer. The Right to Justification. 2012. Columbia University Press.

80. Lyon, David. Surveillance Society: Monitoring Everyday Life. 2001. Open University Press.

81. Foucault, Michel. Discipline and Punish: The Birth of the Prison. 1975. Gallimard.

82. Friedman, Batya; Hendry, David. Value Sensitive Design: Shaping Technology with Moral Imagination. 2019. MIT Press.

83. Barash, David P.; Webel, Charles P. Peace and Conflict Studies. 2018. Sage Publications.

84. Minow, Martha. Between Vengeance and Forgiveness. 1998. Beacon Press.

85. Schelling, Thomas C. The Strategy of Conflict. 1960. Harvard University Press.

86. Bauman, Zygmunt. Modernity and the Holocaust. 1989. Polity Press.

87. Jonas, Hans. The Imperative of Responsibility. 1979. University of Chicago Press.

88. Zuboff, Shoshana. The Age of Surveillance Capitalism. 2019. PublicAffairs.

89. Thaler, Richard H.; Sunstein, Cass R. Nudge: Improving Decisions About Health, Wealth, and Happiness. 2008. Yale University Press.

90. Lessig, Lawrence. Code and Other Laws of Cyberspace. 1999. Basic Books.

91. Assmann, Jan. Cultural Memory and Early Civilization. 2011. Cambridge University Press.

92. Ricoeur, Paul. Memory, History, Forgetting. 2004. University of Chicago Press.

93. Sen, Amartya. The Idea of Justice. 2009. Harvard University Press.

94. Arendt, Hannah. Responsibility and Judgment. 2003. Schocken Books.

95. Foucault, Michel. Power/Knowledge. 1980. Pantheon Books.

96. Habermas, Jürgen. Between Facts and Norms. 1996. MIT Press.

97. Sen, Amartya. Development as Freedom. 1999. Oxford University Press.

അധ്യായം 13

വാക്കുകൾ കൊണ്ടുള്ള വഞ്ചന: ഭഗവദ്ഗീതയുടെ മനഃശാസ്ത്രപരമായ വിശകലനം.

(The Great Gaslighting – Deconstructing the Gita)

ഈ അധ്യായം ഭഗവദ്ഗീതയെ ആത്മീയ മോക്ഷത്തിലേക്ക് നയിക്കുന്ന ഒരു ശുദ്ധമായ ദാർശനിക ഗ്രന്ഥമാ യി മാത്രം വായിക്കുന്ന പരമ്പരാഗത സമീപനത്തെ ബോധപൂർവം മാറ്റിവെക്കുന്നു. ഇവിടെ ഗീത ഒരു

തത്ത്വചിന്താ സമാഹാരമായി കാണപ്പെടുന്നില്ല. മറിച്ച്, അതീവ പ്രതിസന്ധിയിലായ ഒരു മനുഷ്യബോധത്തെ ക്രമബദ്ധമായി പുനർക്രമീ കരിക്കുന്ന, ഭാഷയും തത്ത്വചിന്തയും ഉപയോഗിച്ചു ള്ള അത്യന്തം നൂതനമായ ഒരു മനഃശാസ്ത്ര ഇടപെട ൽ മാതൃകയായാണ് ഇത് പരിശോധിക്ക പ്പെടുന്നത്. ഈ വായനയിൽ കൃഷ്ണൻ തീവ്രമായ മാനസിക സമ്മർദ്ദത്തിലായ ഒരാളുടെ മനസ്സിൽ അധികാര പൂർവം ഇടപെടുന്ന, മനസ്സാക്ഷിയെ നിശബ്ദമാക്കുന്ന ഒരു നിർവ്വികാരനായ പ്രവർത്തകനായി (clinical actor) ആണ് നിലകൊള്ളുന്നത്.

ഈ വിശകലനത്തിന്റെ കേന്ദ്രബിന്ദു കുരുക്ഷേത്ര യുദ്ധഭൂമിയിൽ അർജ്ജുനൻ തകർന്നുനിൽക്കുന്ന ദൃശ്യമാണ്. ഭക്തിപരമായ വ്യാഖ്യാനങ്ങളിൽ ഈ അവസ്ഥയെ "വിഷാദയോഗം", "മോഹം" തുടങ്ങിയ പദങ്ങളിലൂടെ നിർവചിക്കുന്നു. എന്നാൽ ഈ പദങ്ങൾ തന്നെ ഒരു മുൻകൂട്ടി നിശ്ചയിച്ച മൂല്യ വിധിയാണ്. സ്വന്തം മുത്തച്ഛനെയും ഗുരുവിനെയും സഹോദരങ്ങളെയും കൊല്ലേണ്ടിവരുന്ന സാഹ ചര്യത്തിൽ ഒരു മനുഷ്യൻ അനുഭവിക്കുന്ന വിറയലും ഭയവും യുക്തിസഹമാണോ, അതോ രോഗലക്ഷണമാണോ എന്ന ചോദ്യമാണ് ആദ്യം ഉയരേണ്ടത്. ആധുനിക ചികിത്സാ മനഃശാസ്ത്രം (clinical psychology) ഇതിന് വ്യക്തമായ മറുപടി നൽകുന്നു.

ഡിഎസ്എം–5 (DSM-5) പ്രകാരം, അർജ്ജുനൻ പ്രകടിപ്പിക്കുന്ന ലക്ഷണങ്ങൾ —എല്ലാം തന്നെ തീവ്ര ആശങ്കാ പ്രതികരണം (Acute Anxiety Response) എന്ന അവസ്ഥയുടെ സ്വാഭാവിക സൂചനകളാണ്[1]. ഇത് ഒരു മാനസിക രോഗമല്ല. മറിച്ച്, ഗുരുതരമായ ഒരു നൈതിക സംഘർഷത്തിന്റെ മുന്നിൽ മനുഷ്യ ബോധം സ്വയം സംരക്ഷിക്കാൻ നടത്തുന്ന ജൈവ–മാനസിക പ്രതികരണമാണ്. മറ്റൊരു രീതിയിൽ പറഞ്ഞാൽ, അർജ്ജുനന്റെ മനസ്സ് തകരുന്നില്ല. അത് എതിർക്കുകയാണ്. ഈ എതിർപ്പാണ് അവന്റെ

മനസ്സാക്ഷി ജീവനോടെ നിലനിൽക്കുന്നതിന്റെ ഏറ്റവും ശക്തമായ തെളിവ്.

ഇവിടെ ലിയോൺ ഫെസ്റ്റിംഗർ നിർവചിച്ച ബൗദ്ധിക വൈരുദ്ധ്യം (Cognitive Dissonance) എന്ന ആശയം പൂർണമായി ബാധകമാകുന്നു[2]. "ക്ഷത്രിയനെന്ന നിലയിൽ യുദ്ധം ചെയ്യണം" എന്ന സാമൂഹിക-വർഗീയ ബാധ്യതയും, "സ്വന്തം ബന്ധുക്കളെ കൊല്ലരുത്" എന്ന അടിസ്ഥാന മാനുഷിക മൂല്യവും തമ്മിൽ ഉണ്ടാകുന്ന കടുത്ത സംഘർഷമാണ് അർജ്ജുനനെ തകർക്കുന്നത്. ഈ തകർച്ച ഭീരുത്വമല്ല. മറിച്ച്, ഉയർന്ന നൈതികബോധമുള്ള ഒരു മനുഷ്യൻ അനുഭവിക്കേണ്ട അനിവാര്യമായ പ്രതിസന്ധിയാണ്.

ഇവിടെയാണ് ഗീതയിലെ ഏറ്റവും നിർണായകമായ മനഃശാസ്ത്ര ഇടപെടൽ ആരംഭിക്കുന്നത്. ആധുനിക മാനസികാഘാത ചികിത്സയിൽ (trauma therapy), ഒരു വ്യക്തിയുടെ യുക്തിസഹമായ ഭയത്തെയും നൈതിക പ്രതിസന്ധിയെയും ആദ്യം അംഗീകരിക്കു കയാണ് ചികിത്സയുടെ അടിസ്ഥാനം[3]. എന്നാൽ ഗീതയിൽ ഈ ഭയം അംഗീകരിക്കപ്പെടുന്നില്ല. അത് "അജ്ഞത", "മോഹം", "ക്ലൈബ്യം" എന്നീ ലേബലുകൾകൊണ്ട് അസാധുവാക്കപ്പെടുന്നു. ഈ ലേബലിംഗാണ് വാക്കുകൾ കൊണ്ടുള്ള വഞ്ചനയുടെ ആദ്യഘട്ടം.വാക്കുകൾ കൊണ്ടുള്ള വഞ്ചന (gaslighting) എന്നത്, ഒരു വ്യക്തിയുടെ സ്വന്തം യാഥാർത്ഥ്യബോധത്തെ തന്നെ സംശയത്തിലാക്കുന്ന മാനസിക കൈകാര്യം ചെയ്യൽ രീതി (psychological manipulation) ആണെന്ന് സാമൂഹ്യശാസ്ത്രം വിശദീകരിക്കുന്നു[4]. "നിനക്ക് തോന്നുന്നത് തെറ്റാണ്" എന്ന സന്ദേശം ആവർത്തിച്ച് നൽകുമ്പോൾ, വ്യക്തി സ്വന്തം അനുഭവങ്ങളെ വിശ്വസിക്കാൻ കഴിയാത്ത അവസ്ഥയിലേക്ക് നീങ്ങുന്നു. അർജ്ജുനന്റെ കാര്യത്തിൽ, "നീ പണ്ഡിതനെപ്പോലെ സംസാരിക്കുന്നു, എന്നാൽ നീ പണ്ഡിതനല്ല" എന്ന

കൃഷ്ണവാക്യം അവന്റെ ബൗദ്ധിക സ്വയംവിശ്വാസത്തെ നേരിട്ട് തകർക്കുന്നു.

ഇതിന്റെ ഫലമായി അർജ്ജുനൻ തന്റെ വികാരങ്ങളെയും ചിന്തകളെയും സംശയിക്കാൻ തുടങ്ങുന്നു. സ്വന്തം ബുദ്ധിയെ വിശ്വസിക്കാൻ കഴിയാത്ത അവസ്ഥയിലേക്ക് അവൻ നീങ്ങുന്നു. ഇതാണ് പഠിപ്പിക്കപ്പെട്ട ആശ്രിതത്വം (Learned Dependence) എന്ന അവസ്ഥയിലേക്കുള്ള വഴി[5]. പുറത്ത് നിന്ന് വരുന്ന അധികാരവാക്കുകളാണ് ഇനി ഏക ആശ്രയം.

തുടർന്ന് നടക്കുന്ന പ്രക്രിയ ബൗദ്ധിക പുനർസംഘടന (Cognitive Restructuring) ആണെന്ന് വ്യക്തമാണ്[6]. ഇവിടെ "കൊലപാതകം പാപമാണ്" എന്ന ധാരണ മാറ്റി, "കടമ നിർവഹിക്കാതിരിക്കു ന്നതാണ് പാപം" എന്ന പുതിയ നൈതിക ചട്ടക്കൂട് സ്ഥാപിക്കപ്പെടുന്നു.ഈ ഘട്ടത്തിൽ ഗീത ഒരു തത്ത്വഗ്രന്ഥമായി നിലനിൽക്കുന്നില്ല. അത് ഒരു നൈതിക പുനർക്രമീകരണ മാനുവലായി (Moral Reprogramming Manual) മാറുന്നു. സമാധാനം ബലഹീനതയാകുന്നു. കരുണ മോഹമായി മാറുന്നു. നൈതിക സൂക്ഷ്മത ഭീരുത്വമായി (cowardice) പുനർവ്യാഖ്യാനിക്കപ്പെടുന്നു.ഈ ഇടപെടൽ പലപ്പോഴും ആശ്വാസമായി അനുഭവപ്പെടുന്നു. അർജ്ജുനന്റെ ആശങ്ക കുറയുന്നു. കുറ്റബോധം ശമിക്കുന്നു. മനസ്സാക്ഷിയുടെ വേദന ഇല്ലാതാകുമ്പോൾ മനുഷ്യൻ കൂടുതൽ കാര്യക്ഷമനാകുന്നു. സൈനിക പരിശീലനങ്ങളിലും അധികാരസംവിധാനങ്ങളിലും ഇത് വ്യാപകമായി ഉപയോഗിക്കുന്ന തന്ത്രമാണെന്ന് സിംബാർഡോ വിശദീകരിക്കുന്നു[7].

ഈ പ്രക്രിയയുടെ അന്തിമഘട്ടമാണ് നൈതിക വിച്ഛേദനം (Moral Disengagement)[8]. പ്രവൃത്തിയെ നൈതികമായി പുനർവ്യാഖ്യാനിച്ചുകൊണ്ട്, മനുഷ്യനെ ക്രൂരതയിലേക്ക് നയിക്കുന്ന സംവിധാനമാണിത്. "ധർമ്മയുദ്ധം" എന്ന പദം ഉപയോഗിച്ച് കൊലപാതകം

പുണ്യപ്രവൃത്തിയായി മാറുന്നു. ഉത്തരവാദിത്തം കൈമാറ്റം ചെയ്യപ്പെടുന്നു. "ഞാൻ വെറുമൊരു ഉപകരണം" എന്ന ബോധം വ്യക്തിയെ കുറ്റബോധത്തിൽ നിന്ന് മോചിപ്പിക്കുന്നു.

ഇതോടൊപ്പം ഇരകളെ അമാനവികവൽക്കരിക്കുന്ന പ്രക്രിയയും (Dehumanization) നടക്കുന്നു[9]. "ആത്മാവ് മരിക്കുന്നില്ല" എന്ന വാദം മനുഷ്യവേദനയെ അപ്രസക്തമാക്കുന്നു. സഹാനുഭൂതി ക്ഷയിക്കുന്നു.ഈ എല്ലാ ഘട്ടങ്ങളും പൂർത്തിയായ പ്പോൾ, അർജ്ജുനന്റെ മനസ്സാക്ഷി നിശബ്ദമാകുന്നു. "നഷ്ടോ മോഹഃ സ്മൃതിർലബ്ധാ" എന്ന അവകാശ വാദം, മനഃശാസ്ത്രപരമായി വായിക്കുമ്പോൾ വ്യക്തിഗത നൈതിക ഏജൻസിയുടെ (Individual Moral Agency) ലയനമാണ്[10].ഈ അവസ്ഥ അർജ്ജുനനെ ഒരു പൂർണ സൈനികനാക്കി മാറ്റുന്നു. ചരിത്രത്തിലു ടനീളം അധികാരസംവിധാനങ്ങൾ ലക്ഷ്യമിട്ട മനഃസ്ഥിതിയാണിതെന്ന് സിംബാർഡോയും സ്റ്റേൺ യും വിശദീകരിക്കുന്നു[11].

ഈ കാഴ്ചപ്പാടിൽ ഭഗവദ്ഗീതയെ വായിക്കുമ്പോൾ, അത് ഒരു പുരാതന ഗ്രന്ഥമാത്രമല്ല. ഭാഷയും അധികാരവും തത്ത്വചിന്തയും ചേർന്ന് മനുഷ്യബോധത്തെ നിയന്ത്രിക്കുന്ന ഒരു ഘടനാപര രേഖയാണ് അത്. കുരുക്ഷേത്രത്തിൽ നടന്നത് യുദ്ധമല്ല. അത് ഒരു മനസ്സാക്ഷിയുടെ ക്രമബദ്ധമായ പുനർനിർമാണമാണ്. ഗീതയിലെ സംഭാഷണം ഒരു നിഷ്പക്ഷ ആത്മീയ ഉപദേശമായി നിലനിൽക്കുന്നില്ല. കൃഷ്ണന്റെ അടിസ്ഥാന ആഗ്രഹം യുദ്ധം നടക്കുക എന്നതായിരുന്നു എന്ന നിഗമനത്തിലേക്കാണ് ഈ വായന എത്തുന്നത്. ആ ലക്ഷ്യം സ്വയം നടപ്പാക്കു ന്നവനായി കൃഷ്ണൻ മാറുന്നില്ല. മറിച്ച്, അർജ്ജുനനെ തന്റെ വഴിയാക്കി, തന്റെ ഇച്ഛ യാഥാർത്ഥ്യമാക്കുന്ന ഒരു പ്രവർത്തനരീതിയാണ് അദ്ദേഹം സ്വീകരിക്കുന്നത്. യുദ്ധത്തെക്കുറിച്ചുള്ള അർജ്ജുന ന്റെ യുക്തിസഹമായ ഭയവും നൈതിക

പ്രതിസന്ധിയും അംഗീകരിക്കുന്നതിന് പകരം, അവയെ അജ്ഞതയും മോഹവും എന്ന പേരുകളിൽ അസാധുവാക്കി, കൃഷ്ണൻ ക്രമേണ അർജുനന്റെ സ്വന്തം ബോധത്തെ തന്നെ സംശയാസ്പദമാക്കുന്നു. ഈ ഘട്ടത്തിൽ കൃഷ്ണന്റെ വാക്കുകൾ ഉപദേശമല്ല, മറിച്ച് മായിക വാക്കുകളായി മാറുന്നു. അവ അർജുനനെ ചിന്തിക്കുന്ന ഒരാളിൽ നിന്ന് വിശ്വസിക്കുന്ന ഒരാളാക്കി മാറ്റുന്നു. അർജുനൻ ഇനി യുദ്ധം ശരിയാണോ തെറ്റാണോ എന്ന ചോദ്യത്തിലല്ല നിൽക്കുന്നത്. കൃഷ്ണൻ പറഞ്ഞത് ശരിയാകണം എന്ന വിശ്വാസത്തിലാണ് അവൻ നിൽക്കുന്നത്. ഇങ്ങനെ, യുദ്ധം നടത്തണമെന്ന കൃഷ്ണന്റെ ആഗ്രഹം, അർജുനന്റെ കർത്തൃത്വം വഴിയായി നടപ്പിലാക്കപ്പെടുന്നു. പുറത്തേക്ക് നോക്കുമ്പോൾ തീരുമാനം അർജുനന്റേതായി തോന്നുന്നു. എന്നാൽ ആ തീരുമാനത്തിന്റെ ആന്തരിക ഘടന, ഭാഷയും അധികാരവും ഉപയോഗിച്ച് കൃഷ്ണൻ ക്രമബദ്ധമായി രൂപപ്പെടുത്തിയ ഒന്നാണ്.ഇതേ മനഃശാസ്ത്ര ഘടനയാണ് രാഷ്ട്രീയ നേതൃത്വവും പലപ്പോഴും ഉപയോഗിക്കുന്നത്. നേതാവ് തന്റെ അനുയായികളെ സ്വതന്ത്രമായി ചിന്തിക്കുന്ന പൗരന്മാരായി നിലനിർത്താൻ ശ്രമിക്കുന്നില്ല. മറിച്ച്, അവരുടെ സംശയങ്ങളെയും നൈതിക അസ്വസ്ഥതകളെയും ദൗർബല്യമായി ചിത്രീകരിച്ച്, അവയെ മറികടക്കാനുള്ള ഏക വഴി യായി തന്റെ വാക്കുകളെ തന്നെ അവതരിപ്പിക്കുന്നു. ക്രമേണ, അനുയായികളുടെ യാഥാർത്ഥ്യബോധം നേതാവിന്റെ ഭാഷയിൽ ലയിക്കുന്നു. എന്താണ് ശരി, എന്താണ് തെറ്റ്, എന്താണ് ദേശസ്നേഹം, എന്താണ് ത്യാഗം എന്നൊക്കെയുള്ള അർത്ഥങ്ങൾ വ്യക്തി യുടെ ഉള്ളിൽ നിന്നല്ല, നേതാവിന്റെ വാക്കുകളിൽ നിന്നാണ് വരുന്നത്. ഈ ഘട്ടത്തിൽ വിശ്വാസം രാഷ്ട്രീയ ബോധമാകുന്നില്ല; അത് കൂറായി മാറുന്നു. കൂറ് ന്യായീകരണമായി, ത്യാഗം മഹത്വമായി, ആത്മാഹൂതി ധാർമ്മിക ബാധ്യതയായി പുനർ വ്യാഖ്യാനിക്കപ്പെടുന്നു. അനുയായി സ്വന്തം ജീവനും മനസ്സാക്ഷിയും പോലും വലിയ ലക്ഷ്യത്തിനായി

നല്കാൻ തയ്യാറാകുന്ന നിമിഷത്തിൽ, നേതൃത്വം തന്റെ പരമാവധി വിജയം കൈവരിക്കുന്നു. കാരണം, അധികാരം ഇനി ബലം പ്രയോഗിച്ച് നിലനിർത്തേണ്ടതില്ല. അനുയായികളുടെ ഉള്ളിൽ തന്നെ അത് സ്ഥിരത നേടി കഴിഞ്ഞിരിക്കുന്നു.

References

1. American Psychiatric Association. Diagnostic and statistical manual of mental disorders (5th ed.). APA Publishing, 2013.

2. Festinger, L. A theory of cognitive dissonance. Stanford University Press, 1957.

3. Herman, J. L. Trauma and recovery. Basic Books, 1992.

4. Sweet, P. L. The sociology of gaslighting. American Sociological Review, 2019.

5. Seligman, M. E. P. Helplessness: On depression, development, and death. Freeman, 1975.

6. Beck, A. T. Cognitive therapy and the emotional disorders. International Universities Press, 1976.

7. Zimbardo, P. G. The Lucifer effect. Random House, 2007.

8. Bandura, A. Moral disengagement in the perpetration of inhumanities. Personality and Social Psychology Review, 1999.

9. Haslam, N. Dehumanization: An integrative review. Personality and Social Psychology Review, 2006.

10. Arendt, H. Responsibility and judgment. Schocken Books, 2003.

11. Stern, R. The gaslight effect. Morgan Road Books, 2007.

അധ്യായം 14

ഉപയോഗത്തിന്റെ ഘടന: നാർസിസിസ്റ്റിക് ഉപേക്ഷണം (Narcissistic Discard)

(ഉപയോഗത്തിന്റെ വാസ്തുവിദ്യ - നാർസിസിസ്റ്റിക് ഡിസ്കാർഡ്)

(The Architecture of Use – Narcissistic Discard)

മുൻ അധ്യായങ്ങളിൽ കൃഷ്ണന്റെ വ്യക്തിത്വ ഘടനയും, അധികാരവും ഭാഷയും ഉപയോഗിച്ചുള്ള ബൗദ്ധിക ഇടപെടലുകളും നാം പരിശോധിച്ചു. ആ വിശകലനത്തിന്റെ സ്വാഭാവികമായ തുടർച്ചയാണ് ഈ അധ്യായം. ഇവിടെ പ്രവേശിക്കുന്നത് കൃഷ്ണന്റെ ജീവിതത്തിലെ ഏറ്റവും വികാരസാന്ദ്രമായി തോന്നു ന്ന മേഖലയിലേക്കാണ്, അതായത് അദ്ദേഹത്തിന്റെ വ്യക്തിബന്ധങ്ങളിലേക്കു. ഭക്തിസാഹിത്യവും പുരാണവായനകളും കൃഷ്ണനെ സ്നേഹസ്വരൂപനാ യും, പ്രേമത്തിന്റെ മൂർത്തീഭാവമായും അവതരിപ്പി ക്കുന്നു. രാധയുമായുള്ള ബന്ധം, ഗോപികമാരോടുള്ള ലീലകൾ, സുദാമാവിനോടുള്ള സൗഹൃദം, പാണ്ഡവ രോടുള്ള കരുതൽ എന്നിവയെല്ലാം ഈ സ്നേഹസ ങ്കല്പത്തിന്റെ തെളിവുകളായി ചൂണ്ടിക്കാണിക്ക പ്പെടുന്നു.

എന്നാൽ, ആധുനിക ചികിത്സാ മനഃശാസ്ത്ര ത്തിന്റെ (clinical psychology) സൂക്ഷ്മദർശിനിയിലൂടെ ഈ ബന്ധങ്ങളെ പരിശോധിക്കുമ്പോൾ, അവിടെ പ്രത്യക്ഷപ്പെടുന്നത് പരസ്പരത്വത്തിലും ദീർഘകാല വൈകാരിക അടുപ്പത്തിലും അധിഷ്ഠിതമായ ബന്ധങ്ങളല്ല. മറിച്ച്, ഉപയോഗമൂല്യത്തെ കേന്ദ്രമാക്കി രൂപകൽപ്പന ചെയ്ത, ആരംഭം, ഉപയോഗം, ഉപേക്ഷണം എന്നീ ഘട്ടങ്ങൾ ഉൾക്കൊള്ളുന്ന ഒരു വ്യക്തമായ ഘടനയാണ്[1]. ഈ അധ്യായം കൃഷ്ണന്റെ ബന്ധങ്ങളെ നാർസിസിസ്റ്റിക് ബന്ധചക്രം (narcissistic relationship cycle) എന്ന മനഃശാസ്ത്ര മാതൃകയിലൂടെ വായിക്കുന്നു. ഈ ചക്രത്തിൽ ആദർശവൽക്കരണം (idealization), ഉപയോഗം (use), ഉപേക്ഷണം (discard) എന്നിങ്ങനെ മൂന്നു ഘട്ടങ്ങൾ വ്യക്തമായി ആവർത്തിക്കപ്പെടുന്നു[2]. രാധ മുതൽ പാണ്ഡവർ വരെയും, ഒടുവിൽ സ്വന്തം യാദവ വംശം വരെയും ഈ മാതൃക ഒരേ താളത്തിൽ പ്രവർത്തിക്കുന്നതായി കാണാം.

നാർസിസിസ്റ്റിക് വ്യക്തിത്വ ഘടനകളെക്കുറിച്ചുള്ള ചികിത്സാപര പഠനങ്ങൾ (clinical studies) ചൂണ്ടിക്കാട്ടുന്നത്,

ഇത്തരം വ്യക്തികൾക്ക് ബന്ധങ്ങൾ സ്വയം നിലനിൽക്കുന്ന മൂല്യങ്ങളല്ല എന്നതാണ്[3]. അവ ലക്ഷ്യങ്ങളിലേക്കുള്ള മാർഗങ്ങളാണ്. ഈ നിലപാടിലാണ് നാർസിസിസ്റ്റിക് ബന്ധചക്രം (narcissistic relationship cycle) പ്രവർത്തിക്കുന്നത്. ബന്ധത്തിന്റെ തുടക്കത്തിൽ പങ്കാളിയെ വാനോളം ഉയർത്തുകയും, അമിതമായ സ്നേഹവും ശ്രദ്ധയും നൽകി ശക്തമായ ആശ്രിതത്വം സൃഷ്ടിക്കുകയും ചെയ്യുന്നു. ഇതാണ് ആദർശവൽക്കരണ ഘട്ടം (idealization phase)[4]. പിന്നീട്, ബന്ധം ഉറപ്പിക്കപ്പെട്ടാൽ, പങ്കാളിയുടെ ഉപയോഗമൂല്യമാണ് നിർണായകം. ആ മൂല്യം കുറഞ്ഞു തുടങ്ങുമ്പോൾ, അല്ലെങ്കിൽ ലക്ഷ്യം പൂർത്തിയായാൽ, ബന്ധം പെട്ടെന്ന്, നിർവികാരമായി അവസാനിപ്പിക്കപ്പെടുന്നു. ഇതാണ് ഉപേക്ഷണ ഘട്ടം (discard phase)[5]. ഈ ഉപേക്ഷണം പലപ്പോഴും യാതൊരു വിശദീകരണവുമില്ലാതെ നടക്കുന്നു. ഇരയ്ക്ക് സമാപനം (closure) ലഭിക്കാറില്ല. ഇതാണ് ഈ ബന്ധങ്ങളെ മാനസികമായി അത്യന്തം നാശകാരികളാക്കുന്നത്[6].

കൃഷ്ണന്റെ ബന്ധങ്ങളെ ഈ ചട്ടക്കൂടിൽ (framework) വായിക്കുമ്പോൾ, അവയുടെ ആരംഭവും അവസാനവും യാദൃശ്ചികമല്ലെന്ന് വ്യക്തമാണ്. ഓരോ ബന്ധവും ഒരു ഘട്ടത്തെ പ്രതിനിധീക രിക്കുന്നു. ഓരോ ഘട്ടവും കഴിഞ്ഞാൽ, ആ ഘട്ടത്തിലെ മനുഷ്യർ അപ്രസക്തരാകുന്നു. ഈ ആവർത്തനമാണ് ഈ അധ്യായത്തിന്റെ കേന്ദ്രവിഷയം.

കൃഷ്ണന്റെ പ്രണയത്തെക്കുറിച്ച് പറയുമ്പോൾ, രാധയും വൃന്ദാവനവും ഒഴിവാക്കാനാകില്ല. ഭക്തിപരമായ വായനയിൽ ഇത് നിത്യപ്രണയത്തി ന്റെ ഉദാത്ത മാതൃകയാണ്. ആത്മാവും പരമാത്മാവും തമ്മിലുള്ള ബന്ധത്തിന്റെ പ്രതീകമായി ഇത് അവതരിപ്പിക്കപ്പെടുന്നു. എന്നാൽ മനഃശാസ്ത്രപരമായി (psychological reading) നോക്കി യാൽ, രാധയും ഗോപികമാരും അനുഭവിക്കു ന്നത് നാർസിസിസ്റ്റിക്

ഉപേക്ഷണത്തിന്റെ (narcissistic discard) ഏറ്റവും ക്ലാസിക് രൂപമാണ്[7].

നാർസിസിസ്റ്റിക് ഉപേക്ഷണം (narcissistic discard) എന്നത്, ഒരു ബന്ധത്തിൽ നാർസിസിസ്റ്റിക് സ്വഭാവമുള്ള വ്യക്തി തന്റെ പങ്കാളിയെ പെട്ടെന്ന്, ക്രൂരമായി, വൈകാരികമായി തണുത്ത രീതിയിൽ ഉപേക്ഷിക്കുന്ന പ്രക്രിയയാണ്[8]. ഈ ഉപേക്ഷണം യാതൊരു വിശദീകരണവും നൽകുന്നില്ല. "എന്തുകൊണ്ട്?" എന്ന ചോദ്യത്തിന് മറുപടിയില്ല. ഇതാണ് ഇരയിൽ ഉപേക്ഷണാഘാതം (abandonment trauma) എന്നറിയപ്പെടുന്ന ആഴത്തിലുള്ള മാനസികാഘാതം സൃഷ്ടിക്കുന്നത്[9]. ബന്ധം അവസാനിച്ചതിന്റെ വേദനയേക്കാൾ വലുതാണ്, അത് എന്തുകൊണ്ട് അവസാനിച്ചു എന്നറിയാത്തതിന്റെ ശൂന്യത.

വൃന്ദാവനത്തിലെ ആദർശവൽക്കരണ ഘട്ടം (idealization phase) അത്യന്തം ശക്തമാണ്. കൃഷ്ണൻ അവിടെയുള്ളവരുടെ ലോകത്തിന്റെ കേന്ദ്രമായി മാറുന്നു. ഓടക്കുഴൽ, ലീലകൾ, ശാരീരിക സാന്നിധ്യം, വാക്കുകളുടെ മാധുര്യം എന്നിവയിലൂടെ ഗോപികമാരെ മാത്രമല്ല, ഒരു സമ്പൂർണ സമൂഹത്തെയുമാണ് അദ്ദേഹം വികാരപരമായി ബന്ധിപ്പിക്കുന്നത്. വീടും കുടുംബവും സാമൂഹിക ചട്ടങ്ങളും അപ്രസക്തമാകുന്ന തരത്തിലുള്ള ഒരു വികാരവലയം അവിടെ സൃഷ്ടിക്കപ്പെടുന്നു. മനഃശാസ്ത്രത്തിൽ ഇതിനെ ട്രോമ ബന്ധനം (trauma bonding) അല്ലെങ്കിൽ തീവ്ര വൈകാരിക ലയനം (intense emotional enmeshment) എന്ന ആശയങ്ങളുമായി ബന്ധിപ്പിക്കാം[10]. കൃഷ്ണനില്ലാത്ത ജീവിതം അർത്ഥശൂന്യമാണെന്ന ബോധം അവിടെ വളർത്തപ്പെടുന്നു.

പിന്നീട് ഉപേക്ഷണം (discard) സംഭവിക്കുന്നു. മഥുരയിലേക്ക് പോകാനുള്ള തേര് വരുമ്പോൾ, കൃഷ്ണൻ തിരിഞ്ഞുനോക്കാതെ പോകുന്നു. ഓടക്കുഴൽ

ഉപേക്ഷിക്കപ്പെടുന്നു. അതിന് ഇനി ഉപയോഗമില്ല. ഏറ്റവും ശ്രദ്ധേയമായ കാര്യം, അദ്ദേഹം പിന്നീട് ഒരിക്കലും വൃന്ദാവനത്തിലേക്ക് മടങ്ങിവരുന്നില്ല എന്നതാണ്. രാധയുടെയോ ഗോപികമാരുടെയോ വേദന അദ്ദേഹത്തെ അലട്ടുന്നതായി ഇതിഹാസത്തിൽ കാണുന്നില്ല. ഇവിടെ ബന്ധം അവസാനിക്കുന്നില്ല; അത് മായ്ച്ചുകളയപ്പെടുകയാണ്. ഇത് നാർസിസിസ്റ്റിക് ഉപേക്ഷണത്തിന്റെ പ്രധാന സവിശേഷതയാണ്[11]. ബന്ധം ഒരിക്കലും ഉണ്ടായിരുന്നില്ല എന്ന പോലെ പെരുമാറൽ.

ഇവിടെ രാധയും ഗോപികമാരും അനുഭവിക്കുന്നത് പരിഹാരമില്ലാത്ത ദുഃഖം (unresolved grief) ആണ്[12]. ദുഃഖം അവസാനിക്കുന്നില്ല, കാരണം അതിന് ഒരു സമാപനം ലഭിക്കുന്നില്ല. കൃഷ്ണന്റെ കാഴ്ചപ്പാടിൽ, വൃന്ദാവനം അദ്ദേഹത്തിന്റെ വളർച്ചയിലെ ഒരു ഘട്ടം മാത്രമാണ്. ആ ഘട്ടം കഴിഞ്ഞപ്പോൾ, അവിടെയുള്ള മനുഷ്യരും അപ്രസക്തരാകുന്നു. വികസനഘട്ടങ്ങൾക്കനുസരിച്ച് മനുഷ്യബന്ധങ്ങളെ മാറ്റിവയ്ക്കുന്ന ഈ സമീപനം, നാർസിസിസ്റ്റിക് വ്യക്തിത്വങ്ങളിൽ സാധാരണമാണ്[13]. ബന്ധങ്ങൾ മനുഷ്യരല്ല; ഘട്ടങ്ങളാണ്.

പാണ്ഡവരുമായുള്ള ബന്ധം ഇതിൽ നിന്ന് വ്യത്യസ്തമാണ്. അത് പ്രണയമല്ല; രാഷ്ട്രീയം തന്നെയാണ്. മനഃശാസ്ത്രത്തിൽ ഇതിനെ ഉപകരണപര ബന്ധം (instrumental relationship) എന്ന് വിളിക്കുന്നു[14]. സാധാരണ പ്രകടനാത്മക ബന്ധങ്ങളിൽ (expressive relationships) വികാരപരമായ പങ്കുവെയ്പ്പാണ് കേന്ദ്രം. ഉപകരണപര ബന്ധങ്ങളിൽ (instrumental relationships), മറ്റൊരാളെ കാണുന്നത് ഒരു വ്യക്തിയായി അല്ല, മറിച്ച് ഒരു ലക്ഷ്യം നേടാനുള്ള ഉപകരണമായി ആണ്[15].

കൃഷ്ണൻ പാണ്ഡവരെ സ്നേഹിച്ചിരുന്നോ എന്ന ചോദ്യം ഇവിടെ പ്രസക്തമാണ്. ഒരുപക്ഷേ, ഉണ്ടായിരിക്കാം. എന്നാൽ ആ സ്നേഹം നിബന്ധനകളില്ലാത്തതായിരുന്നില്ല (unconditional). "ഭൂഭാരം

തീർക്കുക" എന്ന വൻ പദ്ധതിയിൽ പാണ്ഡവർ അനിവാര്യമായ കരുക്കളായിരുന്നു. യുദ്ധത്തിന് മുമ്പും യുദ്ധസമയത്തും കൃഷ്ണൻ നൽകുന്ന പിന്തുണ അതീവ ശക്തമാണ്. എന്നാൽ അതിന്റെ അടിസ്ഥാനം വികാരപരമായ കരുതലല്ല. ഒരു ആയുധം പ്രവർത്തനക്ഷമമായിരിക്കണം എന്ന നിർബന്ധമാണ്[16].

യുദ്ധം കഴിഞ്ഞാൽ, ഈ ബന്ധത്തിന്റെ സ്വഭാവം മാറുന്നു. അധികാരം ലഭിച്ച പാണ്ഡവർ, മനഃശാസ്ത്ര പരമായി തകർന്നവരാണ്. യുദ്ധാനന്തര വിഷാദം (post-war depression), ജീവനോടെ ശേഷിച്ചതിന്റെ കുറ്റബോധം (survivor's guilt), അസ്തിത്വശൂന്യത (existential emptiness) എന്നിവയുടെ സൂചനകൾ യുധിഷ്ഠിരനിൽ വ്യക്തമാണ്[17]. എന്നാൽ ഈ ഘട്ടത്തിൽ കൃഷ്ണൻ അവരുടെ കൂടെയില്ല. ഗാന്ധാരിയുടെ ശാപം ഏറ്റുവാങ്ങുമ്പോഴും, പാണ്ഡവരുടെ വിഷാദത്തിന് മറുപടി നൽകാതെ, അദ്ദേഹം ദ്വാരകയിലേക്ക് മടങ്ങുന്നു. ഉപയോഗം കഴിഞ്ഞു. ബന്ധം അപ്രസക്ത മായി.

കൃഷ്ണന്റെ നാർസിസിസ്റ്റിക് ഉപേക്ഷണത്തിന്റെ ഏറ്റവും ഭീകരമായ ഉദാഹരണം സ്വന്തം വംശമായ യാദവരുടെ നാശമാണ്. പ്രഭാസ തീർത്ഥത്തിൽ വെച്ച്, മദ്യപിച്ച് തമ്മിലടിച്ചു മരിക്കുന്ന യാദവരെ നോക്കി നിൽക്കുന്ന കൃഷ്ണന്റെ ചിത്രം, മനഃശാ സ്ത്രപരമായി ഏറ്റവും അസ്വസ്ഥമാക്കു ന്നതാണ്. ഇവിടെ പ്രകടമാകുന്ന അവസ്ഥ വികാര മന്ദത (emotional blunting) എന്നാണ് അറിയപ്പെ ടുന്നത്[18]. അടുത്ത ബന്ധുക്ക ൾക്ക് ഗുരുതര മായ അപകടം സംഭവിക്കുമ്പോഴും, അതിനോട് സ്വാഭാവികമായ വികാരപ്രതികരണം ഉണ്ടാകാത്ത അവസ്ഥ.

സൈക്കോപാത്തിക് സ്വഭാവസൂചനകളുള്ളവരിൽ (psy-chopathic traits), അപരന്റെ വേദനയോടുള്ള ഈ നിർവികാരത വ്യക്തമായി കാണപ്പെടുന്നു[19]. കൃഷ്ണൻ യാദവരുടെ നാശം തടയാൻ ശ്രമിക്കുന്നില്ല. ഒരു സാക്ഷിയെപ്പോലെ അദ്ദേഹം അത് നോക്കിനിൽക്കുന്നു.

"ഞാൻ സൃഷ്ടിച്ചു, അതിനാൽ എനിക്ക് നശിപ്പിക്കാം" എന്ന ദൈവസങ്കീർണ്ണത (god complex) ഇവിടെ പൂർണമായി പ്രവർത്തിക്കുന്നു[20].

ഈ എല്ലാ ബന്ധങ്ങളും ഒരുമിച്ച് വിലയിരുത്തു മ്പോൾ, കൃഷ്ണന്റെ ബന്ധങ്ങളിൽ ഒരു വ്യക്തമായ വാസ്തുവിദ്യ (architecture) കാണാം. ആദർശവൽക്കരണം, ഉപയോഗം, ഉപേക്ഷണം എന്ന ക്രമം ഒരിടത്തും തകരുന്നില്ല. ഒരാളും സ്വതന്ത്രമായ മൂല്യമുള്ള വ്യക്തിയായി നിലനിന്നില്ല.

ഇത് ക്രൂരതയല്ല; നാർസിസിസ്റ്റിക് കാര്യക്ഷമതയാണ്. അതിനാൽ, കൃഷ്ണനാൽ സ്നേഹിക്കപ്പെടുക എന്നത് ഒരേസമയം അനുഗ്രഹവും, അതിലേറെ വലിയൊരു ദുരന്തവുമായിരുന്നു.

References

References 1. Kernberg, O. F. (1975). Borderline conditions and pathological narcissism. Jason Aronson. 2. Ronningstam, E. (2005). Identifying and understanding the narcissistic personality. Oxford University Press. 3. Campbell, W. K., & Foster, C. A. (2007). The narcissistic self. Psychological Inquiry, 18(3), 115–138. 4. Kohut, H. (1971). The analysis of the self. International Universities Press. 5. Baumeister, R. F., & Campbell, W. K. (1999). The intrinsic appeal of evil. Psychological Inquiry. 6. Herman, J. L. (1992). Trauma and recovery. Basic Books. 7. Linehan, M. M. (1993). Cognitive-behavioral treatment of borderline personality disorder. Guilford Press. 8. Hare, R. D. (1999). Without conscience. Guilford Press. 9. Shay, J. (1994). Achilles in Vietnam. Scribner. 10. Bowlby, J. (1988). A secure base. Routledge. 11. Mikulincer, M., & Shaver, P. R. (2007). Attachment in adulthood. Guilford Press. 12. Volkan, V. D. (1997). Bloodlines. Farrar, Straus and Giroux. 13. Bandura, A. (1999). Moral disengagement. Personality and Social Psychology Review, 3(3), 193–209. 14. Clark, M. S., & Mills, J. (1979). Interpersonal attraction in exchange and communal relationships. Journal of

Personality and Social Psychology. 15. Fromm, E. (1941). Escape from freedom. Farrar & Rinehart. 16. Zimbardo, P. G. (2007). The Lucifer effect. Random House. 17. Frankl, V. E. (1959). Man's search for meaning. Beacon Press. 18. Decety, J., & Jackson, P. L. (2004). The functional architecture of empathy. Behavioral and Cognitive Neuroscience Reviews. 19. Baumeister, R. F. (1991). Meanings of life. Guilford Press. 20. Kernberg, O. F. (1984). Severe personality disorders. Yale University Press.

അധ്യായം 15

തന്ത്രപരമായ ക്രൂരതയുടെ ചികിത്സാപര കേസ്സ്ഥാനങ്ങൾ

(Clinical Case Studies of Strategic Cruelty)

സാഡിസ്റ്റിക് അധികാരപ്രകടനങ്ങൾ: ശിശുപാല വധവും പൊതുമധ്യത്തിലെ ക്രൂരതയുടെ മനഃശാസ്ത്രവും

മുൻ അധ്യായങ്ങളിൽ കൃഷ്ണന്റെ വ്യക്തിത്വ ഘടനയും, ബന്ധങ്ങളിൽ അദ്ദേഹം പ്രയോഗിച്ച വിനിയോഗ തന്ത്രങ്ങളും വിശദമായി പരിശോധി ച്ചപ്പോൾ, ഒരു കാര്യം വ്യക്തമായി ഉയർന്നു വരുന്നു. കൃഷ്ണന്റെ പ്രവർത്തനങ്ങൾ വികാരപരമായ ക്ഷണിക പ്രതികരണങ്ങളല്ല. അവ തണുത്ത ബുദ്ധിയോടെയുള്ള, ലക്ഷ്യബോധമുള്ള ഇടപെടലു കളാണ്. ഈ അധ്യായം ആ നിഗമനത്തെ സിദ്ധാന്ത തലത്തിൽ നിന്ന്

പ്രവർത്തിതലത്തിലേക്ക് കൊണ്ടു രുന്നു. മഹാഭാരതത്തിലെ ചില നിർണായക സംഭവ ങ്ങളെ ചികിത്സാപര കേസ്പഠനങ്ങളായി (clinical case studies) വായിക്കുമ്പോൾ, കൃഷ്ണന്റെ തന്ത്രപരത ഏറ്റവും വ്യക്തമായി വെളിപ്പെടുന്നു.

ശിശുപാല വധം ഈ അധ്യായത്തിന്റെ തുടക്കമായി തെരഞ്ഞെടുക്കുന്നത് യാദൃശ്ചികമല്ല. ഭക്തിസാഹി ത്യത്തിൽ ഇത് ക്ഷമയുടെ ഉദാത്ത മാതൃകയായി അവതരിപ്പിക്കപ്പെടുന്നു. "നൂറു തെറ്റുകൾ വരെ ക്ഷമിച്ചു" എന്ന കഥ കൃഷ്ണന്റെ ദൈവിക സഹിഷ്ണുതയുടെ തെളിവായി വ്യാഖ്യാനി ക്കപ്പെടുന്നു. എന്നാൽ ചികിത്സാപര മനഃശാസ്ത്ര ത്തിന്റെ (clinical psychology) കാഴ്ചപ്പാടിൽ, ഈ സംഭവം ക്ഷമയുടെ കഥയല്ല. മറിച്ച്, കൃത്യമായി ആസൂത്രണം ചെയ്ത ഒരു പൊതുമധ്യ അധികാരപ്രകടനമാണ്.

അസാധാരണ മനഃശാസ്ത്രത്തിൽ (abnormal psychology), പ്രത്യേകിച്ച് സാഡിസ്റ്റിക് സ്വഭാവസൂചനകൾ (sadistic traits) സംബന്ധിച്ച പഠനങ്ങളിൽ, ഒരാളെ പരസ്യമായി അപമാനിക്കുകയോ, വേദനിപ്പിക്കു കയോ, കൊല്ലുകയോ ചെയ്യുന്നതിലൂടെ ആധിപത്യം സ്ഥാപിക്കുന്ന പ്രവണതയെ "ഉപകരണപര സാഡിസം" (instrumental sadism) എന്ന് വിളിക്കുന്നു. റോയ് ബൗമൈസ്റ്റർ വിശദീകരിക്കുന്നതുപോലെ, ഇവിടെ ലക്ഷ്യം വേദനയല്ല; അധികാരമാണ്. വേദന അധികാരം ഉറപ്പിക്കുന്ന ഒരു ഉപാധി മാത്രമാണ്[1].

ശിശുപാലന്റെ കാര്യത്തിൽ, കൃഷ്ണൻ കാണിക്കുന്ന പെരുമാറ്റം ഈ മാതൃകയോട് പൂർണമായും ചേർന്നുനിൽക്കുന്നു. ശിശുപാലൻ സഭയിൽ വെച്ച് കൃഷ്ണനെ അപമാനിക്കുമ്പോൾ, കൃഷ്ണൻ ഉടൻ പ്രതികരിക്കുന്നില്ല. ഇത് ക്ഷമ കൊണ്ടല്ല. മറിച്ച്, ഇത് ഒരു മനഃശാസ്ത്ര കളിയാണ്. ഇരയെ കാത്തിരിപ്പിച്ച്, അവനെ ഒരു തെറ്റായ സുരക്ഷിതബോധത്തിലേക്ക് നയിക്കുന്ന

തന്ത്രം. "ഇനി ഒന്നും സംഭവിക്കില്ല" എന്ന ധാരണ ഇരയിൽ ഉറപ്പിക്കപ്പെടുമ്പോഴാണ്, അന്തിമ പ്രഹരം ഏറ്റവും ആഘാതകരമാകുന്നത്.

നൂറാമത്തെ തെറ്റിൽ, എല്ലാവരും നോക്കിനിൽക്കെ, സുദർശനചക്രം ഉപയോഗിച്ച് ശിശുപാലന്റെ ശിരസ്സ് വേർപെടുത്തുന്നത് വെറും വധശിക്ഷയല്ല. അത് ഒരു നാടകീയ അന്ത്യം (theatrical end) ആണ്. മനഃശാസ്ത്രപരമായി, ഇത് മൂന്ന് സന്ദേശങ്ങൾ ഒരേസമയം നൽകുന്നു. ഒന്നാമത്, കൃഷ്ണന് നിയമങ്ങളില്ല. രണ്ടാമത്, ക്ഷമ പോലും അദ്ദേഹത്തിന്റെ നിയന്ത്രണ

ത്തിലുള്ളതാണ്. മൂന്നാമത്, അദ്ദേഹം തീരുമാനിക്കുന്ന നിമിഷത്തിൽ, ഏത് വ്യക്തിയെയും, ഏത് പൊതുമധ്യത്തിലും, നശിപ്പിക്കാം.

ഇവിടെ പ്രകടമാകുന്നത് "നിർവികാര–അനുഭൂതിയി ല്ലാത്ത" (callous–unemotional) സ്വഭാവസൂച നകളുടെ വ്യക്തമായ ഉദാഹരണമാണ്. വികാരപരമായ അലയാട്ടമില്ലാതെ, എണ്ണിയും കാത്തും, ശരിയായ സമയത്ത് നിർവികാരമായി കൊല്ലുക എന്നത് സൈക്കോപാത്തിക് വ്യക്തിത്വ ങ്ങളിൽ (psychopathic personality) സാധാരണ മായി കാണപ്പെടുന്ന പ്രവണതയാണ്[2]. ശിശുപാലന്റെ വേദനയോ, അമ്മയുടെ ബന്ധമോ, സഭയുടെ ധാർമ്മികതയോ ഒന്നും തന്നെ കൃഷ്ണന്റെ തീരുമാനത്തെ ബാധിക്കുന്നില്ല. അദ്ദേഹത്തിന്റെ ലക്ഷ്യം അധികാരം ഉറപ്പിക്കുക എന്നതാണ്.

ഈ സംഭവത്തെ പൊതുമധ്യ സാഡിസത്തിന്റെ (public sadism) ഉദാഹരണമായി വായിക്കുമ്പോൾ, അതിന്റെ രാഷ്ട്രീയ മനഃശാസ്ത്രം കൂടുതൽ വ്യക്തമാകുന്നു. പൊതുസഭയിൽ നടക്കുന്ന ക്രൂരത, വ്യക്തിയെ മാത്രമല്ല, കാണികളെയും നിയന്ത്രിക്കു ന്ന ഒരു ഉപാധിയാണ്. ഭയം ഒരു സാമൂഹിക നിയന്ത്രണ ഉപാധിയായി പ്രവർത്തിക്കുന്നു. "ഇനി ആരും ചോദ്യം ചെയ്യരുത്" എന്ന സന്ദേശം ഇവിടെ സ്ഥാപിക്കപ്പെടുന്നു. ഇത് പിന്നീട്

മഹാഭാരതത്തിലുടനീളം ആവർത്തിക്കുന്ന ഒരു മാതൃകയായി (pattern) മാറുന്നു.

ശിശുപാല വധം കൃഷ്ണന്റെ വ്യക്തിപരമായ കോപപ്രകടനമാണെന്ന് കരുതുന്നത് ഈ സംഭവത്തെ ലഘൂകരിക്കുകയാണ്. യഥാർത്ഥത്തിൽ, ഇത് ഒരു ക്രമബദ്ധമായ അധികാരപ്രദർശനമാണ് (systematic power demonstration). മഹത്ത്വബോധം (grandiosity) എന്ന ചികിത്സാപര ആശയം ഇവിടെ വ്യക്തമായി കാണാം. സ്വയം നിയമത്തിനുമപ്പുറം നിൽക്കുന്ന ഒരാളെന്ന ബോധമാണ് മഹത്ത്വബോധം. "എനിക്ക് നിയമങ്ങ ളുണ്ട്, പക്ഷേ അവ എന്നെ ബാധിക്കുന്നില്ല" എന്ന മനോഭാവം നാർസിസിസ്റ്റിക് വ്യക്തിത്വങ്ങളി ൽ സ്ഥിരമായി കാണപ്പെടുന്നു[3].

ഇവിടെ ഭക്തിവ്യാഖ്യാനവും ചികിത്സാപര വായനയും തമ്മിലുള്ള വ്യത്യാസം ശ്രദ്ധേയമാണ്. ഭക്തിപരമായ വായനയിൽ, ശിശുപാലന്റെ വധം ധർമ്മസംരക്ഷണമാണ്. എന്നാൽ ചികിത്സാപര വായനയിൽ, ധർമ്മം ഒരു ഭാഷ മാത്രമാണ്. പ്രവർത്ത നം നിയന്ത്രിക്കുന്നത് അധികാരബോധവും ലക്ഷ്യ ബോധവുമാണ്. ധർമ്മം ഇവിടെ ഒരു നൈതിക മൂല്യ മല്ല; ഒരു ന്യായീകരണ ഉപാധിയാണ്.

ഈ സംഭവത്തിന്റെ ദൂരവ്യാപകമായ ഫലം മഹാഭാരതത്തിലെ മറ്റ് കഥാപാത്രങ്ങളിലേക്കും വ്യാപിക്കുന്നു. സഭയിൽ ഇരുന്ന രാജാക്കന്മാർ, പാണ്ഡവർ, യാദവർ—എല്ലാവരും ഒരേ സന്ദേശം സ്വീകരിക്കുന്നു. കൃഷ്ണനോട് വാദിക്കരുത്. ചോദ്യം ചെയ്യരുത്. പരിധി ലംഘിച്ചാൽ, അന്ത്യം നാടകീയമായിരിക്കും. ഇത് പിന്നീട് കൃഷ്ണൻ പ്രയോഗിക്കുന്ന മറ്റ് തന്ത്രങ്ങൾക്ക് ഒരു മനഃശാസ്ത്ര പശ്ചാത്തലം ഒരുക്കുന്നു.ഈ ഘട്ടത്തിൽ തന്നെ, കൃഷ്ണന്റെ ക്രൂരത വികാരപരമായ സാഡിസമല്ലെന്ന് വ്യക്തമാകുന്നു. ഇത് ലക്ഷ്യാധിഷ്ഠിതമാണ്. ശിശുപാലൻ ജീവിച്ചാലും, മരിച്ചാലും, കൃഷ്ണന്റെ വ്യക്തിപരമായ വികാരലോകത്ത്

വലിയ മാറ്റമില്ല. എന്നാൽ ശിശുപാലന്റെ മരണം ഒരു സാമൂഹിക–മാനസിക ഫലം ഉണ്ടാക്കുന്നു. അതാണ് പ്രധാന്യം. മനുഷ്യജീവൻ ഇവിടെ ഒരു സന്ദേശവാഹകനായി ചുരുങ്ങുന്നു.

ഇതോടെ, ഈ അധ്യായത്തിന്റെ അടിസ്ഥാന നിഗമനം രൂപപ്പെടുന്നു. കൃഷ്ണന്റെ ക്രൂരതകൾ വികാരപരമായ പൊട്ടിത്തെറികളല്ല. അവ കൃത്യമായി കണക്കുകൂട്ടിയ, സാഹചര്യത്തിനനുസരിച്ച് രൂപകൽപ്പന ചെയ്ത ഇടപെടലുകളാണ്. ശിശുപാല വധം ഈ ക്രൂരതയുടെ ആദ്യത്തെ ചികിത്സാപര കേസ്സ്ഠനമാണ്. ഇതിന് പിന്നാലെ, മനുഷ്യജീവനെ ഉപകരണമായി മാറ്റുന്ന കൂടുതൽ സങ്കീർണ്ണമായ തന്ത്രങ്ങളിലേക്ക് കൃഷ്ണൻ കടക്കുന്നു.

ശിശുപാല വധത്തിൽ പൊതുമധ്യത്തിലെ അധികാരം ഉറപ്പിച്ച ശേഷം, മഹാഭാരത യുദ്ധഭൂമിയിൽ കൃഷ്ണന്റെ തന്ത്രങ്ങൾ കൂടുതൽ സൂക്ഷ്മവും കൂടുതൽ ക്രൂരവുമായ രൂപത്തിലേക്ക് പരിണമിക്കുന്നു. ഇവിടെ ക്രൂരത ഇനി നാടകീയ പ്രകടനമല്ല. അത് തന്ത്രപരമായ വിനിയോഗമാണ്. മനുഷ്യജീവനുകൾ സന്ദേശങ്ങളല്ല; ഉപകരണങ്ങളാണ്. ഈ ഘട്ടത്തിലാണ് അഭിമന്യുവിന്റെ മരണം ഒരു "അപകടം" എന്നതിൽ നിന്ന് ഒരു "ചികിത്സാപര കേസ്" ആയി മാറുന്നത്.

ഇത് തന്ത്രപരമായ ക്രൂരത (strategic cruelty) ആണ്. തന്ത്രപരമായ ക്രൂരതയിൽ, ക്രൂരത ലക്ഷ്യമല്ല. അത് കാര്യക്ഷമതയുടെ ഉപാധിയാണ്. മനുഷ്യരെ ഉപകരണങ്ങളായി കാണുക, വികാരബന്ധങ്ങളെ തടസ്സങ്ങളായി കാണുക, ധാർമ്മികതയെ ഒരു വഴങ്ങുന്ന കഥയായി (flexible narrative) ഉപയോഗിക്കുക എന്നതാണ് ഈ ഘടനയുടെ കേന്ദ്രം. ഇത് മക്കിയവെല്ലിയൻ മനോഭാവത്തോടും (Machiavellianism) ഉയർന്ന പ്രവർത്തനക്ഷമതയുള്ള സൈക്കോപതിയോടും (high-functioning psychopathy) ചേർന്നുനിൽക്കുന്ന ഒരു ചികിത്സാപര പ്രൊഫൈലാണ്[5].

കൃഷ്ണന്റെ പ്രവർത്തനങ്ങൾ യുദ്ധം ജയിക്കാൻ ഫലപ്രദമായിരുന്നു. പക്ഷേ ആ ഫലപ്രാപ്തി മനുഷ്യബന്ധങ്ങളുടെയും നൈതികതയുടെയും ശവപ്പറമ്പിലാണ് നിലകൊള്ളുന്നത്. വിജയം കൈവരിച്ചപ്പോൾ, പാണ്ഡവർക്ക് ലഭിച്ചത് സമാധാനമല്ല, ശൂന്യതയാണ്. ഇത് യുദ്ധാനന്തര മനഃശാസ്ത്ര പ്രത്യാഘാതം (post-conflict psychological aftermath) എന്നറിയപ്പെടുന്ന അവസ്ഥയോട് സാമ്യമുള്ളതാണ്. യുദ്ധം ജയിച്ചവർ പോലും ഉള്ളിൽ തോറ്റുപോകുന്ന അവസ്ഥ.

ഇവിടെ, അധ്യായം 15 ഒരു സമന്വയത്തിലേക്ക് എത്തുന്നു. കൃഷ്ണൻ, മനുഷ്യബോധത്തെ, ധാർമ്മികതയെ, ബന്ധങ്ങളെ എല്ലാം ഉപകരണങ്ങളായി ഉപയോഗിക്കാൻ കഴിയുന്ന ഒരു അത്യന്തം കാര്യക്ഷമമായ അധികാരമനസ്സിന്റെ (power-oriented mind) ചിത്രമാണ് ഇവിടെ തെളിയുന്നത്. ഈ ചിത്രം ആരാധനയേക്കാൾ പഠനത്തിനാണ് യോഗ്യം. കാരണം, ഇതിഹാസങ്ങളിൽ മാത്രം ഒതുങ്ങുന്ന ഒരു മനഃസ്ഥിതി അല്ല ഇത്. ചരിത്രത്തിലുടനീളം, അധികാരത്തിന്റെ ഭാഷ സംസാരിക്കുന്ന എല്ലാ സംവിധാനങ്ങളിലും ഈ ഘടന ആവർത്തിക്കപ്പെടുന്നു.

ധർമ്മത്തിന്റെ ഭാഷയിൽ സംസാരിക്കുന്ന ക്രൂരത കേരളത്തിന്റെ രാഷ്ട്രീയ ചരിത്രത്തിലും വ്യക്തമായി കാണപ്പെടുന്ന ഒരു മാതൃകയാണ്. രാഷ്ട്രീയ കൊലപാതകങ്ങളും ആക്രമണങ്ങളും (political killings and attacks) നടക്കുമ്പോൾ, അവയെ തുറന്ന ക്രൂരതയായി അവതരിപ്പിക്കാറില്ല. പകരം, "ധാർമ്മിക സംരക്ഷണം", "സാമൂഹിക നീതി", "സംഘടനാപര ശിക്ഷ" തുടങ്ങിയ നൈതിക ഭാഷകളിലാണ് (language of morality and ethics) ഇത്തരം പ്രവൃത്തികൾ പൊതുസമൂഹത്തിന് മുന്നിൽ

വിശദീ കരിക്കപ്പെടുന്നത്. T.J ജോസഫ് എന്ന അധ്യാപകന്റെ കൈ വെട്ടിമാറ്റിയ ആക്രമണം ഇതിന്റെ ഏറ്റവും അസ്വസ്ഥമാക്കുന്ന ഉദാഹരണങ്ങളിലൊന്നാണ്. ഒരു മനുഷ്യന്റെ ശരീരത്തെ ശിക്ഷയുടെ വേദിയാക്കി മാറ്റിയ ഈ ആക്രമണം, പല രാഷ്ട്രീയ–മതപര വാദങ്ങളിലും "വികാരവേദനയുടെ പ്രതികരണം", "അപമാനത്തിനുള്ള മറുപടി", "വിശ്വാസ-മൂല്യസംരക്ഷണം" എന്നിങ്ങനെ പുനർവ്യാഖ്യാനിക്കപ്പെട്ടു. ഇവിടെ ആക്രമണം (attack) തന്നെ കുറ്റമായി മാറുന്നില്ല; ആക്രമണത്തിനിരയായ മനുഷ്യന്റെ പ്രവർത്തിയെയാണ് അധാർമ്മികമായി ചിത്രീകരിക്കുന്നത്. ഈ ഭാഷാപരമായ തിരിമറി (discursive inversion) വഴിയാണ് ക്രൂരത ന്യായീകരിക്കപ്പെടുന്നത്. രാഷ്ട്രീയ നേതൃത്വംയും അനുബന്ധ സംഘടനകളും നൈതികതയുടെ വാക്കുകൾ ഉപയോഗിക്കുമ്പോൾ, യഥാർത്ഥത്തിൽ നടക്കുന്നത് മനുഷ്യജീവിതത്തെയും ശരീരത്തെയും ഒരു സന്ദേശമായി ഉപയോഗിക്കുന്ന ക്രൂരമായ അധി കാരപ്രകടനമാണ്. ഇങ്ങനെയാണ് ധർമ്മത്തിന്റെ ഭാഷ, നീതിയുടെ ആയുധമാ കുന്നതിന് പകരം, ക്രൂരതയെ മറച്ചുവയ്ക്കുന്ന ഒരു കവചമായി മാറുന്നത്.

അധ്യായം 15 ഇവിടെ അവസാനിക്കുന്നു. പക്ഷേ ഇത് ഒരു സമാപനമല്ല. ഇത് മുന്നറിയിപ്പാണ്. ധർമ്മത്തിന്റെ ഭാഷയിൽ സംസാരിക്കുന്ന ക്രൂരത, തിരിച്ചറിയാൻ ഏറ്റവും ബുദ്ധിമുട്ടുള്ളതും, അതുകൊണ്ട് തന്നെ ഏറ്റവും അപകടകരവുമാണ്.

References

1. Baumeister, R. F., & Campbell, W. K. (1999). The intrinsic appeal of evil: Sadism, sensation seeking, and power.

2. Hare, R. D. (1999). Without conscience: The disturbing world of the psychopaths among us.

3. Ronningstam, E. (2005). Identifying and understanding the narcissistic personality.

4. Hare, R. D. (2003). Manual for the Revised Psychopathy Checklist.

5. Blair, R. J. R. (2001). Neurocognitive models of aggression and psychopathy.

6. Shay, J. (2014). Moral injury.

7. Bandura, A. (1999). Moral disengagement in the perpetration of inhumanities.

8. Christie, R., & Geis, F. (1970). Studies in Machiavellianism.

അധ്യായം 16

കർതൃത്വമില്ലാത്ത ഇരകൾ: ചരിത്രത്തിലെ നിശബ്ദ ഭൂരിപക്ഷം

അനുസരണത്തിന്റെ മനഃശാസ്ത്രവും ഉപേക്ഷിക്കപ്പെട്ട ജീവിതങ്ങളും

കുരുക്ഷേത്ര യുദ്ധത്തെക്കുറിച്ചുള്ള ഭൂരിഭാഗം വായനകളും നായകന്മാരുടെ മനസ്സിലേക്കാണ് നീങ്ങുന്നത്. അർജ്ജുനന്റെ ദുഃഖം, കൃഷ്ണന്റെ തന്ത്രബുദ്ധി, കർണ്ണന്റെ ധാർമ്മിക പ്രതിസന്ധി എന്നിവയെക്കുറിച്ചുള്ള വിശദീകരണങ്ങൾ സമൃദ്ധമാണ്. എന്നാൽ ഈ ആഖ്യാനങ്ങളുടെ അടിത്തട്ടിൽ, കണക്കുകളായി മാത്രം നിലനിൽ ക്കുന്ന ഒരു മനുഷ്യക്കൂട്ടമുണ്ട്. അവർക്കു പേരില്ല, മുഖമില്ല, ശബ്ദമില്ല. അവർ യുദ്ധത്തിൽ പങ്കെടു ക്കുന്നത് ഒരു

തീരുമാനത്തിന്റെ ഫലമായല്ല, മറിച്ച് തീരുമാനങ്ങളിൽ നിന്ന് പുറത്താക്കപ്പെട്ടതിന്റെ ഫലമായാണ്. ഈ അധ്യായത്തിന്റെ ആദ്യഭാഗം ഈ സാധാരണ സൈനികരെ മനഃശാസ്ത്രപരമായി വായിക്കുകയാണ്, പ്രത്യേകിച്ച് കർത്തൃത്വത്തിന്റെ (Agency) അഭാവം എങ്ങനെ അവരെ ചരിത്രത്തിലെ ഏറ്റവും എളുപ്പം ഉപേക്ഷിക്കാവുന്ന ജീവികളാക്കി മാറ്റുന്നു എന്നത് പരിശോധിക്കാൻ.

കർത്തൃത്വം (Agency) എന്നത്, ഒരു വ്യക്തിക്ക് സ്വന്തം ജീവിതത്തെ ബാധിക്കുന്ന തീരുമാനങ്ങളിൽ പങ്കാളിയാകാനും, ആ തീരുമാനങ്ങളുടെ ഉത്തരവാദിത്തം തനിക്കുണ്ടെന്ന് അനുഭവിക്കാനും ഉള്ള കഴിവാണ്. ആൽബർട്ട് ബന്ദൂരയുടെ സാമൂഹ്യ ബൗദ്ധിക സിദ്ധാന്തം (Social Cognitive Theory) പ്രകാരം, കർത്തൃത്വബോധമാണ് മനുഷ്യനെ വെറും പ്രതിക രണ യന്ത്രത്തിൽ നിന്ന് നൈതിക പ്രവർത്തകനാക്കി മാറ്റുന്നത്[1]. കർത്തൃത്വം നഷ്ടപ്പെടുമ്പോൾ, വ്യക്തി തന്റെ പ്രവൃത്തികളെ സ്വന്തം തിരഞ്ഞെടുപ്പായി കാണുന്നില്ല. അവൻ ആജ്ഞയുടെ തുടർച്ചയായി മാത്രം പ്രവർത്തിക്കുന്നു. കുരുക്ഷേത്രത്തിലെ സാധാരണ സൈനികർ ഈ കർത്തൃത്വം നഷ്ടപ്പെട്ട മനുഷ്യരുടെ ക്ലാസിക് ഉദാഹരണങ്ങളാണ്.

ഈ സൈനികർ യുദ്ധം ആഗ്രഹിച്ചിരുന്നില്ല. ഹസ്തിനപുരത്തിന്റെ സിംഹാസനം ആർക്കു കിട്ടണം എന്ന ചോദ്യത്തിൽ അവർക്കു വ്യക്തിപരമായ താല്പര്യമുണ്ടായിരുന്നില്ല. അവരുടെ ഭൂമി, കുടുംബം, തൊഴിൽ എന്നിവയിൽ യുദ്ധ ത്തിന്റെ ഫലം നേരിട്ട് മാറ്റമുണ്ടാക്കു മായിരുന്നില്ല. എന്നിട്ടും അവർ മരിച്ചു. കാരണം, അവർക്കു രാഷ്ട്രീയ കർത്തൃത്വം (Political Agency) ഇല്ലായിരുന്നു. രാജാവിന്റെ വിളിയോട് “ഇല്ല” എന്ന് പറയാനുള്ള അവകാശം അവർക്കുണ്ടായിരുന്നില്ല. അവരുടെ ശരീരങ്ങൾ രാഷ്ട്രത്തിന്റെ സ്വത്തായി മാറിയിരുന്നു.

ഇവിടെ പ്രവർത്തിക്കുന്ന മനഃശാസ്ത്ര സംവിധാനം ഉപകരണപര അനുസരണം (Instrumental Obedience) എന്നതാണ്. സ്റ്റാൻലി മിൽഗ്രാമിന്റെ പ്രശസ്തമായ അനുസരണ പരീക്ഷണങ്ങൾ (Obedience Experiments) തെളിയിക്കുന്നത്, അധികാരസ്ഥാനത്തുള്ള ഒരാൾ ആജ്ഞ നൽകുമ്പോൾ, സാധാരണ മനുഷ്യർ തങ്ങളുടെ തന്നെ ധാർമ്മിക സംശയങ്ങൾ അടിച്ചമ ർത്തി ക്രൂരമായ പ്രവൃത്തികൾ ചെയ്യാൻ തയ്യാറാ കുമെന്നതാണ്[2]. മിൽഗ്രാമിന്റെ പരീക്ഷണത്തിൽ പങ്കെടുത്തവർക്ക് ഇരയെ നേരിൽ കാണാനാ കാതിരുന്നപ്പോൾ, അനുസരണം കൂടുതൽ ശക്ത മായിരുന്നു. കുരുക്ഷേത്രത്തിലെ സൈനികർക്കും സമാനമായൊരു ദൂരം ഉണ്ടായിരുന്നു. യുദ്ധത്തിന്റെ വലിയ ലക്ഷ്യങ്ങൾ അവർക്കു ദൃശ്യമല്ലായിരുന്നു. അവർ കണ്ടത് മുന്നിലുള്ള ശത്രുവിനെയും പിന്നിലുള്ള കമാൻഡറിനെയും മാത്രമാണ്. ഈ പരിമിതമായ കാഴ്ചപ്പാട് അനുസരണത്തെ എളുപ്പമാക്കി.

കൃഷ്ണന്റെ ഗീതോപദേശം അർജ്ജുനന്റെ കർത്തൃത്വത്തെ പുനർക്രമീകരിക്കുന്നതായിരുന്നു. എന്നാൽ ആ പുനർക്രമീകരണം ഈ സാധാരണ സൈനികർക്കു ലഭിച്ചില്ല. അവർക്കു മുന്നിൽ വിശ്വരൂപം ഉണ്ടായിരുന്നില്ല. അവർക്കു "നിമിത്ത മാത്രം" എന്ന തത്ത്വചിന്തയും ലഭിച്ചില്ല. അവരെ പ്രേരിപ്പിച്ചത് ധാർമ്മിക വാദങ്ങളല്ല, മറിച്ച് ശിക്ഷയുടെ ഭയം, അപമാനത്തിന്റെ പേടി, കൂട്ടത്തി ൽ നിന്ന് പുറത്താകുമെന്ന ആശങ്ക എന്നിവയാ യിരു ന്നു. മനഃശാസ്ത്രത്തിൽ ഇതിനെ സാമൂഹിക മാന ദണ്ഡ സമ്മർദ്ദം (Normative Pressure) എന്ന് വിളിക്കുന്നു.

ഈ അവസ്ഥയിൽ, സൈനികന്റെ ജീവിതം ഒരു ഉപകരണമായി മാറുന്നു. അവൻ ഒരു ലക്ഷ്യത്തിനുള്ള മാർഗം (Means to an End) മാത്രമാണ്. ചികിത്സാപര ഭാഷയിൽ ഇത് ഉപകരണവൽക്കരണം (Instrumentalization) എന്നാണ് അറിയപ്പെടുന്നത്. മനുഷ്യനെ ഒരു വ്യക്തിയായി

കാണാതെ, ഒരു ലക്ഷ്യം നേടാനുള്ള വസ്തുവായി മാത്രം കാണുന്ന മനോഭാവം. അധികാരകേന്ദ്രങ്ങളിൽ ഈ മനോഭാവം സാധാരണമാണ്, കാരണം അത് തീരുമാനമെടുക്കുന്നവരെ നൈതിക ബാധ്യതയിൽ നിന്ന് മോചിപ്പിക്കുന്നു. ഒരാൾ മരിക്കുമ്പോൾ, അത് ഒരു ജീവന്റെ നഷ്ടമല്ല, ഒരു സംഖ്യയുടെ കുറവാണ്.

ഇവിടെ നൈതിക വിച്ഛേദനം (Moral Disengagement) എന്ന പ്രക്രിയയും പ്രവർത്തിക്കുന്നു. ബന്ദൂര വിശദീകരിച്ചതുപോലെ, ഒരു പ്രവൃത്തിയുടെ ധാർമ്മിക പ്രത്യാഘാതങ്ങളിൽ നിന്ന് മനസ്സിനെ വേർപെടുത്തുമ്പോഴാണ് വലിയ തോതിലുള്ള അക്രമം സാധ്യമാകുന്നത്[3]. കുരുക്ഷേത്രത്തിലെ കമാൻഡർമാർക്ക്, ഓരോ സൈനികന്റെയും മരണം വ്യക്തിപരമായ ദുഃഖമല്ല. അത് "സ്വീകാര്യ നഷ്ടം" (Acceptable Loss) മാത്രമാണ്. ഈ ഭാഷ തന്നെ മനുഷ്യജീവന്റെ മൂല്യം എങ്ങനെ കുറയ്ക്കപ്പെടുന്നു എന്നതിന്റെ തെളിവാണ്.

ചരിത്രത്തിൽ ആവർത്തിക്കുന്ന ഒരു മാതൃക (Pattern) ഇവിടെ കാണാം. ഏത് വലിയ യുദ്ധവും പരിശോധി ച്ചാൽ, തീരുമാനങ്ങൾ എടുക്കുന്നവർ വളരെ കുറവാണെന്നും, ആ തീരുമാനങ്ങളുടെ വില നൽകുന്നവർ അനേകരാണെന്നും കാണാം. ഈ അനേകരാണ് ചരിത്രത്തിലെ നിശബ്ദ ഭൂരിപക്ഷം. അവരുടെ കഥകൾ എഴുതപ്പെടുന്നില്ല, കാരണം അവർ വിജയിച്ചവരല്ല. എന്നാൽ മനഃശാസ്ത്രപരമായി, ഒരു സംഘർഷത്തിന്റെ യഥാർത്ഥ ഭാരം വഹിക്കുന്നത് ഇവരാണ്.

കുരുക്ഷേത്രത്തിലെ സൈനികരുടെ മരണം, അവരുടെ കുടുംബങ്ങളിൽ ദീർഘകാല പ്രത്യാഘാതങ്ങൾ സൃഷ്ടിച്ചു. അച്ഛനെ നഷ്ടപ്പെട്ട കുട്ടികൾ, ഭർത്താവിനെ നഷ്ടപ്പെട്ട സ്ത്രീകൾ, അത്താണി നഷ്ടപ്പെട്ട വയോധികർ. ഈ പ്രത്യാഘാതങ്ങൾ യുദ്ധഭൂമിയിൽ അവസാനിക്കുന്നില്ല. അവ തലമുറകളിലേക്ക് പടരുന്നു. ഇവിടെ യുദ്ധാനന്തര മാനസികാഘാതം (Post-conflict Trauma) ആരംഭിക്കുന്നു.

യുദ്ധത്തിൽ നിന്ന് രക്ഷപ്പെട്ടവരും പോലും മാനസികമായി തോറ്റുപോകുന്ന അവസ്ഥ.

ഈ സൈനികരെ "ബലിയാടുകൾ" എന്ന് വിളിക്കുന്നത് അപര്യാപ്തമാണ്. അവർ ബലിയാടുകളായിത്തീർന്നത് യാദൃശ്ചികമായി അല്ല, ഒരു ഘടനാപര സംവിധാനത്തിന്റെ ഫലമായാണ്. കർത്തൃത്വം നിഷേധിക്കപ്പെട്ട മനുഷ്യർ, അധികാരത്തിന്റെ ഏറ്റവും വിലകുറഞ്ഞ ഇന്ധനമാണ്. അവർക്ക് വേണ്ടി ആരും ശപിക്കാറില്ല, ആരും ദൈവങ്ങളെ ചോദ്യം ചെയ്യാറില്ല. കാരണം അവരുടെ മരണം ഒരു വലിയ കഥയുടെ ഭാഗമാക്കി മാറ്റപ്പെടുന്നു. പുരാതന യുദ്ധഭൂമിയിൽ മരണത്തിന്റെ യാഥാർത്ഥ്യം ഭക്തികാവ്യങ്ങളിൽ കാണുന്ന മഹത്വവൽക്കരണത്തിൽ നിന്ന് അതീവ ഭിന്നമായിരുന്നു. മുറിവേറ്റ അനേകം പടയാളികൾ യുദ്ധം അവസാനിച്ചിട്ടും മരണമെത്താതെ നിലത്ത് കിടക്കുമായിരുന്നു. പലർക്കും കൈകാൽ നഷ്ടപ്പെട്ടിട്ടുണ്ടാകാം, എന്നാൽ ജീവൻ അപ്പോഴും ശരീരത്തിൽ പിടിച്ചുനിൽക്കും. ഇന്നത്തെ പോലെ രക്ഷാസേനയോ റെഡ് ക്രോസ് (Red Cross) പോലുള്ള സംവിധാനങ്ങളോ അവരെ എടുത്തുകൊണ്ടുപോ കാൻ ഉണ്ടായിരുന്നില്ല. അവർ മണിക്കൂറുകളോ ദിവസങ്ങളോ വേദനയിൽ കിടന്ന് മരണം കാത്തിരിക്കേണ്ടിവന്നു. ആ സമയത്ത് അവരുടെ മനസ്സിലൂടെ കടന്നുപോകുന്ന ചിന്തകൾ ഭയം, അസഹായത, കുടുംബത്തെക്കുറിച്ചുള്ള ഓർമ്മ, ശരീരം ഇനി സ്വന്തമല്ലെന്ന ബോധം എന്നിവയായിരുന്നു. അംഗഭംഗം സംഭവിച്ച മുറിവുകളിൽ അണുബാധ (infection) പടർന്ന്, മരുന്നോ ശുശ്രൂഷയോ ലഭിക്കാതെ, ശരീരഭാഗങ്ങൾ പഴുത്ത് ചീഞ്ഞ്, ക്രമേണ മരണത്തിലേക്ക് വഴുതിപ്പോകുന്ന അനേകം മനുഷ്യരെ യുദ്ധഭൂമിയിൽ കാണാമായിരുന്നു. ഭീഷ്മന്റെ ശരശയ്യ പോലുള്ള ദൃശ്യങ്ങൾ ഒരു ഭക്തിവായനയിൽ മഹത്വത്തിന്റെ ചിഹ്നമാകാം. എന്നാൽ യഥാർത്ഥ സാധാരണ സൈനികന്റെ മരണനിമിഷം അത്യന്തം

ഭീകരവും അപമാനകരവും ഏകാന്തവുമായിരുന്നു. അവിടെ ധർമ്മമില്ല, മഹത്വമില്ല, ഉപദേശമില്ല. അവിടെ ഉണ്ടാകുന്നത് ശരീരം തകർന്ന മനുഷ്യനും, സഹായമില്ലാത്ത വേദനയും, പതുക്കെ അടുക്കുന്ന മരണവും മാത്രമാണ്.

ഈ ഭാഗം നമ്മെ ഒരു അസ്വസ്ഥ സത്യത്തിലേക്ക് നയിക്കുന്നു. മഹാഭാരതത്തിലെ ധർമ്മസംഘർഷം, സാധാരണ സൈനികർക്കു ധർമ്മത്തിന്റെ യുദ്ധമായിരുന്നില്ല. അത് അനുസരണത്തിന്റെ യുദ്ധമായിരുന്നു. അവരുടെ മരണത്തിൽ നൈതിക ഉന്നതിയൊന്നുമില്ല. അവിടെ കാണുന്നത് കർത്തൃ ത്വം നഷ്ടപ്പെട്ട മനുഷ്യരുടെ സമാഹാര ദാരുണ തയാണ്. ചരിത്രം മുന്നോട്ടു നീങ്ങുമ്പോൾ, ഈ നിശബ്ദ ഭൂരിപക്ഷം പിന്നിൽ ഉപേക്ഷിക്കപ്പെടുന്നു. എന്നാൽ മനഃശാസ്ത്രം അവരെ മറക്കുന്നില്ല. കാരണം, ഓരോ അധികാരസംവിധാനത്തിന്റെയും യഥാർത്ഥ മുഖം പ്രതിഫലിക്കുന്നത് ഇവരുടെ നിശബ്ദതയിലാണ്.

ജീവിച്ചിരുന്ന ഇരകൾ: ഗാന്ധാരി, സ്ത്രീകൾ, യുദ്ധാന ന്തര ട്രോമയുടെ അദൃശ്യ ചരിത്രം

കുരുക്ഷേത്ര യുദ്ധം അവസാനിക്കുമ്പോൾ യുദ്ധഭൂമിയിൽ കിടന്നത് ആയിരക്കണക്കിന് മൃതദേഹങ്ങളാണ്. എന്നാൽ യുദ്ധത്തിന്റെ യഥാർത്ഥ തുടർച്ച അവിടെ അവസാനിക്കുന്നില്ല. അത് തുടങ്ങുന്നത് അവശേഷിച്ചവരുടെ ജീവിതത്തി ലാണ്. മരിച്ച പുരുഷന്മാരുടെ ശരീരങ്ങൾ ചരിത്രത്തി ലേക്ക് ലയിക്കുമ്പോൾ, ജീവിച്ചിരുന്ന സ്ത്രീകൾ യുദ്ധത്തിന്റെ ദീർഘകാല വേദന വഹിക്കുന്ന “ജീവിതമുള്ള സ്മാരകങ്ങൾ” ആയി മാറുന്നു. മഹാഭാരതത്തിലെ സ്ത്രീകൾ, പ്രത്യേകിച്ച് ഗാന്ധാരി, കുന്തി, ദ്രൗപദി, സുഭദ്ര എന്നിവർ, ഭക്തിപരമായ വായനയിൽ സഹനത്തിന്റെ പ്രതീകങ്ങളായി ഉയർത്തിക്കാണിക്കപ്പെടുന്നു. എന്നാൽ ചികിത്സാപര മനഃശാസ്ത്രത്തിന്റെ കണ്ണിലൂടെ

നോക്കുമ്പോൾ, ഇവർ ഇരശാസ്ത്രത്തിന്റെ (Victimology) കേന്ദ്ര കഥാപാത്രങ്ങളാണ്.

ഇരശാസ്ത്രം (Victimology) എന്നത് യുദ്ധം, അക്രമം, അധികാരദുർവിനിയോഗം എന്നിവയുടെ ഇരകളെ ശാസ്ത്രീയമായി പഠിക്കുന്ന ശാഖയാണ്[4]. മഹാഭാരതത്തിലെ സ്ത്രീകൾ ഈ അർത്ഥത്തിൽ ദ്വിതീയ ഇരകൾ (Secondary Victims) ആണ്. അവർ നേരിട്ട് വാളെടുത്തില്ല. പക്ഷേ, വാളിന്റെ ഫലങ്ങൾ അവർ ജീവിതകാലം മുഴുവൻ വഹിച്ചു.

ഗാന്ധാരിയുടെ വിലാപം ഇതിന്റെ ഏറ്റവും ശക്തമായ ഉദാഹരണമാണ്. യുദ്ധത്തിന് മുൻപ് തന്നെ ഗാന്ധാരി യുദ്ധത്തിനെതിരെ നിലകൊണ്ടിരുന്നു. എന്നാൽ അവളുടെ ശബ്ദത്തിന് രാഷ്ട്രീയ കർത്തൃ ത്വം ഉണ്ടായിരുന്നില്ല. യുദ്ധം കഴിഞ്ഞപ്പോൾ, ഗാന്ധാരി നേരിടുന്നത് സാധാരണ ദുഃഖത്തെ (Grief) കടന്നുപോകുന്ന ഒരു മാനസിക തകർച്ചയാണ്. ഇവിടെ പ്രവർത്തിക്കുന്നത് ദ്വിതീയ മാനസി കാഘാതം (Secondary Traumatization) എന്ന പ്രക്രിയയാണ്[5]. കൂടാതെ, "ജീവിച്ച ശേഷമുള്ള കുറ്റബോധം" (Survivor's Guilt) ഈ വേദനയെ കൂടുതൽ ഗാഢമാക്കുന്നു.

ഭക്തിപരമായ വ്യാഖ്യാനത്തിൽ, ഗാന്ധാരി കൃഷ്ണനെ ശപിക്കുന്ന രംഗം ദൈവിക നാടകമായി മാറുന്നു. എന്നാൽ ഇരശാസ്ത്രത്തിന്റെ കാഴ്ചപ്പാടിൽ, ഇവിടെ പ്രകടമാകുന്നത് സഹാനുഭൂതി ക്ഷയം (Empathy Deficit) ആണ്. ദൗത്യം പൂർത്തിയായതിനാൽ, ഇരയുടെ വേദന അപ്രസക്തമാകുന്നു.

കുന്തിയുടെയും ദ്രൗപദിയുടെയും അനുഭവങ്ങളും സമാനമാണ്. അവരുടെ വേദന കഥയുടെ ഇന്ധനമാകുന്നു. എന്നാൽ അവരുടെ മാനസിക പുനരധിവാ സം ഒരിക്കലും മുൻഗണനയാകുന്നില്ല. ഇത് ലിംഗാധി ഷ്ഠിത ട്രോമ (Gendered Trauma) എന്ന ആശയത്തെ ഓർമ്മിപ്പിക്കുന്നു. യുദ്ധങ്ങൾ പുരുഷന്മാർ നടത്തുന്നു.

എന്നാൽ അതിന്റെ ദീർഘകാല വില അടയ്ക്കുന്നത് സ്ത്രീകളാണ്.

കൃഷ്ണന്റെ "ഭൂഭാരം തീർക്കുക" എന്ന മെസ്സിയൻ ദൗത്യത്തിന്റെ പശ്ചാത്തലത്തിൽ, ഈ സ്ത്രീകൾ പാരശ്വനാശം (Collateral Damage) ആയി മാറുന്നു. മെസ്സിയ കോംപ്ലക്സ് (Messiah Complex) ഉള്ള നേതാക്ക ന്മാർ ചരിത്രത്തിൽ ആവർത്തിച്ച് സൃഷ്ടിച്ചിരിക്കുന്ന പ്രതിഭാസമാണിത്[6]. കൃഷ്ണന്റെ "ഭൂഭാരം തീർക്കുക" എന്ന മെസ്സിയൻ ദൗത്യത്തെ (Messianic Mission) ചരിത്രപരമായി താരതമ്യം ചെയ്യുമ്പോൾ, ജോസഫ് സ്റ്റാലിൻ തന്റെ അധികാരം സംരക്ഷിക്കാനും "ശുദ്ധീകരണം" നടപ്പാക്കാനുമായി നടത്തിയ ഗ്രേറ്റ് പർജ് (Great Purge) എന്ന സംഭവവുമായി ഒരു ഘടനാപര സാമ്യം വ്യക്തമായി കാണാം. സ്റ്റാലിന്റെ കാഴ്ചപ്പാടിൽ, സമൂഹത്തിന്റെ "മുന്നേറ്റത്തിനും" "വിപ്ലവത്തിന്റെ രക്ഷയ്ക്കും" തടസ്സമായവർ ശത്രുക്കളായിരുന്നു, അവരെ ഇല്ലാതാക്കുന്നത് ഒരു വ്യക്തിഗത ക്രൂരതയല്ല, മറിച്ച് ചരിത്രപരമായ അനിവാര്യതയായിരുന്നു. അതുപോലെ, കൃഷ്ണന്റെ ദൗത്യത്തിലും, "ഭൂഭാരം" എന്ന പേരിൽ ചില മനുഷ്യജീവിതങ്ങൾ അനിവാര്യമായ ബലിയായി (Necessary Sacrifice) പുനർവ്യാഖ്യാനിക്കപ്പെടുന്നു. ഇവിടെ ക്രൂരത തുറന്ന ലക്ഷ്യമല്ല; അത് ഒരു വലിയ നൈതിക കഥയുടെ (Moral Narrative) ഭാഗമാക്ക പ്പെടുന്നു. സ്റ്റാലിൻ തന്റെ ശത്രുക്കളുടെ നാശത്തെ രാഷ്ട്രത്തിന്റെ ആരോഗ്യത്തിനായുള്ള ശസ്ത്രക്രി യയായി (Surgical Cleansing) അവതരിപ്പിച്ചതുപോലെ, കൃഷ്ണന്റെ ഇടപെടലുകളും ധർമ്മത്തിന്റെ ഭാഷയിൽ മനുഷ്യനാശത്തെ ന്യായീകരിക്കുന്ന ഘടന സൃഷ്ടിക്കുന്നു. ഇരുവശത്തിലും ഒരു പൊതു സവിശേഷത നിലനിൽക്കുന്നു. നേതാവ് സ്വയം ചരിത്രത്തിന്റെ ഉപകരണമായി (Instrument of History) കാണുന്നു, അതോടെ വ്യക്തിഗത മനുഷ്യവേദന അപ്രസക്തമാകുന്നു. ഈ താരതമ്യം കൃഷ്ണനെയോ സ്റ്റാലിനെയോ ഒരേ നിലയിൽ നിർത്താനുള്ള ശ്രമമല്ല;

മറിച്ച്, അധികാരം സ്വയം ന്യായീകരിക്കാൻ മെസ്സിയൻ ഭാഷ ഉപയോഗിക്കുമ്പോൾ, ക്രൂരത എങ്ങനെ അനിവാര്യവും ധാർമ്മികവുമായതായി തോന്നിത്തുടങ്ങുന്നു എന്നതിന്റെ മനഃശാസ്ത്ര ഘടന വെളിപ്പെടുത്തുകയാണ്.

ഭാവിയുടെ അവകാശികളില്ലാത്തവർ: കുട്ടികൾ, തലമുറകളിലേക്കുള്ള ട്രോമ, ചരിത്രത്തിന്റെ നൈതിക ശൂന്യത

കുരുക്ഷേത്ര യുദ്ധത്തിന്റെ ഏറ്റവും നിശബ്ദവും ഏറ്റവും ദീർഘകാലവുമായ ഇരകൾ കുട്ടികളാണ്. അവർ തീരുമാനങ്ങളിൽ പങ്കാളികളല്ല. എന്നിട്ടും, യുദ്ധത്തിന്റെ ഏറ്റവും ക്രൂരമായ ഫലങ്ങൾ അവരുടെ മനസ്സിൽ പതിയുന്നു. ഇവർ കർത്തൃത്വ മില്ലാത്ത ഇരകൾ (Zero-agency Victims) ആണ്. കുട്ടികളുടെ കാര്യത്തിൽ, യുദ്ധത്തിന്റെ ഏറ്റവും അപകടകരമായ രൂപം തലമുറകളിലേക്കുള്ള മാനസികാഘാതം (Intergenerational Trauma) ആണ്. ഒരു തലമുറയുടെ മാനസിക തകർച്ച അടുത്ത തലമുറയിലേക്ക് കൈമാറ്റം ചെയ്യപ്പെടുന്ന അവസ്ഥ. ഡാനിയേലി വിശദീകരിക്കുന്നതുപോലെ, ഈ കൈമാറ്റം ജീനറ്റിക് മാത്രമല്ല, പെരുമാറ്റപരവും സാമൂഹികവുമാണ്[7].ഇവിടെ വളർച്ചാതല മാനസികാഘാതം (Developmental Trauma) എന്ന ആശയം പ്രസക്തമാണ്. ബാല്യകാലത്ത് അനുഭവിക്കുന്ന സ്ഥിരം ഭീഷണി കുട്ടിയുടെ നാഡീവ്യവസ്ഥയെ തന്നെ പുനർക്രമീകരിക്കുന്നു. ഭയം സ്ഥിരം അവസ്ഥയായി മാറുന്നു. വിശ്വാസം അപകടകരമാകുന്നു[8].

ഈ ഘട്ടത്തിൽ, ഒരു നിർണായക നൈതിക ചോദ്യം ഉയർത്തുന്നു. മഹാഭാരതം ആരുടെ കഥയാണ്? കർത്തൃത്വമുള്ള നായകന്മാരുടേതോ, അതോ കർത്തൃത്വം നഷ്ടപ്പെട്ട നിശബ്ദ ഭൂരിപക്ഷത്തി ന്റേതോ? ചരിത്രം ഒന്നാമത്തെ കൂട്ടത്തിന്റെ ശബ്ദമാണ്

രേഖപ്പെടുത്തുന്നത്. മനഃശാസ്ത്രം രണ്ടാമത്തെ കൂട്ടത്തിന്റെ മൗനമാണ് വായിക്കുന്നത്.

അധ്യായം 16 ഇവിടെ അവസാനിക്കുന്നു. ഇത് ഒരു സമാപനമല്ല. ഇത് ഒരു നൈതിക വിളിച്ചുചൊല്ലലാണ്. ചരിത്രത്തെ വീണ്ടും വായിക്കുമ്പോൾ, നായകന്മാരെ മാത്രമല്ല, അവരുടെ വിജയത്തിന്റെ വില അടച്ച നിശബ്ദ ഭൂരിപക്ഷത്തെയും കാണാൻ പഠിക്കേണ്ടതിന്റെ ആവശ്യകത.

References

1. Bandura, A. (2001). Social cognitive theory: An agentic perspective.

2. Milgram, S. (1974). Obedience to authority: An experimental view.

3. Bandura, A. (1999). Moral disengagement in the perpetration of inhumanities.

4. Elias, R. (1986). The politics of victimization: Victims, victimology, and human rights. Oxford University Press.

5. Figley, C. R. (1995). Compassion fatigue: Coping with secondary traumatic stress disorder in those who treat the traumatized. Brunner/Mazel.

6. Kets de Vries, M. F. R. (2003). Leaders, fools and impostors: Essays on the psychology of leadership. iUniverse.

7. Danieli, Y. (1998). International handbook of multigenerational legacies of trauma. Plenum Press.

8. van der Kolk, B. A. (2014). The body keeps the score: Brain, mind, and body in the healing of trauma. Viking.

അധ്യായം 17

മുഖംമൂടി അഴിഞ്ഞുവീഴുമ്പോൾ: അസഹിഷ്ണുതയുണ്ടാക്കുന്ന ഒരു തിരിച്ചറിവ്

ഈ അധ്യായത്തിൽ നാം ഇതുവരെ ചർച്ച ചെയ്ത വിഷയങ്ങളെ ഒന്നുകൂടി വിശകലനം ചെയ്യുകയാണ്. ഈ പഠനത്തിന്റെ തുടക്കത്തിൽ നാം ഉന്നയിച്ച ചോദ്യം ലളിതമായി തോന്നിയേക്കാം: ദൈവിക പരിവേഷങ്ങൾ മാറ്റിനിർത്തി, കൃഷ്ണനെ ഒരു മനുഷ്യനായി മാത്രം കണ്ട് മനഃശാസ്ത്രപരമായി വായിക്കാൻ സാധിക്കുമോ. എന്നാൽ ഏഴ് അധ്യായങ്ങളിലൂടെ കടന്നുവന്നപ്പോൾ, ആ ചോദ്യം ലളിതമായ ഒന്നായിരുന്നില്ലെന്ന് വ്യക്തമായി. കാരണം, ഈ ശ്രമം വായനക്കാരനെ ഒരു അസ്വസ്ഥതയിലേക്കാണ് നയിക്കുന്നത്. അത് വിശ്വാസത്തിന്റെ പ്രതിസന്ധിയല്ല; മറിച്ച് ബോധത്തിന്റെ പ്രതിസന്ധിയാണ്. ആരാധന യിലൂടെ ഉറപ്പിക്കപ്പെട്ട ഒരു രൂപത്തെ, മനഃശാസ്ത്ര നിരീക്ഷണത്തിലൂടെ (Psychological observation) പുനഃപരിശോധിക്കുമ്പോൾ ഉണ്ടാകുന്ന ബുദ്ധിമുട്ടാണ് ഈ അസ്വസ്ഥത.

മഹാഭാരതത്തിലെ കൃഷ്ണൻ പരമ്പരാഗതമായി അവതരിപ്പിക്കപ്പെടുന്നത് സമ്പൂർണ്ണ നന്മയുടെ പ്രതീകമായാണ്. അദ്ദേഹം ഉപദേശിക്കുന്നു, രക്ഷിക്കുന്നു, വഴികാട്ടുന്നു. എന്നാൽ ഈ പഠനം മുന്നോട്ടുവയ്ക്കുന്നത് മറ്റൊരു ചിത്രമാണ്. ഇവിടെ കൃഷ്ണൻ ഒരു അത്ഭുതപ്രവർത്തകനല്ല; മറിച്ച് അസാധാരണമായ ബുദ്ധിശക്തിയും, വികാരനിയന്ത്രണ ശേഷിയും, ലക്ഷ്യസാധ നത്തിനായി മനുഷ്യബന്ധങ്ങളെ ഉപകരണങ്ങ ളാക്കുന്ന കഴിവും ഒത്തുചേർന്ന ഒരു മനഃശാസ്ത്ര ഘടനയാണ്. ഈ ഘടന ക്രൂരമായ അരാജകത്വം സൃഷ്ടിക്കുന്നില്ല. പകരം, അതീവ ക്രമബദ്ധമായ ഒരു വ്യവസ്ഥയാണ് (Order) സൃഷ്ടിക്കുന്നത്.

ഇതാണ് ഈ അധ്യായത്തിന്റെ ആദ്യ വിധി. കൃഷ്ണന്റെ പ്രവർത്തനങ്ങൾ അരാജകത്വത്തിന്റെ ഫലമല്ല. അവ ക്രമം (Order) സൃഷ്ടിക്കുന്നതി നായുള്ളവയാണ്. അക്രമം ഇവിടെ നിയന്ത്രണം വിട്ട വികാരത്തിന്റെ പൊട്ടിത്തെറിയല്ല. അത് കണക്കു കൂട്ടിയ ഇടപെടലാണ്. മനഃശാസ്ത്രത്തിൽ ഇത്തരം വ്യക്തിത്വങ്ങളെ "ഉയർന്ന പ്രവർത്തനക്ഷമതയുള്ള" (High-functioning) വ്യക്തിത്വങ്ങൾ എന്ന് വിശേഷിപ്പിക്കുന്നു. സാമൂഹികമായി വിജയകരവും, ബൗദ്ധികമായി മൂർച്ചയുള്ളതുമായ, എന്നാൽ സഹാനുഭൂതിയിൽ ഗുരുതരമായ കുറവുള്ള വ്യക്തിത്വങ്ങളാണിവ[1].

കൃഷ്ണന്റെ ചരിത്രം പരിശോധിക്കുമ്പോൾ, ഒരു പ്രത്യേക മാതൃക (Pattern) ആവർത്തിച്ച് കാണാം. അദ്ദേഹം ഒരിക്കലും നിയന്ത്രണം നഷ്ടപ്പെടുന്നില്ല. ശിശുപാലന്റെ വധം പോലും ഒരു കോപസ്ഫോടനമല്ല. അത് സഭയുടെ നടുവിൽ, കൃത്യമായ സമയത്ത്, കൃത്യമായ പരിധി തികയുമ്പോൾ നടക്കുന്ന ഒരു അധികാരപ്രദർശനമാണ് (Power Demonstration). ഘടോൽക്കചന്റെ ബലി, ദ്രോണരുടെ മാനസിക തകർച്ച, കർണ്ണന്റെ അന്ത്യം — ഇവയെല്ലാം വികാരത്തിന്റെ താളംതെറ്റിയ പ്രവൃത്തികളല്ല. അവ ചെസ്സ് കളിയിലെ നീക്കങ്ങൾ പോലെയാണ്. ഓരോ നീക്കവും അടുത്ത ലക്ഷ്യത്തിലേക്കുള്ള വഴിയാണ്.

ഇവിടെയാണ് ഹെർവി ക്ലെക്ലി അവതരിപ്പിച്ച "സാനിറ്റിയുടെ മുഖംമൂടി" (Mask of Sanity) എന്ന ആശയം കൃഷ്ണനുമായി ചേർന്നുനിൽക്കുന്നത്[2]. പുറമേ ശാന്തനും, സ്നേഹപൂർണ്ണനും, സംഗീതപ്രിയനും, വിശ്വസ്തനുമായി തോന്നുന്ന ഒരാൾ, ഉള്ളിൽ അതീവ നിർവികാരമായ ഒരു കണക്കുകൂട്ടൽ യന്ത്രമായി പ്രവർത്തിക്കുന്ന അവസ്ഥ. ഈ മുഖംമൂടി കാരണം ചുറ്റുമുള്ളവർ അപകടം തിരിച്ചറിയുന്നില്ല. പാണ്ഡവർ കൃഷ്ണനെ വിശ്വസിക്കുന്നു, കാരണം അദ്ദേഹം അവരെ രക്ഷിക്കുന്നതായി തോന്നുന്നു. എന്നാൽ ആ രക്ഷയും വിനിയോഗത്തിന്റെ

മറ്റൊരു രൂപം മാത്രമാണെന്ന് തിരിച്ചറിയാൻ അവർക്കാവുന്നില്ല.

ഈ ഘട്ടത്തിൽ "ധർമ്മം" എന്ന വാക്കിന്റെ മനഃശാസ്ത്രപരമായ പ്രയോഗം ശ്രദ്ധേയമാകുന്നു. കൃഷ്ണന്റെ ഭാഷയിൽ ധർമ്മം നീതിയല്ല; മറിച്ച് അനുസരണമാണ്. ധർമ്മം ഒരു നൈതിക മൂല്യമല്ല; അത് ഒരു ആജ്ഞാസംവിധാനമാണ് (Command System). മനഃശാസ്ത്രത്തിൽ ഇതിനെ നൈതിക പുനർരൂപീകരണം (Moral Reframing) എന്ന് വിളിക്കുന്നു. ക്രൂരമായ പ്രവർത്തികളെ, ഉയർന്ന നന്മയുടെ ഭാഷയിൽ പുനർവ്യാഖ്യാനിക്കുന്ന തിലൂടെ, അതിൽ പങ്കെടുക്കുന്നവരുടെ കുറ്റബോധം ഇല്ലാതാക്കുന്ന തന്ത്രമാണിത്[3].

ഗീതയിൽ അർജ്ജുനനോട് പറയുന്ന "ഇത് നിന്റെ ധർമ്മമാണ്" എന്ന വാക്യം, മനഃശാസ്ത്ര വായനയിൽ "ഇത് എന്റെ ആജ്ഞയാണ്" എന്നതിന്റെ മൃദുവായ രൂപമാണ്. ഇവിടെ ധർമ്മം സാർവത്രികമായ നീതിയല്ല. അത് അധികാരത്തിന്റെ ഭാഷയാണ്. ഈ ഭാഷ ഒരിക്കൽ ഉള്ളിലേക്ക് കടന്നാൽ, വ്യക്തി തന്റെ തന്നെ മനസ്സാക്ഷിയെ സംശയിക്കാൻ തുടങ്ങുന്നു. ഇത് പതിമൂന്നാം അധ്യായത്തിൽ വിശദമായി പരിശോധിച്ച മാനസിക വഞ്ചന (Gaslighting) പ്രക്രിയയുടെ അന്തിമ വിജയമാണ്.

ഇതുവരെ നമ്മൾ കണ്ടത് കൃഷ്ണന്റെ വ്യക്തിത്വ ഘടനയാണ്. എന്നാൽ ഈ ഘടന ചരിത്രത്തിൽ എത്രത്തോളം അപകടകരമാണെന്നും, അത് ആരാധനയിലൂടെ എങ്ങനെ അദൃശ്യമായി മാറുന്നു വെന്നും അടുത്ത ഭാഗങ്ങളിൽ കൂടുതൽ വ്യക്തമായി തുറന്നു കാണിക്കുന്നുണ്ട്. നിർവികാര സഹാനുഭൂതി ഉള്ള വ്യക്തിത്വം (Dark Empath), സ്വയം ലോകരക്ഷ കനെന്ന് വിശ്വസിക്കുന്ന മാനസികഘടന (Messiah Complex), നന്മയുടെ ഭീകരത എന്നിവയെ തിരിച്ചറിഞ്ഞപ്പോൾ,

കൃഷ്ണൻ അരാജകത്വത്തിന്റെ പ്രതീകമല്ല; മറിച്ച് അത്യന്തം ക്രമബദ്ധമായ ഒരു മനഃശാസ്ത്ര ഘടനയുടെ പ്രതിനിധിയാണെന്ന സത്യം തെളിഞ്ഞു.

നിർവികാര സഹാനുഭൂതി ഉള്ള വ്യക്തിത്വം എന്ന ആശയം ഇവിടെ നിർണായകമാണ്. സാധാരണ ബോധത്തിൽ, സഹാനുഭൂതി ഉള്ളവർ അപകടകര രല്ലെന്ന് നാം വിശ്വസിക്കുന്നു. എന്നാൽ ആധുനിക വ്യക്തിത്വ പഠനങ്ങൾ ഈ വിശ്വാസത്തെ ചോദ്യം ചെയ്യുന്നു. നിർവികാര സഹാനുഭൂതി ഉള്ള വ്യക്തിത്വം എന്നത്, മറ്റുള്ളവരുടെ വികാരങ്ങൾ കൃത്യമായി മനസ്സിലാക്കാൻ കഴിയുന്ന, എന്നാൽ ആ വികാരങ്ങൾ കൊണ്ട് സ്വയം ബാധിക്കപ്പെടാത്ത വ്യക്തിത്വമാണ്. മനഃശാസ്ത്രത്തിൽ ഇതിനെ ബൗദ്ധിക സഹാനുഭൂതി (Cognitive Empathy) ഉണ്ടെങ്കിലും വികാരാത്മക സഹാനുഭൂതി (Affective Empathy) ഇല്ലാത്ത അവസ്ഥയായി വിവരിക്കുന്നു[4]. അർഥം, അപരന്റെ വേദന അറിയാം; പക്ഷേ അത് ഉള്ളിൽ പ്രതികരണമായി മാറുന്നില്ല.

കൃഷ്ണന്റെ പ്രവർത്തനങ്ങളിൽ ഈ സവിശേഷത വ്യക്തമാണ്. ഗാന്ധാരിയുടെ വിലാപം അദ്ദേഹത്തെ കുലുക്കുന്നില്ല. യാദവരുടെ കൂട്ടനാശം അദ്ദേഹത്തെ ഇടപെടാൻ പ്രേരിപ്പിക്കുന്നില്ല. അഭിമന്യുവിന്റെ മരണം ഒരു വ്യക്തിപരമായ ദുഃഖമല്ല; മറിച്ച് യുദ്ധത്തിന്റെ ആവശ്യമായ ഘട്ടം മാത്രമാണ്. ഈ നിർവികാരത യോഗസിദ്ധിയുടെ ഫലമാണെന്ന വ്യാഖ്യാനം ഭക്തിയിൽ സ്വീകാര്യമായേക്കാം. എന്നാൽ മനഃശാസ്ത്രപര വായനയിൽ, ഇത് വികാരവേർപാട് (Emotional Detachment) ആണ്, നിർവികാര സഹാനുഭൂതി ഉള്ള വ്യക്തിത്വതിന്റെ കേന്ദ്രലക്ഷണം.ഈ മാനസികാവസ്ഥ സ്വയം ലോകരക്ഷകനെന്ന് വിശ്വസിക്കുന്ന മാനസികഘടന എന്ന മറ്റൊരു അപകടകരമായ ഘടനയുമായി ചേർന്നുനിൽക്കുമ്പോൾ, അത് ചരിത്രത്തിലെ ഏറ്റവും നാശകരമായ നേതൃശൈലിയായി മാറുന്നു താൻ ലോകത്തെ രക്ഷിക്കാൻ നിയോഗിക്കപ്പെട്ട ഒരാളാണെന്ന

ഉറച്ച വിശ്വാസമാണ്. ഈ വിശ്വാസമുള്ള വ്യക്തിക്ക്, സ്വന്തം ലക്ഷ്യം "വിശുദ്ധം" (Sacred) ആയതിനാൽ, അതിലേക്കുള്ള മാർഗങ്ങൾ ചോദ്യം ചെയ്യേണ്ടതില്ലെന്ന് തോന്നുന്നു[5].

കൃഷ്ണന്റെ "ഭൂഭാരം തീർക്കുക" എന്ന ദൗത്യം ഈ സ്വയം ലോകരക്ഷകനെന്ന് വിശ്വസിക്കുന്ന മാനസികഘടന ചിന്തയുടെ പുരാണരൂപമാണ്. ലക്ഷ്യം മഹത്തരമായതിനാൽ, വഴിയിൽ മരിക്കുന്നവർ അപ്രസക്തരാകുന്നു. പതിനെട്ട് അക്ഷൗഹിണി സൈനികർ, വിധവകളായ സ്ത്രീകൾ, അനാഥരായ കുട്ടികൾ — ഇവർ എല്ലാവരും പാർശ്വനാശം (Collateral Damage) മാത്രമാണ്. ഈ ഭാഷ തന്നെ മനുഷ്യനെ സംഖ്യയാക്കി മാറ്റുന്ന ഒരു മാനസിക പ്രക്രിയയാണ്. മനുഷ്യരെ വ്യക്തികളായി കാണാതെ, ഒരു വലിയ പദ്ധതിയിലെ അക്കങ്ങളായി മാത്രം കാണുന്ന അവസ്ഥ. ഇവിടെയാണ് സ്വയം നീതീകരിക്കപ്പെട്ട നന്മ (Self-righteous Goodness) ഭീകരതയാകുന്നത്. സാധാരണയായി നാം ഭയപ്പെടുന്നത് തിന്മയെയാണ്. എന്നാൽ ചരിത്രം തെളിയിക്കുന്നത്, "ഞാൻ നന്മ ചെയ്യുകയാണ്" എന്ന ഉറച്ച വിശ്വാസമുള്ളവർ, അതിന്റെ പേരിൽ ഏറ്റവും വലിയ ക്രൂരതകൾ നടത്താറുണ്ടെന്നതാണ്. കൃഷ്ണൻ ചെയ്യുന്ന ഓരോ നീക്കവും, അദ്ദേഹത്തിന്റെ കാഴ്ചപ്പാടിൽ ധർമ്മസ്ഥാപനത്തിനായുള്ള അനിവാര്യ ഘട്ടങ്ങളാണ്.

ഇതിനെ മനഃശാസ്ത്രത്തിൽ നാർസിസിസ്റ്റിക് അവകാശബോധം (Narcissistic Entitlement) എന്ന് വിളിക്കുന്നു. താൻ മറ്റുള്ളവരേക്കാൾ ഉന്നതനാണെ ന്നും, അതിനാൽ സാധാരണ നിയമങ്ങൾ തനിക്ക് ബാധകമല്ലെന്നും വിശ്വസിക്കുന്ന മനോഭാവ മാണിത്[6]. "എനിക്ക് ചെയ്യാം, കാരണം എന്റെ ലക്ഷ്യം വലിയതാണ്" എന്ന ചിന്തയാണ് ഇതിന്റെ അടിസ്ഥാനം. ഇതാണ് നിരായുധനായ കർണ്ണനെ കൊല്ലാൻ കൃഷ്ണനെ പ്രേരിപ്പിച്ചത്. ഇതാണ് അഭിമന്യുവിനെ ഒരു ഉപകരണമായി കാണാൻ അദ്ദേഹത്തെ അനുവദിച്ചത്.

ഈ ഘട്ടത്തിൽ ധർമ്മം, നന്മ, നീതി എന്നീ വാക്കുകൾ എല്ലാം ഭാഷാപരമായ ആയുധങ്ങളായി മാറുന്നു. അവ സത്യത്തെ വെളിപ്പെടുത്തുന്നില്ല; മറിച്ച് മറയ്ക്കുന്നു. അധികാരത്തിന്റെ ഭാഷ മനുഷ്യബോധത്തെ കീഴടക്കുമ്പോൾ, വ്യക്തികളുടെ കർത്തൃത്വം (Agency) അലിയുന്നു. അവർ സ്വന്തം മനസ്സാക്ഷിയെ അല്ല; മറിച്ച് അധികാരശക്തിയുടെ ശബ്ദത്തെയാണ് പിന്തുടരുന്നത്.ഇവിടെ അവസാനിക്കുന്നത് ഒരു നിർണായക തിരിച്ചറിവിലാണ്. കൃഷ്ണൻ അപകടകാരിയാകുന്നത് അദ്ദേഹം ക്രൂരനായതുകൊണ്ടല്ല. അദ്ദേഹം അപകടകാരിയാകുന്നത്, തന്റെ ക്രൂരതയെ നന്മയുടെ ഭാഷയിൽ പൂർണമായി ന്യായീകരിക്കാൻ കഴിയുന്നതുകൊണ്ടാണ്. അടുത്ത ഭാഗത്തിൽ, ഈ മനഃശാസ്ത്ര ഘടന മനുഷ്യരാശിക്കുള്ള മുന്നറിയിപ്പായി എങ്ങനെ മാറുന്നു എന്നും, ഈ പഠനം എന്ത് പാഠമാണ് മുന്നോട്ടുവയ്ക്കുന്നത് എന്നും നമുക്ക് പരിശോധിക്കാം.

മനുഷ്യരാശിക്കുള്ള മുന്നറിയിപ്പ്: അധികാരത്തിന്റെ ഭാഷയും കർത്തൃത്വത്തിന്റെ അന്ത്യവും

കൃഷ്ണന്റെ മനഃശാസ്ത്ര ഘടന ക്രമബദ്ധമായതാണെന്നും, ആ ഘടന ഡാർക്ക് എംപത് എന്നും മെസ്സിയ കോംപ്ലക്സ് എന്നും വിളിക്കാവുന്ന അപകടകരമായ വ്യക്തിത്വ രൂപങ്ങളുമായി ചേർന്നുനിൽക്കുന്നതാണെന്നും നാം കണ്ടു. ഇവിടെ ചോദിക്കുന്നത് ഒരു പുരാണചോദ്യമല്ല. മറിച്ച്, മനുഷ്യചരിത്രത്തെയും ആധുനിക സമൂഹങ്ങളെയും നേരിട്ട് ബാധിക്കുന്ന ഒരു ചോദ്യമാണ്: ഇത്തരമൊരു വ്യക്തിത്വം അധികാരത്തിലെത്തുമ്പോൾ, സാധാരണ മനുഷ്യരുടെ അവസ്ഥ എന്താകുന്നു? ഇതിഹാസ ങ്ങളിൽ അധികാരം കൈവശമുള്ളവർ സംസാരിക്കു ന്നവരാണ്. അവർ തീരുമാനിക്കുന്നു, വിശദീകരി ക്കുന്നു, ന്യായീകരിക്കുന്നു. എന്നാൽ ചരിത്രത്തിന്റെ യഥാർത്ഥ ഭാരം വഹിക്കുന്നത് സംസാരിക്കാൻ കഴിയാത്തവരാണ്. സൈനികർ,

സ്ത്രീകൾ, കുട്ടികൾ, സാധാരണ പൗരന്മാർ. ഇവരാണ് കർത്തൃത്വമില്ലാത്ത ഇരകൾ (Agency-less Victims). അവരുടെ ജീവിതത്തെക്കുറിച്ചുള്ള നിർണായക തീരുമാനങ്ങൾ അവർ എടുത്തതല്ല; മറ്റാരോ എടുത്തതാണ്.കൃഷ്ണന്റെ തന്ത്രങ്ങൾ പാണ്ഡവരെ വിജയത്തിലേക്കു നയിച്ചുവെന്നത് ഇതിഹാസ സത്യമാണ്. എന്നാൽ ആ വിജയത്തിന്റെ വില കൊടുത്തത് പാണ്ഡവരല്ല. യുദ്ധം ജയിച്ചവർ രാജ്യം ഭരിച്ചു. തോറ്റവർ മരിച്ചു. എന്നാൽ അവരുടെ മരണം പോലും അവരുടെ തീരുമാനമായിരുന്നില്ല. ഇത് മനഃശാസ്ത്രത്തിൽ കർത്തൃത്വത്തിന്റെ കൈമാറ്റം (Displacement of Agency) എന്നറിയപ്പെടുന്ന അവസ്ഥ യാണ്[7].

കൃഷ്ണൻ ഒരിക്കലും തന്റെ തീരുമാനങ്ങളുടെ മാനസിക പ്രത്യാഘാതങ്ങൾ ഏറ്റെടുക്കുന്നില്ല. ഗാന്ധാരിയുടെ ശാപം, യുദ്ധാനന്തര ശൂന്യത, പാണ്ഡവരുടെ വിഷാദം, യാദവരുടെ കൂട്ടനാശം — ഇവയെല്ലാം അദ്ദേഹം അംഗീകരിക്കുന്നു, പക്ഷേ ഉൾക്കൊള്ളുന്നില്ല. ഇത് ഉത്തരവാദിത്ത ഒഴിവാക്കൽ (Avoidance of Accountability) എന്ന മനഃശാസ്ത്ര പ്രവണതയുമായി ചേർന്നുനിൽക്കുന്നു.

ഇവിടെയാണ് ഈ പഠനം ഒരു പുരാണവായനയിൽ നിന്ന് ആധുനിക മുന്നറിയിപ്പിലേക്ക് മാറുന്നത്. ചരിത്രം പലവട്ടം തെളിയിച്ചിട്ടുണ്ട്, "നമ്മൾ നിങ്ങളെ രക്ഷിക്കാനാണ് വന്നത്" എന്ന് പറയുന്ന അധികാ രങ്ങൾ, അവസാനം മനുഷ്യരെ ഏറ്റവും കൂടുതൽ ഉപകരണങ്ങളാക്കാറുണ്ടെന്ന്. സൈനിക ഭരണകൂ ടങ്ങൾ, കൾട്ട് നേതാക്കൾ, ഏകാധിപതികൾ — ഇവരെല്ലാം ഒരേ ഭാഷയാണ് ഉപയോഗിക്കുന്നത്. ധർമ്മം, ദേശരക്ഷ, വിപ്ലവം, നന്മ. വാക്കുകൾ മാറും. ഘടന മാറില്ല.മനഃശാസ്ത്രത്തിൽ ഇത് അധികാരാധി പത്യ പരിശീലനം (Authoritarian Conditioning) എന്നറിയപ്പെടുന്നു. വ്യക്തികളെ സ്വതന്ത്രമായി ചിന്തിക്കാൻ പരിശീലിപ്പിക്കാതെ, അനുസരിക്കാൻ പരിശീലിപ്പിക്കുന്ന സാമൂഹിക പ്രക്രിയ[8]. ഗീതയിലെ ഉപദേശം, ഭക്തിയിൽ

ആത്മീയ മോചനമായി വായിക്കപ്പെടുമ്പോൾ, ചികിത്സാപര വായനയിൽ ഇത് അനുസരണത്തിന്റെ പാഠപുസ്തകമായി മാറുന്നു. "നീ ചിന്തിക്കേണ്ട. നീ ചെയ്യുക."

ഈ ഘട്ടത്തിൽ, ആരാധനയും കീഴടങ്ങലും തമ്മിലുള്ള അതിർത്തി അപ്രസക്തമാകുന്നു. ഒരു വ്യക്തിയെ ചോദ്യം ചെയ്യാനാവാത്ത സ്ഥാനത്ത് സ്ഥാപിക്കുമ്പോൾ, അയാൾക്ക് മനുഷ്യരുടെ കർത്തൃത്വം നിയന്ത്രിക്കാനുള്ള പൂർണ്ണ അധികാരം ലഭിക്കുന്നു. കൃഷ്ണനെപ്പോലൊരു നേതാവിനെ ആരാധിക്കുമ്പോൾ, അനുയായികൾ അറിയാതെ തന്നെ അവരുടെ നൈതിക തീരുമാനശേഷി അദ്ദേഹത്തിന് അടിയറവ് വയ്ക്കുന്നു. ഇതാണ് സ്വമേധയാ കർത്തൃത്വം നിർത്തിവയ്ക്കൽ (Voluntary Suspension of Agency).

ഇതിന്റെ ഏറ്റവും ഭീകരമായ ഫലം, നന്മയും തിന്മയും തമ്മിലുള്ള രേഖ മാഞ്ഞുപോകുന്നതാണ്. "എന്റെ നേതാവ് തെറ്റ് ചെയ്യില്ല" എന്ന വിശ്വാസം, വ്യക്തിയെ സ്വന്തം മനസ്സാക്ഷിക്കെതിരെ പോലും പ്രവർത്തിക്കാൻ പ്രേരിപ്പിക്കുന്നു. മിൽഗ്രാം പരീക്ഷണങ്ങളിൽ കണ്ടതുപോലെ, അധികാരി ഉത്തരവിടുമ്പോൾ സാധാരണ മനുഷ്യർ പോലും ക്രൂരരാകുന്നു[9]. മഹാഭാരതം ഈ സത്യം പുരാണഭാഷയിൽ അവതരിപ്പിച്ച ഒരു മഹത്തായ മാനസിക രേഖയാണ്.

ഈ പഠനം അവസാനിക്കുന്നത് കൃഷ്ണനെ അപലപിച്ചുകൊണ്ടല്ല. മറിച്ച്, കൃഷ്ണനെ ഒരു മാതൃകയായി (Model) തിരിച്ചറിയാനാണ്. അധികാരവും, ബുദ്ധിയും, വികാരനിയന്ത്രണവും ഒരുമിച്ച് വരുമ്പോൾ എന്ത് സംഭവിക്കുമെന്നതിന്റെ മാതൃക. ഈ മാതൃക മനുഷ്യരാശിയെ മുന്നറിയിപ്പു നൽകുന്നു. നന്മയുടെ ഭാഷയിൽ സംസാരിക്കുന്ന എല്ലാ അധികാരങ്ങളും മോചനത്തിലേക്കല്ല നയിക്കുന്നത്. ചിലത് മനുഷ്യനെ കൂടുതൽ കാര്യക്ഷമമായ ഉപകരണമായി മാത്രം മാറ്റുന്നു.

അവസാനമായി ചിന്തിക്കുമ്പോൾ, മഹാഭാരതം മനുഷ്യബോധത്തിന്റെ അതിരുകളെക്കുറിച്ചുള്ള ഒരു പഠനമാണ്. ആരാണ് തീരുമാനമെടുക്കുന്നത്, ആരാണ് വില കൊടുക്കുന്നത് എന്ന ചോദ്യമാണ് അതിന്റെ കേന്ദ്രം. അധികാരത്തിന്റെ ദൈവിക മുഖംമൂടി അഴിഞ്ഞുവീഴുമ്പോൾ, അവശേഷിക്കുന്നത് ഒരു നഗ്നസത്യമാത്രമാണ്: കർത്തൃത്വം നഷ്ടപ്പെടുന്നിടത്ത്, മനുഷ്യൻ ചരിത്രത്തിലെ ഏറ്റവും നിശബ്ദമായ ഇരയായി മാറുന്നു.

References

1. Hare, R. D. (1999). Without conscience: The disturbing world of the psychopaths among us. Guilford Press.

2. Cleckley, H. (1988). The mask of sanity (5th ed.). Mosby.

3. Bandura, A. (1999). Moral disengagement in the perpetration of inhumanities. Personality and Social Psychology Review, 3(3), 193–209.

4. Heym, N., & Forth, A. (2020). The Dark Empath: Characterizing dark traits in empathic individuals. Personality and Individual Differences, 160, 109964.

5. Kets de Vries, M. F. R. (2003). Leaders, fools and impostors: Essays on the psychology of leadership. iUniverse.

6. Ronningstam, E. (2005). Identifying and understanding the narcissistic personality. Oxford University Press.

7. Bandura, A. (2001). Social cognitive theory: An agentic perspective. Annual Review of Psychology, 52(1), 1–26.

8. Adorno, T. W., Frenkel-Brunswik, E., Levinson, D. J., & Sanford, R. N. (1950). The authoritarian personality. Harper & Row.

9. Milgram, S. (1974). Obedience to authority: An experimental view. Harper & Row.

അധ്യായം 18

വിശകലനത്തിലെ പിഴവുകൾ ഒരു വിമര്ശാത്മക സമീപനം: ക്രൂരതയോ അതിജീവന തന്ത്രമോ..?

മുൻ അധ്യായങ്ങളിലെ വിശകലനങ്ങൾ കൃഷ്ണനെ ഉയർന്ന പ്രവർത്തനക്ഷമതയുള്ള നിർവികാര വ്യക്തിത്വഘടന (High-functioning Psychopath) യായും, നിർവികാര സഹാനുഭൂതി ഉള്ള വ്യക്തിത്വം (Dark Empath) യായും വായിക്കാൻ നമ്മെ നയിച്ചിരുന്നു. ഈ വായന ആന്തരികമായി സുസ്ഥിരമാണെങ്കിലും, അതിൽ ഒരു അടിസ്ഥാനപരമായ ബൗദ്ധിക അപകടം ഒളിഞ്ഞിരിക്കുന്നു[11]. അതാണ് മനഃശാസ്ത്രത്തിലും ചരിത്രവിചാരത്തിലും "പ്രസന്റിസം" (Presentism) എന്ന് വിളിക്കപ്പെടുന്ന പിഴവ്. വ്യത്യസ്തമായ സാമൂഹിക ഘടനയും ധാർമ്മിക ചട്ടക്കൂടും നിലനിന്ന ഒരു കാലഘട്ടത്തെ, ഇന്നത്തെ മൂല്യങ്ങളുടെയും മനഃശാസ്ത്ര സിദ്ധാന്തങ്ങളുടെയും കണ്ണിലൂടെ അളക്കുമ്പോൾ ഉണ്ടാകുന്ന വ്യതിചലനമാണിത്[1].

മഹാഭാരതത്തിന്റെ ലോകം മാനവികാവ കാശങ്ങളുടെ ലോകമല്ല. അത് നിലനിൽപ്പിന്റെ ലോകമാണ്. അവിടെ ഭരണഘടനയില്ല, നിയമപരമായ സംരക്ഷണമില്ല, വ്യക്തിഗത സ്വാതന്ത്ര്യത്തിന് സ്ഥാപനപരമായ ഉറപ്പുകളില്ല. അധികാരം നഷ്ടപ്പെട്ടാൽ നിലനിൽപ്പുതന്നെ നഷ്ടമാകുന്ന ഘടനയാണ് അവിടെ പ്രവർത്തി ക്കുന്നത്. അത്തരം ഒരു പശ്ചാത്തലത്തിൽ പ്രവർത്തിക്കുന്ന വ്യക്തിയുടെ തന്ത്രങ്ങളെ, സമാധാനകാലത്തെ മാനസിക വർഗ്ഗീകരണ ങ്ങളിലൂടെ വ്യതിചലനമായി അടയാളപ്പെടുത്തുന്നത് ശാസ്ത്രീയ സൂക്ഷ്മത ആവശ്യപ്പെടുന്ന കാര്യമാണ്[1].

ഈ അധ്യായം അതിനാൽ ഒരു പ്രതിവാദമാണ്. കൃഷ്ണന്റെ പ്രവൃത്തികളെ നിഷേധിക്കാനല്ല, മറിച്ച് അവയെ മറ്റൊരു മനഃശാസ്ത്ര ചട്ടക്കൂടിൽ പുനർവായിക്കാൻ. ഇവിടെ കൃഷ്ണൻ നിലനിൽപ്പി നായി വികാരങ്ങളെ നിയന്ത്രിക്കുകയും ബുദ്ധിയെ ആയുധമാക്കുകയും ചെയ്യുന്ന ഒരു തന്ത്രപര വ്യക്തിത്വമാണ്. ഈ വായന കൃഷ്ണനെ ചരിത്ര–മനഃശാസ്ത്രത്തിലേക്ക് മാറ്റുന്നു.

ആദ്യം പരിശോധിക്കേണ്ടത് നിർവികാര സഹാനുഭൂതി ഉള്ള വ്യക്തിത്വം (Dark Empath) എന്ന ആശയമാണ്. ഈ ആശയം ശരിയായിരുന്നാലും, അതിന്റെ ഏക വ്യാഖ്യാനം ക്രൂരസ്വഭാവ മായിരിക്കണമെന്നില്ല. ആധുനിക മനഃശാസ്ത്രത്തിൽ വൈകാരിക ബുദ്ധിശക്തി (Emotional Intelligence) എന്ന ആശയം മുന്നോട്ടുവയ്ക്കുന്നത്, വികാരങ്ങൾ അനുഭവിക്കുന്നതും വികാരങ്ങൾക്ക് അടിമപ്പെടാതിരിക്കുന്നതും തമ്മിലുള്ള വ്യത്യാസമാണ്[2]. ഉയർന്ന വൈകാരിക ബുദ്ധിശക്തിയുള്ള വ്യക്തികൾ വികാരശൂന്യരല്ല; അവർ വികാരങ്ങളെ നിയന്ത്രിക്കുന്നു[2].

കൃഷ്ണന്റെ നിർവികാരത പലപ്പോഴും വികാരശൂന്യതയായി തെറ്റായി വായിക്കപ്പെടുന്നു. എന്നാൽ ഗാന്ധാരിയുടെ ശാപം, യാദവവംശ ത്തിന്റെ

നാശം, സ്വന്തം അന്ത്യം എന്നിവയെ ശാന്തമായി സ്വീകരിക്കുന്ന കൃഷ്ണന്റെ നിലപാട്, വികാരമില്ലായ്മയുടെ സൂചനയല്ല. അത് വൈകാരിക സ്വയംനിയന്ത്രണം (Emotional Self-regulation) എന്ന ശേഷിയുടെ പ്രകടനമാണ്. ഡാനിയൽ ഗോൾമാൻ വ്യക്തമാക്കുന്നതുപോലെ, ഈ കഴിവ് ഫലപ്രദമായ നേതൃത്വത്തിന്റെ കേന്ദ്രഘടകമാണ്[2].

ഇവിടെ മാസ്‌ലോയുടെ സ്വയംസാക്ഷാത്കാരം (Self-actualization) എന്ന ആശയവും പ്രസക്തമാകുന്നു. സ്വന്തം മരണത്തെയും പരാജയങ്ങളെയും ഭയമില്ലാതെ അംഗീകരിക്കാൻ കഴിയുന്ന വ്യക്തികൾ, മാസ്‌ലോയുടെ കാഴ്ചപ്പാടിൽ, മാനസികമായി അപാകതയുള്ളവരല്ല; അവർ പൂർണ്ണവളർച്ചയിലെത്തിയ മനുഷ്യരാണ്[3]. കൃഷ്ണൻ സ്വന്തം അന്ത്യം അറിഞ്ഞിട്ടും അത് മാറ്റാൻ ശ്രമിക്കാതെ സ്വീകരിക്കുന്നത്, അധികാരഭ്ര മത്തിന്റെ ലക്ഷണമല്ല; യാഥാർത്ഥ്യ സ്വീകാര ത്തിന്റെ സൂചനയാണ്[3].

ഗീതയിലെ ഇടപെടലുകളിലും ഇതേ പ്രതിവാദം ബാധകമാണ്. മുൻ അധ്യായങ്ങളിൽ ഗീതയെ വാക്കുകൾ കൊണ്ടുള്ള വഞ്ചന (Gaslighting) എന്ന ഘടനയിൽ നിന്ന് വായിച്ചിരുന്നുവെങ്കിലും, മറ്റൊരു മനഃശാസ്ത്ര ചട്ടക്കൂടിൽ നിന്ന് നോക്കുമ്പോൾ, അത് ബൗദ്ധിക–പെരുമാറ്റ ഇടപെടൽ (Cognitive Behavioral Intervention) ആയി വായിക്കാനാവും[4]. അർജ്ജുനന്റെ തകർച്ച ഉയർന്ന ധാർമ്മികബോധത്തിന്റെ ഫലമല്ല; പ്രവർത്തനരഹിതമാക്കുന്ന ഭയത്തിന്റെ ഫലമാണ്[4].

അർജ്ജുനന്റെ ചിന്ത "ഞാൻ യുദ്ധം ചെയ്താൽ എല്ലാം നശിക്കും" എന്ന രീതിയിലാണ്. ഇത് ബൗദ്ധിക മനഃശാസ്ത്രത്തിൽ അതി-ദുരന്തകൽപ്പന (Catastrophizing) എന്ന് വിളിക്കുന്ന ചിന്താപിഴവാണ്[4]. ഈ ചിന്ത അവനെ അചലനാവസ്ഥയിലേക്കാണ് നയിക്കുന്നത്. കൃഷ്ണന്റെ ഇടപെടൽ, ഈ ചിന്താപിഴവ് തിരുത്താ നുള്ള ശ്രമമായി വായിക്കാവുന്നതാണ്[4].

ഇവിടെ ഗീതയെ വായിക്കുമ്പോൾ ചികിത്സയും നിയന്ത്രണവും ഒരേ തലത്തിലേക്ക് ചുരുക്കുന്ന അപകടത്തിലേക്ക് നയിക്കരുത്. ഒരു ചികിത്സകൻ പലപ്പോഴും വ്യക്തിയുടെ സ്വാഭാവിക വികാരങ്ങളെ ചോദ്യം ചെയ്യും. ലക്ഷ്യം അവനെ തകർക്കാനല്ല, മറിച്ച് പ്രവർത്തനക്ഷമനാക്കാനാണ്. ഈ ചട്ടക്കൂടിൽ നിന്ന് നോക്കുമ്പോൾ, കൃഷ്ണന്റെ ഇടപെടലുകൾ അർജ്ജുനനെ നിശബ്ദനാക്കാൻ അല്ല, യുദ്ധത്തിന്റെ ഭീകരത നേരിടാൻ കഴിയുന്ന ഒരാളാക്കാനാണ്.

ഇവിടെ എത്തുമ്പോൾ ഒരു കാര്യം വ്യക്തമാണ്. കൃഷ്ണന്റെ പ്രവർത്തനങ്ങളെ വ്യത്യസ്തസ്വഭാവം എന്ന ലളിത വർഗ്ഗീകരണത്തിലേക്ക് ചുരുക്കുന്നത്, മഹാഭാരതത്തിന്റെ ചരിത്ര–മനഃശാസ്ത്ര സങ്കീർണ്ണതയെ അവഗണിക്കുന്നതാണ്. കൃഷ്ണൻ വികാരരഹിതനല്ല. അദ്ദേഹം വികാരങ്ങളെ തന്ത്രപരമായി നിയന്ത്രിക്കുന്ന ഒരാളാണ്.

ഈ അധ്യായം ഇവിടെ അവസാനിക്കുന്നത് ഈ തിരിച്ചറിവിലാണ്. കൃഷ്ണനെ മനഃശാസ്ത്ര വീക്ഷണത്തിൽ മാത്രം വായിക്കുന്ന സമീപനം ചില പ്രസക്തമായ ചോദ്യങ്ങൾ ഉയർത്തിയെങ്കിലും, അതിനോടൊപ്പം ഒരു അതിജീവന-തന്ത്ര വായന (Survival-strategy reading) അനിവാര്യമാണ്. അടുത്ത ഭാഗത്തിൽ, ഈ വായന നേതൃത്വവും നൈതികത യും സംബന്ധിച്ച വലിയ ചോദ്യങ്ങളിലേക്ക് നീങ്ങും[5–12].

References

1. Fischer, D. H. (1970). Historians’ fallacies. Harper & Row.

2. Goleman, D. (1995). Emotional intelligence. Bantam Books.

3. Maslow, A. H. (1954). Motivation and personality. Harper & Row.

4. Beck, A. T. (1976). Cognitive therapy and the emotional disorders. International Universities Press.

5. Burns, J. M. (1978). Leadership. Harper & Row.

6. Ronningstam, E. (2005). Identifying and understanding the narcissistic personality. Oxford University Press.

7. Mill, J. S. (1863). Utilitarianism. Parker, Son, and Bourn.

8. Shay, J. (2014). Moral injury. Psychoanalytic Psychology, 31(2), 182–191.

9. Jung, C. G. (1966). Two essays on analytical psychology. Princeton University Press.

10. Nietzsche, F. (1883). Thus spoke Zarathustra. Macmillan.

11. Zimbardo, P. G. (2007). The Lucifer effect. Random House.

12. Kets de Vries, M. F. R. (2003). Leaders, fools and impostors. iUniverse.

അധ്യായം 19

ഭക്ത ശ്രേഷ്ഠരുടെ പ്രതിവാദം: ദൈവീകതയുടെ പേരിലുള്ള നിരാകരണം

(Counter-Critique from Bhakti Movement Scholars)

ഈ പഠനത്തിന്റെ മുൻ അധ്യായങ്ങൾ വായിക്കുമ്പോൾ, ഭക്തി പ്രസ്ഥാന പാരമ്പര്യത്തിൽ (Bhakti Tradition) പരിശീലനം നേടിയ പണ്ഡിതർക്കും ആചാര്യർക്കും ഒരു സ്വാഭാവിക അസ്വസ്ഥത അനുഭവപ്പെടുന്നത് അനിവാര്യമാണ്. കാരണം, ഇവിടെ കൃഷ്ണനെ

"പരമേശ്വരൻ", "പരബ്രഹ്മം", "ലീലാപുരുഷോത്തമൻ" എന്നീ ദൈവീക സ്ഥാനങ്ങളിൽ നിന്ന് മാറ്റി, മനുഷ്യബോധത്തിൽ പ്രവർത്തിക്കുന്ന ഒരു മനഃശാസ്ത്രപരമായ അധികാരരൂപമായി (Psychological Authority Figure) വായിക്കുകയാണ് ചെയ്യുന്നത്. ഭക്തി പ്രസ്ഥാനത്തിന്റെ ഉള്ളിൽ ഇത്തരം ഒരു വായന വിമർശനമായി മാത്രമല്ല, പലപ്പോഴും ധാർമ്മിക ലംഘനമായി തന്നെയാണ് അനുഭവപ്പെടുന്നത്[1].

ഭക്ത ശ്രേഷ്ഠരുടെ പ്രതിവാദങ്ങൾ പൊതുവേ മൂന്ന് അടിസ്ഥാന നിലകളിലാണ് ഉയരുന്നത്. ഒന്നാമത്, മഹാഭാരതവും ഭഗവദ്ഗീതയും പവിത്രമായ അനുഭവഗ്രന്ഥങ്ങൾ (Sacred Experiential Texts) ആണെന്നും, അവയെ ആധുനിക ക്ലിനിക്കൽ മനഃ ശാസ്ത്രത്തിന്റെ ചട്ടക്കൂടിൽ വിലയിരുത്തുന്നത് തന്നെ ഒരു വർഗ്ഗീയ പിശകാണെന്നും (Category Error) പറയുന്ന വാദം[2]. രണ്ടാമത്, കൃഷ്ണൻ ഒരു ചരിത്രപുരുഷനല്ല, അവതാരമാണെന്നും, അതിനാൽ മനുഷ്യർക്കായി രൂപപ്പെടുത്തിയ മാനസിക വർഗ്ഗീകരണങ്ങൾ അദ്ദേഹത്തിന് ബാധകമല്ലെന്നും പറയുന്ന തത്ത്വചിന്താപരമായ നിലപാട്[3]. മൂന്നാമത്, കൃഷ്ണന്റെ പ്രവൃത്തികളെ "ലീല" (Divine Play) എന്ന ആശയത്തിലൂടെ മാത്രമേ വായിക്കാനാവൂ എന്നും, അവിടെ മനുഷ്യനൈതികതയും മാനുഷിക വേദനയും മാനദണ്ഡമാക്കുന്നത് ഭക്തിയുടെ ആന്തരിക തർക്കശാസ്ത്രത്തെ (Internal Logic of Bhakti) ലംഘിക്കുന്നതാണെന്നും പറയുന്ന നിലപാട്[4].

ഈ പ്രതിവാദങ്ങൾ അവഗണിക്കാവുന്നവയല്ല. മറിച്ച്, അവയെ ഗൗരവത്തോടെ പരിഗണിച്ചാൽ മാത്രമേ ഈ പഠനത്തിന്റെ അക്കാദമിക് നിലപാട് (Academic Positioning) വ്യക്തമായി മനസ്സിലാകൂ. "പവിത്ര ഗ്രന്ഥങ്ങൾ ശാസ്ത്രീയ വിമർശനത്തിന് അതീതമാണ്" എന്ന ആദ്യ വാദം, ആധുനിക മാനവശാസ്ത്ര പഠനങ്ങളിൽ തന്നെ ഒരു പ്രശ്നമായി അംഗീകരിക്കപ്പെട്ടതാണ്. ഒരു ഗ്രന്ഥത്തെ പവിത്രമെന്ന് പ്രഖ്യാപിക്കുന്നതോടെ അതിനെ

വിമർശനാതീതമാക്കുന്ന സമീപനം, അക്കാദമിക് അന്വേഷണത്തിന്റെ അടിസ്ഥാന തത്വങ്ങളോട് പൊരുത്തപ്പെടുന്നില്ല[5]. ബൈബിൾ (Bible), ഖുർആൻ (Qur'an), തോറ (Torah), ബുദ്ധസൂത്രങ്ങൾ (Buddhist Sutras), ഗ്രീക്ക് ദുരന്തനാടകങ്ങൾ (Greek Tragedies) എന്നിവയെല്ലാം ഇന്ന് ചരിത്രപരമായും മനഃ ശാസ്ത്രപരമായും സാമൂഹികമായും പഠിക്ക പ്പെടുന്നുണ്ടെങ്കിൽ, മഹാഭാരതവും ഗീതയും അതിൽ നിന്ന് ഒഴിവാക്കപ്പെടേണ്ടതിന് ബൗദ്ധികമായ കാരണമൊന്നും നിലനിൽക്കുന്നില്ല[6].

ഭക്ത ശ്രേഷ്ഠർ ഉന്നയിക്കുന്ന രണ്ടാമത്തെ വാദമായ "കൃഷ്ണൻ മനുഷ്യനല്ല" എന്ന നിലപാട്, ഈ പഠനം ബോധപൂർവ്വം വിശ്വാസത്തിന്റെ മേഖലയിലേക്ക് മാറ്റിവയ്ക്കുന്നു. ഈ ഗ്രന്ഥം ഒരിടത്തും കൃഷ്ണന്റെ ദൈവീക അവകാശവാദം നിഷേധിക്കുന്നില്ല. അതുപോലെ തന്നെ അത് സ്ഥിരീകരിക്കാനും ശ്രമിക്കുന്നില്ല. ഇവിടെ പിന്തുടരുന്നത് ലളിതമായ ഒരു അക്കാദമിക് തത്വമാണ്. ഒരു പ്രതീകം (Figure), അത് ദൈവീകമായി വിശ്വസിക്കപ്പെടുന്നുണ്ടാ യാലും, മനുഷ്യ സമൂഹങ്ങളിൽ എങ്ങനെ പ്രവർത്തിച്ചു, എങ്ങനെ അനുസരിക്കപ്പെട്ടു, എങ്ങനെ അധികാരമായി മാറി എന്നതാണ് പഠനവിഷയം[7].

കൃഷ്ണൻ ദൈവമാണോ അല്ലയോ എന്നത് വിശ്വാസ ത്തിന്റെ വിഷയമാണ്. എന്നാൽ കൃഷ്ണന്റെ വാക്കുകളും പ്രവൃത്തികളും മനുഷ്യബോധത്തിൽ സൃഷ്ടിച്ച മാനസിക പ്രത്യാഘാതങ്ങൾ (Psychological Impact) ശാസ്ത്രീയ പഠനത്തിന് വിധേയമാകുന്നവ യാണ്[8].

ഭക്തി വായനയിൽ നിർണായകമായ "ലീല" എന്ന ആശയം, ഈ പഠനത്തിന്റെ കാഴ്ചപ്പാടിൽ ഒരു വിശദീകരണമല്ല, മറിച്ച് ഒരു സങ്കല്പാത്മക ഉയർത്തിക്കാട്ടലാണ്. ലീല എന്ന ആശയം സംഭവങ്ങളുടെ ദൈവീക അർത്ഥതലം ഉയർത്തിക്കാട്ടുന്നു എന്നത്

സത്യമായിരിക്കാം. എന്നാൽ ലീല എന്ന് വിളിക്കപ്പെടുന്ന ഓരോ സംഭവത്തിനും മനുഷ്യജീവിതങ്ങളിൽ യഥാർത്ഥവും തിരിച്ചെടുക്കാനാവാത്തതുമായ പ്രത്യാഘാതങ്ങൾ ഉണ്ടായിരുന്നു[9].

അഭിമന്യുവിന്റെ മരണം ലീല ആയിരുന്നെങ്കിൽ പോലും, അത് ഒരു അമ്മയ്ക്ക് യഥാർത്ഥമായ നഷ്ടമായിരുന്നു. യാദവവംശത്തിന്റെ നാശം ലീല ആയിരുന്നെങ്കിൽ പോലും, അത് ആയിരക്കണക്കിന് മനുഷ്യരുടെ സാമൂഹികവും മാനസികവുമായ തകർച്ചയായിരുന്നു. അതിനാൽ "ലീല" എന്ന പദം മനുഷ്യവേദനയെ ഇല്ലാതാക്കുന്നില്ല; പലപ്പോഴും അത് സിദ്ധാന്തപരമായി മറച്ചുവെക്കുകയാണ് ചെയ്യുന്നത്[10].

ഭക്ത ശ്രേഷ്ഠരുടെർ സാധാരണയായി കൃഷ്ണന്റെ എല്ലാ പ്രവൃത്തികളെയും "ലോകക്ഷേമം" (Cosmic Welfare) എന്ന വലിയ ചട്ടക്കൂടിൽ ലയിപ്പിക്കുന്നു. എന്നാൽ മനഃശാസ്ത്രപരമായ വായന ഉന്നയിക്കുന്ന ചോദ്യം ലളിതവും അസൗകര്യകരവുമാണ്. ആ ലോക ക്ഷേമത്തിന്റെ വില നൽകിയത് ആരാണ്[11].ഈ ചോദ്യം ചോദിക്കുന്നത് കൃഷ്ണവിരോധമല്ല. അത് അധികാരത്തിന്റെ പ്രവർത്തനരീതികളെ (Mechanisms of Authority) മനസ്സിലാക്കാനുള്ള ശ്രമമാണ്. അധികാരം എല്ലായ്പ്പോഴും സ്വയം നീതീകരിക്ക പ്പെടുന്നു. ഭക്തി ഭാഷയിൽ അത് ധർമ്മമാകുന്നു, രാഷ്ട്രീയ ഭാഷയിൽ അത് ദേശീയനന്മയാകുന്നു, മതഭാഷയിൽ അത് ദൈവഇച്ഛയാകുന്നു. ഭാഷ മാറുന്നു, എന്നാൽ മനുഷ്യബോധത്തിൽ ഉണ്ടാകുന്ന ഫലം പലപ്പോഴും ഒരുപോലെയാണ്[12].

അതുകൊണ്ട്, ഭക്തി പ്രസ്ഥാന പണ്ഡിതരുടെ പ്രതിവാദങ്ങൾ ഈ പഠനത്തെ അസാധുവാക്കുന്നില്ല. മറിച്ച്, ഈ പഠനം ബോധപൂർവ്വം ഏത് അതിരുകൾ കടക്കുന്നു, ഏത് അതിരുകൾ വിട്ടുനിൽക്കുന്നു എന്നത് വ്യക്തമാക്കുന്നു. ഇത് ദൈവീകതയെ നിഷേധിക്കുന്ന

ഗ്രന്ഥമല്ല. എന്നാൽ ദൈവീകതയുടെ പേരിൽ മനുഷ്യബോധം നിശബ്ദമാക്കപ്പെടുമ്പോൾ ഉണ്ടാകുന്ന അപകടങ്ങളെ രേഖപ്പെടുത്തുന്ന ഒരു മനഃശാസ്ത്രപരമായ ശ്രമമാണ്. ഭക്തി അനുഭവം ഒരു വ്യക്തിയുടെ അവകാശമാണ്. പക്ഷേ ഭക്തി ഒരു സാമൂഹികശക്തിയായി മാറുമ്പോൾ, അതിന്റെ മാനസിക ഘടന പഠിക്കപ്പെടേണ്ടതുണ്ട്[13].

References

1. Hardy, F. (1983). Viraha-bhakti: The early history of Kṛṣṇa devotion. Oxford University Press.

2. Clooney, F. X. (2010). Comparative theology. Wiley-Blackwell.

3. Radhakrishnan, S. (1951). Indian philosophy (Vol. 2). Allen & Unwin.

4. Schweig, G. (2007). Bhagavad Gita: The beloved Lord's secret love song. HarperOne.

5. Ricoeur, P. (1981). Hermeneutics and the human sciences. Cambridge University Press.

6. Doniger, W. (2009). The Hindus: An alternative history. Penguin.

7. Flood, G. (1996). An introduction to Hinduism. Cambridge University Press.

8. Berger, P. L. (1967). The sacred canopy. Anchor Books.

9. Narayanan, V. (2007). The Hindu traditions. Oxford University Press.

10. Assmann, J. (2006). Religion and cultural memory. Stanford University Press.

11. Weber, M. (1978). Economy and society. University of California Press.

12. Foucault, M. (1980). Power/Knowledge. Pantheon.

13. Taylor, C. (2007). A secular age. Harvard University Press.

അധ്യായം 20

കൃഷ്ണന്റെ തീരുമാന-രൂപകല്പന ഭരണസിദ്ധാന്തം

(Decision–Architecture Management Theory)

മഹാഭാരതത്തിലെ കൃഷ്ണനെ ഒരു ധാർമ്മിക പ്രഭാഷകനായോ ദൈവിക യോദ്ധാവായോ മാത്രം വായിക്കുന്ന പരമ്പരാഗത സമീപനം, അദ്ദേഹത്തിന്റെ ഏറ്റവും നിർണായകമായ പ്രവർത്തനപാളിയെ മറച്ചുവയ്ക്കുന്നു. കൃഷ്ണൻ യുദ്ധം നയിക്കുന്നില്ല, രാജ്യം ഭരിക്കുന്നില്ല, നിയമങ്ങൾ പ്രഖ്യാപിക്കുന്നില്ല. എന്നിരുന്നാലും, മഹാഭാരതത്തിലെ നിർണായക തീരുമാനങ്ങൾ ഏത് ദിശയിലേക്കാണ് നീങ്ങേണ്ടത്, എപ്പോൾ എടുക്കപ്പെടണം, എങ്ങനെ ന്യായീകരിക്കപ്പെടണം എന്നതെല്ലാം കൃഷ്ണന്റെ ചിന്താസംവിധാനത്തി ലൂടെയാണ് കടന്നുപോകുന്നത്. ഇത് വ്യക്തിനി ഷ്ഠമായ നേതൃത്വമല്ല. മറിച്ച്, തീരുമാനങ്ങൾ ഉണ്ടാകുന്ന പരിസരത്തെ നിയന്ത്രിക്കുന്ന ഒരു സിസ്റ്റമാറ്റിക് മാനേജ്മെന്റ് മാതൃക (Systematic Management Model) ആണ് ഇത്.

ഈ മാതൃകയുടെ ആദ്യത്തെ അടിസ്ഥാനതത്വം, അധികാരത്തിന് ഔദ്യോഗിക പദവി (Formal Position) അനിവാര്യമല്ല എന്നതാണ്. കൃഷ്ണൻ ഒരിക്കലും ഔദ്യോഗിക അധികാരസ്ഥാനത്ത് ഇരുന്നില്ല. എന്നിരുന്നാലും, ധാർമ്മികവും ബൗദ്ധികവുമായ നിയമീകരണം (Legitimation) അദ്ദേഹത്തിലൂടെയാണ് സഞ്ചരിച്ചത്. ആധുനിക ഭരണസംവിധാനങ്ങളിൽ ഇത് ഔദ്യോഗിക പദവികളില്ലാത്ത നയരൂപകർത്താ ക്കൾ (Policy Architects), ഉപദേശകർ (Advisors), ചിന്താവേദികൾ (Think Tanks) എന്നിവരിലൂടെ പ്രകടമാകുന്നു. അധികാരം ഇവിടെ സ്ഥാനത്തല്ല, നിയമീകരണത്തിന്റെ നിയന്ത്രണത്തിലാണ്[2].

ഇതോടൊപ്പം പ്രവർത്തിക്കുന്ന മറ്റൊരു സിദ്ധാന്തം, തീരുമാനത്തെക്കാൾ തീരുമാനാവസ്ഥയെ നിയന്ത്രിക്കണമെന്നതാണ്. കൃഷ്ണൻ ഒരിടത്തും നേരിട്ട് "ഇങ്ങനെ ചെയ്യുക" എന്ന് ഉത്തരവിടുന്നില്ല. പകരം, തീരുമാനമെടുക്കാവുന്ന സാധ്യതകൾ മുൻകൂട്ടി ചുരുക്കുന്നു. വ്യക്തികൾ തിരഞ്ഞെടുക്കു ന്നു, പക്ഷേ

മുൻകൂട്ടി രൂപകൽപ്പന ചെയ്ത വഴികളിൽ നിന്നുമാത്രം. ഇത് ആധുനിക പെരുമാറ്റാത്മക സാമ്പത്തികശാസ്ത്രത്തിൽ (Behavioural Economics) തിരഞ്ഞെടുപ്പ്–വാസ്തുവിദ്യ (Choice Architecture), നഡ്ജ് സിദ്ധാന്തം (Nudge Theory) എന്നീ ആശയങ്ങളിലൂടെ വിശദീകരിക്കപ്പെടുന്ന സമീപനത്തോട് അടുത്തുനിൽക്കുന്നു[3].

കൃഷ്ണന്റെ ഇടപെടലുകളുടെ സമയക്രമം തന്നെ ഒരു മാനേജ്മെന്റ് തത്വമാണ്. അദ്ദേഹം തുടക്കത്തിൽ ഇടപെടുന്നില്ല. എല്ലാ വഴികളും അടഞ്ഞുവെന്ന് തോന്നുന്ന, തിരുത്താനാകാത്ത അവസാന ഘട്ടത്തിലാണ് അദ്ദേഹം സംസാരിക്കുന്നത്. ആ ഘട്ടത്തിൽ, അദ്ദേഹത്തിന്റെ വാക്കുകൾ ഉപദേശമായി അല്ല, അനിവാര്യതയായി ആണ് സ്വീകരിക്കപ്പെടുന്നത്. അടിയന്തരാവസ്ഥകൾ (Emergency Situations), സുരക്ഷാഭീഷണികൾ (Security Threats), സാമ്പത്തിക പ്രതിസന്ധികൾ (Economic Crises) തുടങ്ങിയ സാഹചര്യങ്ങളിൽ അധികാരം സ്വാഭാവികമായി അംഗീകരിക്കപ്പെടുന്നതും ഇതേ തത്വത്തിന്റെ സമകാലിക രൂപമാണ്[4].ഈ ഇടപെടൽ തന്ത്രത്തിന് സമാന്തരമായി പ്രവർത്തിക്കുന്നത് കൃഷ്ണന്റെ മൗനമാണ്. മൗനം ഇവിടെ അനാസ ക്തിയല്ല. അത് വിവരശേഖരണത്തിന്റെയും (Information Gathering) മനഃശാസ്ത്രപരമായ മാപ്പിംഗി ന്റെയും (Psychological Mapping) ഉപകരണമാണ്. ഭയം, അഹങ്കാരം, ആശ്രിതത്വം, ധാർമ്മിക പ്രതിഛായ (Moral Image) തുടങ്ങിയ ഘടകങ്ങൾ മൗനത്തിലൂടെ വ്യക്തമായി പുറത്തുവരുന്നു. ഈ അറിവാണ് പിന്നീട് കൃത്യമായ നിയന്ത്രണത്തിന് അടിസ്ഥാനം. മിഷേൽ ഫൂക്കോ (Michel Foucault) വിശദീകരിച്ചിരിക്കു ന്നതുപോലെ, അധികാരം എല്ലായ്പ്പോഴും ശബ്ദത്തിലൂടെ പ്രവർത്തിക്കുന്നില്ല; പലപ്പോഴും നിശ്ശബ്ദ ഘടനകളിലൂടെയാണ് അത് പ്രവർത്തിക്കുന്നത്[5].

ബലപ്രയോഗത്തേക്കാൾ ദീർഘകാലം നിലനിൽക്കു ന്നത് ന്യായീകരണത്തിലൂടെ ഉണ്ടാകുന്ന അനുസരണ മാണ്. കൃഷ്ണൻ ഭീഷണി മുഴക്കുന്നില്ല. ധാർമ്മികത യുടെ ഭാഷ ഉപയോഗിച്ച് അനുസരണം സ്വമേധയാ ഉണ്ടാക്കുന്നു. ധർമ്മം ഇവിടെ സ്ഥിരമായ നിയമമല്ല. സംഭവങ്ങൾക്ക് ശേഷം പുനർനിർമ്മിക്കപ്പെടുന്ന അർത്ഥചട്ടക്കൂട് (Meaning Framework) ആണ് അത്. പ്രവർത്തനമാണ് നൈതികതയെ നിർവചിക്കുന്നത്. പിയർ ബോർദ്യൂ (Pierre Bourdieu) വിശദീകരിച്ച ചിഹ്നാത്മക അധികാരം (Symbolic Power) എന്ന ആശയത്തിന്റെ ക്ലാസിക് ഉദാഹരണമാണ് ഇത്[6].

ഈ ഘടനയിൽ ഉത്തരവാദിത്വത്തിന്റെ ഒഴുക്ക് നിർണായകമാണ്. ദിശ മുകളിലേക്കും ഉത്തരവാദിത്വം താഴേക്കുമാണ് ഒഴുകുന്നത്. പ്രവർത്തനങ്ങളും അവയുടെ മാനസിക–നൈതിക ഭാരവും മറ്റുള്ളവർ ഏറ്റെടുക്കുന്നു. ദിശ നിർണ്ണയം കൃഷ്ണന്റെ കൈവശം തുടരുന്നു. ഇതാണ് അധികാരത്തിന്റെ ദീർഘായുസ്സിന്റെ രഹസ്യം. ആധുനിക ഭരണസംവിധാനങ്ങളിൽ ഇത് ഉത്തരവാദിത്വമില്ലാത്ത നയം (Policy without Accountability) എന്ന രൂപത്തിൽ പ്രത്യക്ഷപ്പെടുന്നു[7].

ആശ്രിതത്വം സൃഷ്ടിക്കുന്നതിലും കൃഷ്ണന്റെ സമീപനം ശ്രദ്ധേയമാണ്. ഭീഷണിയിലൂടെ അല്ല, സഹായത്തിലൂടെയാണ് ആശ്രിതത്വം വളരുന്നത്. രക്ഷയും ആശ്വാസവും ആവർത്തിക്കപ്പെടുമ്പോൾ, സ്വതന്ത്ര തീരുമാനശേഷി ക്രമേണ ക്ഷയിക്കുന്നു. ആശ്രിതത്വം വിശ്വാസമായി അനുഭവപ്പെടുന്നു. ജോസഫ് നൈ (Joseph Nye) വിശദീകരിച്ച മൃദുശക്തി (Soft Power) സിദ്ധാന്തത്തിന്റെ ഏറ്റവും ആന്തരി കമായ രൂപമാണിത്[8].

സംഭവങ്ങളെക്കാൾ ഓർമ്മകളെ നിയന്ത്രിക്കുന്നതും ഈ മാതൃകയുടെ ഭാഗമാണ്. യുദ്ധത്തിന് ശേഷം കൃഷ്ണൻ പിന്മാറുന്നു. എന്നാൽ സംഭവങ്ങളുടെ അർത്ഥവ്യാഖ്യാനം കൈവശം വയ്ക്കുന്നു. ചരിത്രം എങ്ങനെ ഓർമ്മിക്കപ്പെടുന്നു (Collective Memory) എന്നത്

നിയന്ത്രിക്കുന്നവനാണ് ഭാവിയെ നിയന്ത്രിക്കുന്നത്. ആധുനിക രാഷ്ട്രങ്ങളിൽ ഇത് പാഠ്യപദ്ധതി (Curriculum), മാധ്യമവ്യാഖ്യാനം (Media Narratives), ഔദ്യോഗിക ചരിത്രരചന (Official Historiography) എന്നിവയിലൂടെ നടപ്പാക്കപ്പെടുന്നു[9].

ക്രൂരത പോലും ഇവിടെ വികാരമല്ല, സന്ദേശമാണ്. അപൂർവവും ചിഹ്നാത്മകവുമായ അതിക്രമങ്ങൾ (Symbolic Violence) സമൂഹത്തിന് അതിരുകൾ വരയ്ക്കുന്നു. ഇരയല്ല ലക്ഷ്യം, സാക്ഷികളാണ്. ഇത് ശിക്ഷയല്ല, സന്ദേശപ്രക്ഷേപണമാണ്[10].

എതിരാളികളെ ശരീരപരമായി അല്ല, മാനസികമായി തകർക്കുന്ന സമീപനവും ഇതേ യുക്തിയുടെ ഭാഗമാണ്. വ്യക്തിത്വവും ധാർമ്മിക പ്രതിച്ഛായയും തകരുമ്പോൾ, പ്രതിരോധം സ്വാഭാവികമായി അവസാനിക്കുന്നു. സംശയം അപകടതയായി ചിത്രീകരിക്കപ്പെടുന്നു. വിമർശനം ഉയർന്ന അറിവിന്റെ ഭാഷയിൽ (Language of Expertise) നിശ്ശബ്ദമാക്കപ്പെടുന്നു[11].

ഈ മുഴുവൻ പ്രക്രിയയുടെ അന്തിമഘട്ടം, അധികാരം അദൃശ്യമായ ഒരു വ്യവസ്ഥയായി (Invisible System) മാറുന്നതാണ്. കൃഷ്ണൻ വ്യക്തിയല്ല, ഒരു സിസ്റ്റമായി മാറുന്നു. സിസ്റ്റത്തെ എതിർക്കാൻ ഭാഷയില്ല. അതിനാൽ നിയന്ത്രണം ഉള്ളിലേക്ക് മാറുന്നു. മനുഷ്യർ സ്വയം നിയന്ത്രിക്കുന്ന ഘട്ടത്തിലാണ് അധികാരം ഏറ്റവും ഫലപ്രദമാകുന്നത്[12].

അതിനാലാണ് കൃഷ്ണൻ ഒരിക്കലും സമ്പൂർണ്ണ വിജയം പ്രഖ്യാപിക്കാത്തത്. അപൂർണ്ണത അധികാരത്തെ ജീവനോടെ നിലനിർത്തുന്നു. “ഇനിയും ബാക്കി ഉണ്ട്” എന്ന ബോധം വിമർശനത്തിന് ഇടം നൽകുന്നില്ല. അനിവാര്യതയായി തോന്നുന്ന അധികാരമാണ് ഏറ്റവും സുരക്ഷിതം[13].

സമാപനമായി പറയേണ്ടത് ഇതാണ്. കൃഷ്ണൻ ഒരു ധാർമ്മിക പ്രഭാഷകനല്ല. ഒരു ദൈവിക യോദ്ധാവുമല്ല. അദ്ദേഹം ഒരു സിവിലിസേഷണൽ പ്രതിസന്ധി മാനേജർ (Civilizational Crisis Manager) ആണ്. അദ്ദേഹത്തിന്റെ മാതൃക അത്യന്തം ഫലപ്രദമാണ്, ധാർമ്മികമായി വിലകൂടിയതാണ്, ചരിത്രത്തിലുടനീളം ആവർത്തിക്കാവുന്നതുമാണ്. മഹാഭാരതം, ഈ അർത്ഥത്തിൽ, ഒരു പുരാണമല്ല. അധികാരം എങ്ങനെ മനുഷ്യബോധത്തിൽ ലയിക്കുന്നു എന്നതിന്റെ ഏറ്റവും പുരാതനവും സമഗ്രവുമായ മാനേജ്മെന്റ് മാനുവലാണ്.

References

1. Weber, M. Economy and Society. University of California Press.

2. Lukes, S. Power: A Radical View. Palgrave Macmillan.

3. Thaler, R., Sunstein, C. Nudge. Yale University Press.

4. Klein, N. The Shock Doctrine. Picador.

5. Foucault, M. Power/Knowledge. Pantheon.

6. Bourdieu, P. Language and Symbolic Power. Harvard University Press.

7. Bauman, Z. Postmodern Ethics. Blackwell.

8. Nye, J. Soft Power. PublicAffairs.

9. Ricoeur, P. Memory, History, Forgetting. University of Chicago Press.

10. Arendt, H. On Violence. Harcourt Brace.

11. Habermas, J. The Theory of Communicative Action. Beacon Press.

12. Rose, N. Governing the Soul. Free Association Books.

13. Laclau, E. On Populist Reason. Verso.

അധ്യായം 21

മനുഷ്യ സ്വഭാവം അടിസ്ഥാനമാക്കിയ മനുഷ്യ ചരിത്രത്തിന്റെ വിശകലനം: സർവ്വം മായ

മനുഷ്യചരിത്രം ഒരു നീണ്ട രക്തപാതയുടെ രേഖയായി മാത്രം വായിച്ചാൽ, അതിന്റെ ആഴമുള്ള അർത്ഥങ്ങൾ നഷ്ടപ്പെടും. അതേസമയം, മനുഷ്യനെ വെറും നൈതിക പുരോഗതിയുടെ കഥയായി മാത്രം അവതരിപ്പിച്ചാലും, ചരിത്രസത്യത്തെ വഞ്ചിക്കുന്നതായിത്തീരും. മനുഷ്യൻ ആശയങ്ങൾക്കും ആദർശങ്ങൾക്കും വേണ്ടി ജീവിക്കുന്നവനാണ്, പക്ഷേ അതേ മനുഷ്യൻ അധികാരം, സമ്പത്ത്, സുരക്ഷ, അഭിമാനം, വൈരാഗ്യം, അസൂയ, പ്രതികാരം, ആഗ്രഹങ്ങൾ എന്നിവയ്ക്കായി യുദ്ധത്തിനും കൂട്ടക്കൊലയ്ക്കും പോലും തയ്യാറാകുന്നു. ഈ വൈരുദ്ധ്യം മനുഷ്യന്റെ അപവാദമല്ല. അത് മനുഷ്യസ്വഭാവത്തിന്റെ അടിത്തറയാണ്.

ഒന്നാം ലോകമഹായുദ്ധവും രണ്ടാം ലോകമഹാ യുദ്ധവും ഈ സത്യം ഏറ്റവും ഭീകരമായി വെളിപ്പെ ടുത്തിയ സംഭവങ്ങളാണ്. ദേശീയതയും സാമ്രാജ്യ ത്വാഭിമാനവും സാങ്കേതിക ശക്തിയും ചേർന്നപ്പോൾ, മനുഷ്യൻ വ്യവസായികതലത്തിൽ തന്നെ കൊലപാതകം നടത്താൻ തുടങ്ങി. രണ്ടാം ലോക മഹായുദ്ധത്തിലെ ഹോളോകോസ്റ്റ്, ആണവ ബോംബുകൾ, നഗരങ്ങളുടെ പൂർണ്ണ നാശം എന്നിവ ക്രൂരതയുടെ അകത്തളങ്ങളിൽ നിന്ന് വന്ന അബദ്ധങ്ങളല്ല. അവ മനുഷ്യന്റെ ആഴത്തിലുള്ള ഭയങ്ങളുടെയും ആഗ്രഹങ്ങളുടെയും അധികാര മോഹത്തിന്റെയും മേല്കോയ്മയോടുള്ള അനുസരണയുടെയും വിശ്വസിക്കുന്ന ആശയങ്ങളോടുള്ള കൂറും ചേർന്ന തന്ത്രപരമായ വിന്യാസങ്ങളായിരുന്നു[1]. മനുഷ്യൻ ഇവിടെ "ദുഷ്ടനായി"

പെരുമാറിയതല്ല. അവൻ തന്റെ സുരക്ഷയും മേൽക്കോയ്മയും ഉറപ്പാക്കാൻ തന്റെ ജൈവ-മാനസിക പ്രവണതകൾ പരമാവധി ഉപയോഗിച്ചു.

ശീത-യുദ്ധകാലഘട്ടം ഇതേ മനോഭാവത്തിന്റെ മറ്റൊരു രൂപമായിരുന്നു. അമേരിക്കയും സോവിയറ്റ് യൂണിയനും നേരിട്ട് ഏറ്റുമുട്ടാതെ, കൊറിയയിലും വിയറ്റ്നാമിലും മറ്റ് പല പ്രദേശങ്ങളിലും പ്രതിനിധി യുദ്ധങ്ങൾ നടത്തിയത്, മനുഷ്യൻ സ്വന്തം കൈകൾ വൃത്തികേടാക്കാതെ മറ്റുള്ളവരെ ഉപയോഗിച്ച് അക്രമം നടത്താൻ കഴിയുന്ന ഒരു പുതിയ ഘട്ടത്തെ സൂചിപ്പിക്കുന്നു. വിയറ്റ്നാം യുദ്ധം പ്രത്യേകിച്ച് വ്യക്തമാക്കിയത്, ആശയവാദം മനുഷ്യനിൽ എത്രത്തോളം നൈതിക അന്ധത സൃഷ്ടിക്കാമെന്നതാണ്[2].

ഇതേ മാതൃക പുരാതന ചരിത്രത്തിലേക്കും വ്യാപിക്കുന്നു. അലക്സാണ്ടർ, സൈറസ്, റോമൻ ചക്രവർത്തിമാർ, ചെങ്കിസ് ഖാൻ, വൈക്കിങ്ങുകൾ, ഒട്ടോമാൻ തുർക്കികൾ, മുഗൾ സാമ്രാജ്യം, ബ്രിട്ടീഷ് സാമ്രാജ്യത്വം—ഇവരെയെല്ലാം ഒന്നിപ്പിക്കുന്ന ഒരു ഘടകമുണ്ട്. അവർ അധികാരം നേടാൻ മാത്രമല്ല, ചരിത്രത്തിൽ സ്വന്തം അർത്ഥം ഉറപ്പിക്കാൻ വേണ്ടിയാണ് യുദ്ധം നടത്തിയത്. സാമ്രാജ്യം വെറും രാഷ്ട്രീയ ഘടനയല്ല; അത് വ്യക്തിയുടെ അകത്തളത്തിലുള്ള "രാജാവാകാനുള്ള ആഗ്രഹത്തിന്റെ" (aspiration of the king) ബാഹ്യപ്രകടനമാണ്[3].ഇത് മനുഷ്യന്റെ ജൈവസ്വഭാവത്തിൽ നിന്ന് പൂർണ്ണമായി വേർതിരിക്കാനാവില്ല. ന്യൂറോബയോളജി വ്യക്തമാക്കുന്നതുപോലെ, മനുഷ്യന്റെ മസ്തിഷ്കം ഭീഷണിയും അഭിമാനവും ഗ്രൂപ്പ് സുരക്ഷയും തിരിച്ചറിയാൻ പ്രത്യേകം രൂപകൽപ്പന ചെയ്തതാണ്. അമിഗ്ഡാല ഭയം സജീവമാക്കുമ്പോൾ, പ്രീഫ്രോണ്ടൽ കോർട്ടക്സ് നൈതിക ചിന്തകൾക്ക് പിന്നിലേക്ക് നീങ്ങുന്നു. അധികാരം, വിജയബോധം, അംഗീകാരം എന്നിവ ഡോപ്പമിൻ സ്രവിപ്പിച്ച് പെരുമാറ്റത്തെ ശക്തിപ്പെടുത്തുന്നു[4]. അതിനാൽ രക്തപാത പലപ്പോഴും

ബോധപൂർവമായ ക്രൂരതയല്ല; അത് മനുഷ്യന്റെ പുരാതന ജീവൻരക്ഷാ സംവിധാനങ്ങളുടെ വിപുലീകരണമാണ്.

എന്നാൽ മനുഷ്യൻ വെറും ജൈവയന്ത്രമല്ല. അവന്റെ ഉള്ളിൽ ഒരേസമയം പല വ്യക്തിത്വങ്ങൾ സഹവസിക്കുന്നു. ഓരോ മനുഷ്യന്റെയും ഉള്ളിൽ ഒരു രാജാവുണ്ട്, അധികാരം ആഗ്രഹിക്കുന്നവൻ. അതുപോലെ ഒരു ദാർശനികനുണ്ട്, അർത്ഥം അന്വേഷിക്കുന്നവൻ. ഒരു ഭൗതികവാദിയും ഉണ്ട്, സമ്പത്തും സുഖവും തേടുന്നവൻ. അതോടൊപ്പം ഒരു ആത്മീയനുമുണ്ട്, നിയന്ത്രണവും സമാധാനവും ആഗ്രഹിക്കുന്നവൻ. മനുഷ്യജീവിതം ഈ നാല് പ്രവണതകളുടെ ഇടയിലുള്ള സ്ഥിരമായ സംഘർഷമാണ്.ഇതാണ് ധർമ്മസങ്കടത്തിന്റെ മൂലകേന്ദ്രം. ഒരേ മനുഷ്യൻ തന്നെ നീതിയെക്കുറിച്ച് സംസാരിക്കുകയും, അതേ സമയം അതിന്റെ ലംഘനത്തിന് ന്യായീകരണങ്ങൾ കണ്ടെത്തുകയും ചെയ്യുന്നു. ഇമാനുവൽ കാന്തിന്റെ കടുത്ത നൈതികതയും, മക്കിയവെല്ലിയുടെ യാഥാർത്ഥ്യ രാഷ്ട്രീയവും, ബുദ്ധന്റെ കരുണയും, നീഷെയുടെ ശക്തിവാദവും ഒരേ മനുഷ്യബോധത്തിൽ ഏറ്റുമുട്ടുന്ന ആശയങ്ങളാണ്[5]. മനുഷ്യൻ ഒരിക്കലും ശുദ്ധമായ നൈതിക വ്യക്തിയാകുന്നില്ല; അവൻ ആഗ്രഹങ്ങളും നിയന്ത്രണവും തമ്മിലുള്ള ഇടവേളയിലാണ് ജീവിക്കുന്നത്.

സാമൂഹികജീവികളായ ഉറുമ്പുകളും തേനീച്ചകളും അത്യന്തം സഹകരണപരമായ ഘടനകളിലൂടെ നിലനിൽക്കുന്നു. അവിടെ വ്യക്തിക്ക് മൂല്യമില്ല, സമൂഹത്തിന്റെ നിലനിൽപ്പാണ് പ്രധാനം. തെരുവുനായകളും കാട്ടുനായകളും പ്രദേശത്തിനും വിഭവങ്ങൾക്കും വേണ്ടി കൂട്ടമായി അക്രമം നടത്തുന്നു, അതേ സമയം കൂട്ടത്തിനുള്ളിൽ ശക്തമായ വിശ്വസ്തത പുലർത്തുന്നു. മനുഷ്യൻ ഇതിന്റെ ബൗദ്ധികവികസിത രൂപമാണ്. വ്യത്യാസം ഇത്ര മാത്രം: മനുഷ്യൻ തന്റെ

അക്രമത്തിനും ആഗ്രഹങ്ങൾക്കും ദാർശനികവും നൈതികവുമായ ഭാഷ നൽകുന്നു[6].

അതിനാൽ രക്തപാതയെ മനുഷ്യചരിത്രത്തിലെ ഒരു "വൈഫല്യം" ആയി മാത്രം കാണാൻ കഴിയില്ല. അതുപോലെ, സമാധാനചർച്ചകളെയും നീതിന്യായ സ്ഥാപനങ്ങളെയും "പരമവിജയം" ആയി കാണാനും കഴിയില്ല. പുരോഗതി ഈ രണ്ടിനുമിടയിൽ ആണ്. അക്രമം സമൂഹങ്ങളെ തകർക്കുന്നു, എന്നാൽ അതിന്റെ ഭീകരത തന്നെയാണ് മനുഷ്യനെ നിയമവും നീതിയും സൃഷ്ടിക്കാൻ നിർബന്ധിതനാക്കുന്നത്. സമാധാനം നിലനിൽക്കാൻ, മനുഷ്യൻ തന്റെ രാജാവാകാനുള്ള ആഗ്രഹത്തെയും തന്റെ ദാർശനികബോധത്തെയും ഒരുമിച്ച് നിയന്ത്രിക്കേണ്ടിവരും.

അവസാനമായി, മനുഷ്യജീവിതം ഒരു തീർച്ചയുള്ള ഉത്തരത്തിലേക്ക് നീങ്ങുന്ന യാത്രയല്ല. അത് നൈതികതയും ആഗ്രഹങ്ങളും, അധികാരവും സമാധാനവും, ഭയവും പ്രതീക്ഷയും തമ്മിലുള്ള അവസാനമില്ലാത്ത ചർച്ചയാണ്. മനുഷ്യൻ രക്തപാതകൾ സൃഷ്ടിച്ചതുകൊണ്ടാണ് അവൻ ക്രൂരൻ എന്നല്ല; അവൻ അവയെ ന്യായീകരിക്കുകയും ഒരേസമയം അവയെക്കുറിച്ച് ലജ്ജിക്കുകയും ചെയ്യുന്നതുകൊണ്ടാണ് അവൻ മനുഷ്യൻ. ഈ വൈരുദ്ധ്യമാണ് മനുഷ്യചരിത്രത്തിന്റെ യഥാർത്ഥ സത്യം.

മനുഷ്യസ്വഭാവത്തെ കൂടുതൽ ആഴത്തിൽ പരിശോധിക്കുമ്പോൾ, അത് നന്മയിലേക്കോ ദുഷ്ടതയിലേക്കോ നേരായ രേഖയിൽ നീങ്ങുന്ന ഒന്നല്ലെന്ന് വ്യക്തമാണ്. മനുഷ്യൻ ഒരേസമയം കരുണയും ക്രൂരതയും വഹിക്കുന്നവനാണ്. ക്ഷമയും വൈരാഗ്യവും, ദാനവും സ്വാർത്ഥതയും, സഹിഷ്ണുതയും പ്രതികാരവും ഒരേ മനസ്സിൽ സഹവസിക്കുന്നു. ഇതൊരു നൈതിക പരാജയം അല്ല; അത് മനുഷ്യസ്വഭാവത്തിന്റെ ഘടനാപരമായ യാഥാർത്ഥ്യമാണ്. സാമൂഹ്യശാസ്ത്രവും

മനശ്ശാസ്ത്രവും വ്യക്തമാക്കുന്നത്, മനുഷ്യനിലെ ഗുണങ്ങൾ സ്ഥിരമായ സ്വഭാവങ്ങളല്ല, മറിച്ച് സാഹചര്യങ്ങൾ ഉണർത്തുന്ന പ്രവണതകളാ ണെന്നാണ്[7]. അതുകൊണ്ടാണ് ഒരേ വ്യക്തി സമാധാനകാലത്ത് ഉദാരഹൃദയനാകുകയും, ഭീഷണിസാഹചര്യത്തിൽ ക്രൂരനാകുകയും ചെയ്യുന്നത്.

ക്ഷമയും കരുണയും മനുഷ്യചരിത്രത്തിൽ നിർണായക പങ്ക് വഹിച്ചിട്ടുണ്ടെങ്കിലും, അവ ജൈവപരമായി "സ്വാഭാവിക" പ്രതികരണങ്ങളല്ല. വികാസമനശ്ശാസ്ത്രം (evolutionary psychology) സൂചിപ്പിക്കുന്നത്, കരുണയും സഹകരണവും നിലനിൽക്കുന്നത് അവ കൂട്ടത്തിന്റെ ദീർഘകാല നിലനിൽപ്പിന് സഹായകമായപ്പോൾ മാത്രമാണെന്ന truth ആണ്[8]. സ്വന്തം കൂട്ടത്തിനുള്ളിൽ (in-group) മനുഷ്യൻ ഉദാരനാണ്, പുറത്തുള്ളവരോട് (out-group) അവിശ്വാസിയും കഠിനവുമാണ്. ഇതാണ് ചരിത്രത്തിൽ ആവർത്തിക്കുന്ന കൂട്ടക്കൊല കളുടെയും വർഗീയ–ദേശീയ അക്രമങ്ങളുടെയും മനശ്ശാസ്ത്ര അടിത്തറ. അതേ സമയം, ഈ മനുഷ്യൻ തന്റെ കൂട്ടത്തിനായി ജീവൻ പോലും ത്യജിക്കാൻ തയ്യാറാകുന്നു. നന്മയും ദുഷ്ടതയും ഇവിടെ വ്യക്തിപരമായ ഗുണങ്ങൾ അല്ല; അവ സാമൂഹിക അതിരുകൾക്കുള്ളിലെ പ്രവർത്തനങ്ങളാണ്.

മനുഷ്യന്റെ ഉദാരഹൃദയം (liberal heart) പലപ്പോഴും ദാനത്തിലൂടെയും പങ്കുവെക്കലിലൂടെയും പ്രകടമാകുന്നു. ദാനം ഒരു ശുദ്ധമായ നൈതിക പ്രവൃത്തി മാത്രമല്ല; അത് സാമൂഹിക മൂലധനം (social capital) സൃഷ്ടിക്കുന്ന ഒരു പ്രവർത്തനവുമാണ്. മാർസൽ മോസ് വ്യക്തമാക്കിയതുപോലെ, ദാനം എപ്പോഴും ബന്ധങ്ങൾ സൃഷ്ടിക്കുന്നു, കടപ്പാടുകൾ ഉണ്ടാക്കുന്നു, സാമൂഹിക ശൃംഖലകൾ ശക്തിപ്പെടുത്തുന്നു[9]. അതുകൊണ്ടാണ് ദാനം ഒരേസമയം നന്മയും തന്ത്രവും ആകുന്നത്. മനുഷ്യൻ ദാനം നൽകുന്നത് വെറും കരുണകൊണ്ടല്ല; അംഗീകാരം, സുരക്ഷ, ഓർമ്മ, തുടർച്ച എന്നിവയ്ക്കായിട്ടാണ്. ഇവിടെ

ഉദാരതയും സ്വാർത്ഥതയും തമ്മിലുള്ള അതിരുകൾ മങ്ങുന്നു.

പ്രജനനബോധം (reproduction) മനുഷ്യസ്വഭാവത്തിന്റെ ഏറ്റവും ശക്തമായ അടിത്തറകളിലൊന്നാണ്. ജീവൻ നിലനിൽക്കുന്നത് വ്യക്തിയിലൂടെ അല്ല, സന്തതികളിലൂടെ (progenies) ആണ്. അതിനാൽ തന്നെ, മനുഷ്യന്റെ പല നൈതിക തീരുമാനങ്ങൾക്കും പിന്നിൽ സന്തതികളുടെ സുരക്ഷയും ഭാവിയും സംബന്ധിച്ച ആശങ്കകൾ നിലകൊള്ളുന്നു. കുടുംബം, വംശം, പാരമ്പര്യം, അവകാശം, ഭൂമി—ഇവയെല്ലാം പ്രജനനബോധത്തിന്റെ സാമൂഹിക വിപുലീകരണങ്ങളാണ്[10]. ചരിത്രത്തിൽ രാജവംശങ്ങൾ തമ്മിലുള്ള യുദ്ധങ്ങൾ, അവകാശവാദങ്ങൾ, വിവാഹബന്ധങ്ങളിലൂടെ സഖ്യങ്ങൾ—all reflect this deep biological imperative. ജീവിതം ആവർത്തിക്കുന്നത് വ്യക്തിയിലല്ല, തലമുറകളിലൂടെയാണ്.

സ്വാർത്ഥതയും (selfishness) ജീവൻരക്ഷാസ്വഭാവവും (instinct for survival) മനുഷ്യനിൽ ലജ്ജാകരമായ വികലതകളല്ല. അവയാണ് ജീവനെ തുടർന്നുനിൽക്കാൻ സഹായിച്ച അടിസ്ഥാനപ്രവണതകൾ. റിച്ചാർഡ് ഡോക്കിൻസ് ചൂണ്ടിക്കാട്ടിയത് പോലെ, ജീനുകളുടെ കാഴ്ചപ്പാടിൽ നിന്ന് നോക്കുമ്പോൾ, "സ്വാർത്ഥത" തന്നെ സഹകരണത്തെ പോലും സൃഷ്ടിക്കാം[11]. മനുഷ്യൻ മറ്റുള്ളവരോട് സഹകരിക്കുന്നത് പോലും, ദീർഘകാലത്തിൽ തന്റെ തന്നെ നിലനിൽപ്പിനും സന്തതികളുടെ സുരക്ഷയ്ക്കും സഹായകമാകുമ്പോഴാണ്. അതുകൊണ്ടാണ് മനുഷ്യനിലെ നൈതികത പലപ്പോഴും സാഹചര്യാധീനമായത്.

ഈ എല്ലാ പ്രവണതകളും ഒന്നിച്ച് മനുഷ്യനെ സ്ഥിരമായ ആശയക്കുഴപ്പത്തിലേക്ക് നയിക്കുന്നു. ഒരേ മനുഷ്യൻ നീതിയെ ആദർശമാക്കുകയും, അതേ സമയം തന്റെ കുടുംബത്തിനോ കൂട്ടത്തിനോ വേണ്ടി നീതിയെ

വളച്ചൊടിക്കയും ചെയ്യുന്നു. ഒരേ മനുഷ്യൻ കരുണയെ മഹത്വപ്പെടുത്തുകയും, അതേ സമയം ഭീഷണി നേരിടുമ്പോൾ കഠിനതയെ ന്യായീകരിക്കുകയും ചെയ്യുന്നു. ഈ സംഘർഷം മനുഷ്യജീവിതത്തിന്റെ അപവാദമല്ല; അതാണ് മനുഷ്യജീവിതത്തിന്റെ തുടർച്ച. ജീവിതം അവസാനിക്കുന്നത് വ്യക്തിയിൽ അല്ല; അത് സന്തതികളിലൂടെ ആവർത്തിക്കപ്പെടുന്നു. അതുകൊണ്ടാണ് മനുഷ്യൻ തന്റെ ചെറിയ ആയുസ്സിനുള്ളിൽ, നന്മയും ദുഷ്ടതയും തമ്മിലുള്ള ഈ സംഘർഷത്തിൽ തന്നെ അർത്ഥം കണ്ടെത്താൻ ശ്രമിക്കുന്നത്.

ചരിത്രവും ജീവശാസ്ത്രവും ചേർന്ന് നൽകുന്ന പാഠം വ്യക്തമാണ്. മനുഷ്യൻ ശുദ്ധമായി നന്മയിലേക്കോ ദുഷ്ടതയിലേക്കോ നീങ്ങുന്നില്ല. അവൻ ജീവൻ നിലനിൽക്കാൻ, സന്തതികളെ സംരക്ഷിക്കാൻ, അർത്ഥം കണ്ടെത്താൻ, ഓർമ്മയായി തുടരാൻ ശ്രമിക്കുന്ന ഒരു വൈരുദ്ധ്യജീവിയാണ്. ക്ഷമയും കരുണയും മനുഷ്യനെ ഉയർത്തുന്നു; സ്വാർത്ഥതയും ജീവൻരക്ഷാസ്വഭാവവും മനുഷ്യനെ നിലനിർത്തുന്നു. മനുഷ്യപുരോഗതി ഈ രണ്ടിനുമിടയിലെ നിസ്സാരമല്ലാത്ത തുലനത്തിലാണ് നിലകൊള്ളുന്നത്.

മനുഷ്യസ്വഭാവത്തെ പൂർണ്ണമായി മനസ്സിലാക്കാൻ, അതിന്റെ ഇരുണ്ട തുടർച്ചകളെയും നേരിട്ട് അഭിമുഖീകരിക്കേണ്ടതുണ്ട്. നന്മ, ക്ഷമ, കരുണ, ഉദാരത എന്നിവയ്ക്കൊപ്പം തന്നെ ക്രൂരത (ruthlessness), ആശങ്ക (anxiety), ഭയം (fear), ഭീതികൾ (phobias), നൈതികനിയമങ്ങൾക്ക് പുറത്തുള്ള അക്രമസം വിധാനങ്ങൾ (underworld and crime syndicates) എന്നിവയും മനുഷ്യസമൂഹങ്ങളുടെ സ്ഥിരം ഘടകങ്ങളാണ്. ഇവ ചില അപൂർവമായ രോഗഗ്രസ്ത വ്യക്തികളുടെ വികലതകൾ മാത്രമല്ല. അധികാരം, അപര്യാപ്തത, അനിശ്ചിതത്വം എന്നിവ കൂടിച്ചേരുന്നിടത്തൊക്കെയും ഇവ ഘടനാപരമായി ഉയർന്നു വരുന്നു.

ക്രൂരതയെ പലപ്പോഴും നൈതികതയുടെ അഭാവമായി തെറ്റിദ്ധരിക്കാറുണ്ട്. എന്നാൽ യാഥാർത്ഥ്യത്തിൽ, അത് പലപ്പോഴും മറ്റൊരു നൈതിക തർക്കശാസ്ത്രത്തിന്റെ (moral logic) ഫലമാണ്. ചരിത്രം ആവർത്തിച്ച് തെളിയിക്കുന്നത്, അത്യന്തം ക്രൂരമായ പ്രവർത്തനങ്ങൾ പോലും "അനിവാര്യത", "സംരക്ഷണം", "ചരിത്രദൗത്യം" എന്നീ ഭാഷകളിൽ ന്യായീകരിക്കപ്പെടുന്നുവെന്നതാണ്. സാമ്രാജ്യങ്ങൾ ഒരിക്കലും മടിയിലൂടെയോ കരുണയിലൂടെയോ പിറന്നിട്ടില്ല. അലക്സാണ്ടർ, റോമൻ ചക്രവർത്തിമാർ, ചിംഗിസ് ഖാൻ, കോളനിവ്യവസ്ഥയുടെ ഭരണാധികാരികൾ, ആധുനിക യുദ്ധനിർണ്ണായകർ—എല്ലാവരും തന്നെ ദയയെ ദൗർബല്യമായും നിർണ്ണായകതയെ (decisiveness) ഗുണമായും കാണുന്ന ചട്ടക്കൂടുകളിലാണ് പ്രവർത്തിച്ചത്. ക്രൂരത ഇവിടെ അച്ചടക്കമില്ലാത്ത ദുഷ്ടതയല്ല; സാമൂഹികമായി അംഗീകരിക്കപ്പെട്ട ഒരു അനിവാര്യതയായി (necessity) അത് അവതരിപ്പിക്കപ്പെട്ടു[12].

ഈ ക്രൂരതയുടെ അടിത്തറയിൽ പ്രവർത്തിക്കുന്ന ശക്തമായ മാനസിക എഞ്ചിനുകൾ ആശങ്കയും ഭയവുമാണ്. ആധുനിക മനശ്ശാസ്ത്രവും ന്യൂറോസയൻസും വ്യക്തമാക്കുന്നത്, ദീർഘകാല ഭീഷണിബോധം (chronic threat perception) മനുഷ്യന്റെ ചിന്താപ്രക്രിയയെ തന്നെ പുനഃസംഘടിപ്പിക്കുന്നു എന്നതാണ്. ഭയം ശക്തമായപ്പോൾ, ദീർഘകാല നൈതിക വിലയിരുത്തൽ (ethical reasoning) പിന്നിലേക്ക് നീങ്ങുകയും, ഉടനടി ജീവൻരക്ഷാ കണക്കുകൂട്ടലുകൾ (short-term survival calculation) മുൻപന്തിയിലാകുകയും ചെയ്യുന്നു. അമിഗ്ഡാല (amygdala) സജീവമാകുമ്പോൾ, പ്രതിഫലനാത്മകമായ വിധിവൈചാരിക ചിന്തകൾ (reflective judgment) ദുർബലമാകുന്നു, ലോകം ശത്രുതാപൂർണ്ണമായതായി തോന്നാൻ തുടങ്ങുന്നു[13]. അതുകൊണ്ടാണ് ദീർഘകാല അനിശ്ചിതത്വത്തിൽ കഴിയുന്ന സമൂഹങ്ങൾ എളുപ്പത്തിൽ

കടുത്തവാദത്തിലേക്കും അക്രമത്തിലേക്കും വഴുതുന്നത്. ഭയം അക്രമം ഉണർത്തുക മാത്രമല്ല; അത് അക്രമത്തെ സാധാരണമാക്കുകയും ചെയ്യുന്നു.

വ്യക്തിഗത ഭീതികൾക്കപ്പുറം, കൂട്ടായ ഭീതികൾ (collective phobias) ഈ പ്രക്രിയയെ കൂടുതൽ ശക്തമാക്കുന്നു. പുറത്തുള്ളവരോടുള്ള ഭയം, അശുദ്ധിയോടുള്ള ഭയം, നൈതികപതനത്തോടുള്ള ഭയം, സാമൂഹികപദവി നഷ്ടപ്പെടുമോ എന്ന ഭയം—ഇവയാണ് ചരിത്രത്തിൽ ജനസംഹാരങ്ങൾക്കും വംശീയശുദ്ധീകരണങ്ങൾക്കും മന്ത്രവാദ വേട്ടകൾക്കും കൂട്ടതടവുകൾക്കും വഴിയൊരുക്കിയ മാനസിക അടിത്തറ. ഇവ ലളിതമായ അർത്ഥത്തിൽ "അയുക്തിപര"മല്ല. അവ അതിരൂക്ഷമായ ജീവൻരക്ഷാ പ്രതികരണങ്ങളാണ് (exaggerated survival responses), കൽപ്പിത ശത്രുക്കളിലേക്ക് (imagined enemies) പ്രക്ഷേപിക്കപ്പെട്ടത്. ഹന്നാ അരന്റ് ചൂണ്ടിക്കാട്ടിയതുപോലെ, കൂട്ടഹിംസകൾ പലപ്പോഴും വെറും വൈരാഗ്യത്തിൽ നിന്നല്ല, ആശങ്ക നിറഞ്ഞ അനുസരണത്തിലും (anxious conformity) സമൂഹത്തിൽ നിന്ന് പുറത്താക്കപ്പെടുമോ എന്ന ഭയത്തിലുമാണ് പിറക്കുന്നത്[14].

ഇത്തരം മാനസിക പശ്ചാത്തലത്തിലാണ് അധോലോകവും (underworld) കുറ്റകൃത്യ സംഘങ്ങളും (crime syndicates) രൂപപ്പെടുന്നത്. അധോലോകം സമൂഹത്തിന് പുറത്തുള്ള ഒന്നല്ല; അത് സമൂഹത്തിന്റെ നിഴൽഘടനയാണ് (shadow infrastructure). നിയമവ്യവസ്ഥ സുരക്ഷയും നീതിയും സാമ്പത്തിക അവസരങ്ങളും നൽകുന്നതിൽ പരാജയപ്പെടുന്നിടത്തൊക്കെയും സമാന്തര സംവിധാനങ്ങൾ ഉയർന്നുവരുന്നു. ഇറ്റാലിയൻ മാഫിയ, ജാപ്പനീസ് യാകൂസ, ലാറ്റിനമേരിക്കൻ കാർട്ടലുകൾ, രാജ്യാന്തര കള്ളക്കടത്ത് ശൃംഖലകൾ—ഇവയെല്ലാം വെറും കുറ്റസംഘടനകളല്ല. അവ പരാജയപ്പെട്ട രാഷ്ട്രത്തിന്റെ പകരം പ്രവർത്തിക്കുന്ന പര്യായ ഭരണസംവിധാനങ്ങളാണ് (alternative governance structures). ഇവിടെയുള്ള ക്രൂരത ക്രമരഹിതമായ അക്രമമല്ല; ആന്തരികക്രമവും (internal order) പുറംഭീഷണിയും (external fear) നിലനിർത്താൻ ഉപയോഗിക്കുന്ന നിയന്ത്രിത അക്രമമാണ്[15].

സമൂഹങ്ങൾ സ്ഥാപനപരമായി വളരുമ്പോൾ, ഈ അക്രമപ്രവണത മറ്റൊരു രൂപത്തിൽ പ്രത്യക്ഷപ്പെടുന്നു: നിയമപരമായ പോരാട്ടം (legal fighting). സിവിലൈസ്ഡ് സമൂഹങ്ങളിൽ വാളുകളും ഒളിയാക്രമണങ്ങളും കോടതികളും കരാറുകളും തെരഞ്ഞെടുപ്പുകളും വ്യവഹാരങ്ങളും ആയി മാറുന്നു. എന്നാൽ അടിസ്ഥാന പോരാട്ടം തുടരുന്നു. തന്ത്രപരമായ കേസുകൾ (strategic litigation), കോർപ്പറേറ്റ് യുദ്ധങ്ങൾ (corporate warfare), രാഷ്ട്രീയ കേസുകൾ, നിയമകയ്യേറ്റങ്ങൾ (regulatory capture) എന്നിവ തെളിയിക്കുന്നത്, അക്രമം അപ്രത്യക്ഷ മായിട്ടില്ല; അത് നടപടിക്രമമാക്ക പ്പെട്ടിരിക്കുന്നു (proceduralized) എന്നതാണ്[16]. നിയമം ഇവിടെ നീതിയുടെ ഉപാധി മാത്രമല്ല; നിയന്ത്രിത സംഘർഷത്തിന്റെ വേദിയാണ്.

എന്നാൽ ഈ നിയമപരമായ നിയന്ത്രണം സ്ഥിരമായതല്ല. ആശങ്ക കുത്തനെ ഉയരുമ്പോൾ, വിശ്വാസം തകർന്നപ്പോൾ, അസമത്വം വളരുമ്പോൾ, സമൂഹങ്ങൾ വീണ്ടും നിയമത്തിന് പുറത്തുള്ള അക്രമത്തിലേക്ക് (extra-legal violence) വീഴുന്നു. വിജിലാന്റിസം, ജനക്കൂട്ടനീതി, അർദ്ധ സൈനിക സംഘങ്ങൾ, കുറ്റസംഘടനകൾ—all resurface. ക്രമവും അക്രമവും തമ്മിലുള്ള ഈ ആവർത്തനചലനം യാദൃശ്ചികമല്ല. അത് മനുഷ്യ സമൂഹത്തിന്റെ ആന്തരിക അസ്ഥിരത യുടെ പ്രതിഫലനമാണ്. സിവിലൈസേഷൻ അക്രമത്തെ നിയന്ത്രിക്കുന്നു; അത് ഇല്ലാതാക്കുന്നില്ല.

ഇതിന്റെ അടിത്തട്ടിൽ നിലകൊള്ളുന്നത് അസ്തിത്വഭീതിയാണ് (existential fear). മനുഷ്യൻ തന്റെ മരണബോധം (mortality awareness) അറിയുന്ന ഏക ജീവിയാണ്. ഈ ബോധം ആഴത്തിലുള്ള ആശങ്ക

സൃഷ്ടിക്കുന്നു. എർണസ്റ്റ് ബെക്കർ വാദിച്ചതുപോലെ, മനുഷ്യന്റെ അക്രമത്തിന്റെ വലിയൊരു ഭാഗം മരണത്തെ നിഷേധിക്കാനുള്ള (denial of death) ശ്രമങ്ങളിൽ നിന്നാണ് ഉയരുന്നത്—അധികാരം, ആധിപത്യം, പാരമ്പര്യം, ഓർമ്മ, "അമരത്വ പദ്ധതികൾ" (immortality projects) എന്നിവയിലൂടെ. കുറ്റസംഘടനകളും സാമ്രാജ്യങ്ങളും ആശയവാദ ങ്ങളും നിയമസ്ഥാപനങ്ങളും പോലും ഈ അർത്ഥത്തിൽ, ക്ഷണികമായ ജീവിതത്തിന് മേൽ സ്ഥിരതയും അർത്ഥവും അടിച്ചേൽപ്പിക്കാൻ മനുഷ്യൻ നടത്തുന്ന കൂട്ടായ ശ്രമങ്ങളായി വായിക്കാം[17].

അതിനാൽ ക്രൂരതയും ഭയവും കുറ്റകൃത്യങ്ങളും നിയമപോരാട്ടങ്ങളും വെറും നൈതിക പരാജയങ്ങളല്ല. അവ പരിഹരിക്കപ്പെടാത്ത അസ്തിത്വസംഘർഷങ്ങളുടെ (unresolved existential tensions) പ്രകടനങ്ങളാണ്. കരുണയ്ക്കും ഉദാരതയ്ക്കും കഴിവുള്ള അതേ മനുഷ്യൻ, ക്രമബദ്ധമായ ക്രൂരതയ്ക്കും കഴിവുള്ളവനാണ്, കാരണം ഈ രണ്ട് പ്രവണതകളും ഒരേ ഉറവിടത്തിൽ നിന്നാണ് ഉദിക്കുന്നത്: ജീവൻ നിലനിർത്താനും, പ്രസക്തനാ കാനും, സ്വന്തം ആയുസ്സിന് അപ്പുറവും തുടരാനു മുള്ള ആഗ്രഹം.

അതിനാൽ മനുഷ്യപുരോഗതി ഇരുണ്ടതിനെ ഇല്ലാതാക്കലല്ല. അതിനെ നിയന്ത്രിക്കലാണ്. ഭയവും ക്രൂരതയും ഇല്ലെന്ന് നടിക്കുന്നത് കൊണ്ട് സമൂഹങ്ങൾ മുന്നേറുന്നില്ല. അവയെ അംഗീകരി ക്കുകയും, അവ നിയന്ത്രിക്കാനുള്ള സ്ഥാപനങ്ങളും സംസ്കാരങ്ങളും ചട്ടങ്ങളും നിർമ്മിക്കുകയും ചെയ്യുന്നിടത്താണ് പുരോഗതി സംഭവിക്കുന്നത്. നിയന്ത്രണം തകരുമ്പോൾ അധോലോകം വളരുന്നു. ഭയം ആധിപത്യം നേടുമ്പോൾ നിയമം ബലപ്രയോഗ മായി മാറുന്നു. ആശങ്ക അർത്ഥത്തെ മറികടക്കു മ്പോൾ അക്രമം വീണ്ടും ആകർഷകമാകുന്നു.

ഇതാണ് ചരിത്രത്തിലുടനീളം തുടർന്നുകൊണ്ടിരിക്കുന്ന അസൗകര്യകരമായ സത്യം. മനുഷ്യൻ നൈതികപരിപൂർണ്ണതയിലേക്ക് നേരായ വഴിയിൽ

നീങ്ങുന്നില്ല. അവൻ നിയന്ത്രണവും അതിക്രമവും, നിയമവും ബലവും, കരുണയും ക്രൂരതയും തമ്മിൽ ആടിക്കൊണ്ടി രിക്കുന്നു. സിവിലൈസേഷൻ നന്മയുടെ വിജയമല്ല; മനുഷ്യന്റെ ഇരുണ്ട സ്വഭാവങ്ങൾ അവന്റെ മുഖ്യ തിരിച്ചറിയലായി മാറാതിരിക്കാൻ നടത്തുന്ന നിരന്തര ശ്രമമാണ്.

മനുഷ്യചരിത്രത്തിന്റെ ഇരുണ്ട പ്രവാഹം അടിമത്തം (slavery) ഇല്ലാതെ വായിക്കാൻ കഴിയില്ല. അടിമത്തം ഒരു കാലഘട്ടത്തിലെ അപാകതയായി രുന്നില്ല. അത് ആയിരക്കണക്കിന് വർഷങ്ങളോളം മനുഷ്യസംസ്കാരങ്ങളുടെ കേന്ദ്രസ്ഥാപനമായിരുന്നു. ശരീരത്തെ പൂർണ്ണമായി കൈവശപ്പെടുത്തുന്ന അധികാരരൂപം. മനുഷ്യനെ മനുഷ്യനല്ലാത്തതായി പുനർനിർവചിക്കുന്ന സാമൂഹിക സാങ്കേതികവിദ്യ. ഗ്രീക്ക്–റോമൻ ലോകം മുതൽ ഇസ്ലാമിക സാമ്രാജ്യങ്ങൾ, യൂറോപ്യൻ കോളനിയൽ വ്യവസ്ഥ, അമേരിക്കൻ തോട്ടവ്യവസ്ഥ—എല്ലായിടത്തും അടിമത്തം സാമ്പത്തിക ആവശ്യകതയായി, രാഷ്ട്രീയ സ്ഥിരതയായി, ദൈവീകമായി ന്യായീ കരിക്കപ്പെട്ട ഒരു ക്രമമായിരുന്നു[18].

മതങ്ങൾ ഈ ന്യായീകരണത്തിൽ നിർണായക പങ്കുവഹിച്ചു. പല മതപരമ്പരകളും അടിമത്തത്തെ വ്യക്തമായി നിരോധിച്ചില്ല. മറിച്ച്, "മാനുഷികമായി കൈകാര്യം ചെയ്യുക" എന്ന വ്യവസ്ഥയോടെ അംഗീകരിച്ചു. ഈ നിബന്ധനകൾ കരുണയുടെ ഭാഷ ഉപയോഗിച്ചെങ്കിലും, അടിസ്ഥാന ഘടനയെ ചോദ്യം ചെയ്തില്ല. മനുഷ്യനെ സ്വത്തായി കാണുന്ന ആശയം ദൈവീകക്രമത്തിന്റെ ഭാഗമാക്കി മാറ്റപ്പെട്ടു. ഇതുവഴി അടിമത്തം വെറും സാമൂഹിക ചൂഷണമല്ല, വിശുദ്ധമായി തോന്നുന്ന ഒരു ഉത്തരവാദിത്വമായി മാറി[19]. ഇത് മനുഷ്യബോധത്തിന്റെ ഏറ്റവും അപകടകരമായ വഴിതിരിവാണ്: അനീതിയെ ധാർമ്മികതയായി അനുഭവപ്പെടുന്ന അവസ്ഥ.

സ്ത്രീകളുടെ സ്ഥാനം ഈ അടിമത്തചരിത്രത്തിന്റെ മറ്റൊരു തുടർച്ചയാണ്. പല സംസ്കാരങ്ങളിലും സ്ത്രീകൾ ഔപചാരികമായി അടിമകളായിരുന്നില്ല. എന്നാൽ സിവിലൈസേഷണൽ തലത്തിൽ അവർ നിയന്ത്രിക്കപ്പെട്ട ശരീരങ്ങളായിരുന്നു. വിവാഹം, ലൈംഗികത, പ്രസവം, പാരമ്പര്യം—എല്ലാം പുരുഷാധിപത്യ നിയമങ്ങളാൽ നിയന്ത്രിക്കപ്പെട്ടു. ഇത് വ്യക്തിഗത ക്രൂരതയുടെ ഫലമല്ല. ഇത് ഒരു structural slavery ആണ്. സ്ത്രീയുടെ ശരീരം കുടുംബത്തിന്റെയും സമൂഹത്തിന്റെയും രാഷ്ട്രത്തിന്റെയും സ്വത്തായി കാണപ്പെട്ട ഒരു ദീർഘകാല വ്യവസ്ഥ[20]. മതവും സംസ്കാരവും ഈ നിയന്ത്രണത്തെ "ശുദ്ധി", "മര്യാദ", "സംരക്ഷണം" എന്നീ ഭാഷകളിൽ ന്യായീകരിച്ചു.

കയ്യേറ്റങ്ങളും (conquests) കൊള്ളയും (robbery) തീകൊളുത്തലും (destruction by fire) ചരിത്രത്തിന്റെ മറ്റൊരു സ്ഥിരം പാറ്റേണാണ്. നഗരങ്ങൾ കത്തിച്ചു നശിപ്പിക്കൽ വെറും സൈനിക തന്ത്രമല്ലായിരുന്നു. അത് മാനസിക അക്രമം (psychological terror) ആയിരുന്നു. കാർത്തേജ്, ബാഗ്ദാദ്, നാളന്ദ, ടെനോച്ടിത്‌ലാൻ, ഹിരോഷിമ—നഗരങ്ങളെ തീകൊളുത്തി ഇല്ലാതാക്കുന്നത് ശത്രുവിന്റെ ഓർമ്മയും അർത്ഥവും ഇല്ലാതാക്കാനുള്ള ശ്രമമായിരുന്നു[21]. അക്രമം ഇവിടെ ലക്ഷ്യം മാത്രമല്ല; സന്ദേശവുമായിരുന്നു.

മതയുദ്ധങ്ങൾ (religious wars) ഈ അക്രമത്തെ ഏറ്റവും അപകടകരമായ തലത്തിലേക്ക് ഉയർത്തി. കാരണം ഇവിടെ ശത്രു വെറും രാഷ്ട്രീയവൈരിയല്ല. അവൻ "തെറ്റായ വിശ്വാസത്തിന്റെ" പ്രതീകമാണ്. ക്രൂസേഡുകൾ, ജിഹാദ്, യൂറോപ്യൻ മതപരിഷ്കരണ യുദ്ധങ്ങൾ, ഷിയ–സുന്നി സംഘർഷങ്ങൾ—എല്ലായിടത്തും അക്രമം ദൈവത്തിന്റെ പേരിൽ നടന്നു[22]. ഈ ഘട്ടങ്ങളിൽ നൈതിക സംശയം തന്നെ പാപമായി മാറി. കൊല്ലൽ കടമയായി അനുഭവപ്പെട്ടു.

അതേ സമയം, മനുഷ്യബന്ധങ്ങളിൽ സൗഹൃദം (friendship), സഹകരണം, വിശ്വാസം എന്നിവയും നിലനിന്നു. പക്ഷേ ഇവയും പലപ്പോഴും ചൂഷണത്തിന്റെയും (exploitation) വഞ്ചനയുടെയും (cheating) അടിത്തറയായി. വിശ്വാസം മനുഷ്യബന്ധങ്ങളുടെ ശക്തിയാണ്. അതേ സമയം, അത് ദുരുപയോഗം ചെയ്യപ്പെടുമ്പോൾ ഏറ്റവും വേദനാജനകമായ ആയുധവുമാണ്. വ്യാപാരവഞ്ചന, രാഷ്ട്രീയ സഖ്യങ്ങളുടെ ചതിയേറ്റങ്ങൾ, വ്യക്തിഗത തട്ടിപ്പുകൾ—ഇവ മനുഷ്യന്റെ സാമൂഹിക ബുദ്ധിയുടെ ഇരുവശങ്ങളാണ്[23].

മോഷണം (stealing) പോലും പല സംസ്കാരങ്ങളിലും നൈതികമായി സങ്കീർണ്ണമായിരുന്നു. ശക്തൻ കൊള്ളയടിച്ചാൽ അത് ജയം. ദുർബലൻ മോഷ്ടിച്ചാൽ അത് കുറ്റം. ഇതാണ് ചരിത്രത്തിലെ സ്ഥിരം അസമത്വം. നിയമം പലപ്പോഴും ശക്തന്റെ പെരുമാറ്റത്തെ സാധുവാക്കുകയും, ദുർബലന്റെ അതിജീവനശ്രമങ്ങളെ കുറ്റകരമാക്കുകയും ചെയ്തു[24].ഇത്തരം ദീർഘമായ രക്തപാതയുടെയും ചൂഷണത്തിന്റെയും പശ്ചാത്തലത്തിലാണ് മനുഷ്യരാശിയിൽ യുക്തിചിന്ത (rationality) ഉയർന്നുവരുന്നത്. യുക്തിചിന്ത ഒരു പെട്ടെന്നുള്ള നൈതിക ഉണർവ്വായിരുന്നില്ല. അത് വേദനയുടെ ഫലമായിരുന്നു. യുദ്ധങ്ങളും അടിമത്തവും മതഹിംസയും സ്ത്രീചൂഷണവും അതിരു കടന്നപ്പോൾ, മനുഷ്യബോധം ആദ്യമായി ചോദ്യം ചോദിക്കാൻ തുടങ്ങി: “ഇത് അനിവാര്യമാണോ?” “ഇത് ന്യായമാണോ?”[25]

ഈ ചോദ്യങ്ങളിൽ നിന്നാണ് മനുഷ്യാവകാശങ്ങൾ (human rights) രൂപപ്പെടുന്നത്. മനുഷ്യാവകാശങ്ങൾ പ്രകൃതിദത്തമായി ലഭിച്ച ദാനങ്ങളല്ല. അവ ചരിത്രത്തിന്റെ പീഡനങ്ങളിൽ നിന്ന് കുത്തിപ്പിറന്ന ആശയങ്ങളാണ്. ഓരോ അവകാശവും പിന്നിൽ ഒരു കൂട്ടവേദനയുടെ കഥ ഉണ്ട്: അടിമത്തത്തിനെതിരായ പോരാട്ടം, സ്ത്രീകൾക്കുള്ള അവകാശങ്ങൾ, മതസ്വാതന്ത്ര്യം, അഭിപ്രായസ്വാതന്ത്ര്യം, ശരീരാവകാശം[26].

മനുഷ്യാവകാശങ്ങൾ മനുഷ്യന്റെ നന്മയുടെ തെളിവല്ല. മനുഷ്യൻ എത്രത്തോളം ക്രൂരനാകാമെന്നതിന്റെ സ്മാരകങ്ങളാണ്.അവസാനം ഒരു സത്യം മാത്രം നിലനിൽക്കുന്നു. മനുഷ്യൻ ഒരേസമയം സൃഷ്ടിക്കുന്നവനും നശിപ്പിക്കുന്നവനും ആണ്. അവൻ സൗഹൃദം ഉണ്ടാക്കുന്നു, അതേ സമയം വഞ്ചിക്കുന്നു. അവൻ ദൈവങ്ങളെ സൃഷ്ടിക്കുന്നു, അവയുടെ പേരിൽ കൊല നടത്തുന്നു. അവൻ നീതിയെ പ്രഖ്യാപിക്കുന്നു, അതിനെ തന്നെ ലംഘിക്കുന്നു. മനുഷ്യചരിത്രം പുരോഗതിയുടെ നേരിയ രേഖയല്ല. അത് നിയന്ത്രണത്തിന്റെയും അഴിച്ചുവിടലിന്റെയും ഇടയിലുള്ള ദീർഘമായ പോരാട്ടമാണ്.

മനുഷ്യാവകാശങ്ങളും യുക്തിചിന്തയും ഈ പോരാട്ടത്തിന്റെ അന്തിമവിജയമല്ല. അവ അതിന്റെ താൽക്കാലിക സമാധാനങ്ങളാണ്. അവ നിലനിൽക്കുന്നത് മനുഷ്യൻ തന്റെ സ്വന്തം ഇരുണ്ട പ്രവണതകളെ തിരിച്ചറിയുകയും നിയന്ത്രിക്കുകയും ചെയ്യുന്നിടത്തോളം മാത്രമാണ്. ചരിത്രം ഇവിടെ ഒരു വാഗ്ദാനം നൽകുന്നില്ല. അത് ഒരു മുന്നറിയിപ്പാണ്. മനുഷ്യൻ മരിക്കുമ്പോൾ, അവൻ ജീവിച്ചിരുന്ന ലോകം അവനോടൊപ്പം പൂർണ്ണമായി അവസാനി ക്കുന്നു. അവന്റെ ഇന്ദ്രിയങ്ങൾ മുന്നോട്ട് യാത്രചെ യ്യുന്നില്ല. അവന്റെ ഓർമ്മകൾ കാലത്തെ കടന്നുപോ കുന്നില്ല. ശരീരം ലയിക്കുന്നു, ബോധം അസ്തമിക്കു ന്നു, ഭാവി അവനില്ലാതെ തുടരും. ശേഷിക്കുന്നത് അവന്റെ അനുഭവമല്ല, മറിച്ച് മറ്റുള്ളവരുടെ മനസ്സിൽ ശേഷിക്കുന്ന ചിഹ്നങ്ങൾ മാത്രമാണ്, അവയും സമയത്തോട് കൂടി ക്ഷയിച്ചുപോകുന്നു. ഈ അർത്ഥത്തിൽ, മരണം വ്യക്തിക്ക് ഒരു മാറിവരവ് അല്ല; അത് സമ്പൂർണ്ണമായ അവസാനരേഖയാണ്. മരണാനന്തരം ഉണ്ടാകുന്നതെല്ലാം ജീവനുള്ളവർക്കാണ്, മരിച്ചവർക്കല്ല. ആധുനിക അസ്തിത്വ ദാർശനികത (existential philosophy) ഇതിനെ വ്യക്തിയുടെ ലോകാനുഭവത്തിന്റെ സമ്പൂർണ്ണ അവസാനം (absolute end of subjective worldhood) ആയി നിർവചിക്കുന്നു[27].ഈ സമ്പൂർണ്ണത മനുഷ്യനെ അസ്വസ്ഥനാക്കുന്നു. അതിനാലാണ് മനുഷ്യൻ തുടർച്ചയുടെ ആശ്വാസകഥകൾ സൃഷ്ടിക്കുന്നത്. മനുഷ്യൻ ഓർമ്മകളിൽ ജീവിക്കുന്നു, മക്കളിലൂടെ തുടരുന്നു, പ്രവർത്തികളിലൂടെയും ആശയങ്ങളിലൂടെയും നിലനിൽക്കുന്നു എന്നാണ് പറയുന്നത്. ഇത് ഭാഗികമായി ശരിയാണ്, പക്ഷേ അതിനേക്കാൾ വഞ്ചനാപരവുമാണ്. ഓർമ്മകൾ മരിച്ചവർക്കല്ല, ജീവനുള്ളവർക്കാണ്. സന്തതികൾ ജനിതക വസ്തുക്കൾ വഹിക്കുന്നു, പക്ഷേ ജീവിച്ച ബോധം അല്ല. ആശയങ്ങൾ അവരുടെ സൃഷ്ടാക്കളിൽ നിന്ന് വേർപെട്ട് സ്വതന്ത്രമായി സഞ്ചരിക്കുന്നു. മരിച്ചവൻ ഇതിലൊന്നും അറിയുന്നില്ല. അവന്റെ കാഴ്ചപ്പാടിൽ, പ്രപഞ്ചം തന്നെ അവസാനച്ചിരിക്കു ന്നു[28].

ഈ അന്തിമത്വത്തെ നേരിടാൻ മനുഷ്യസംസ്കാരങ്ങൾ സൃഷ്ടിച്ച ഏറ്റവും ശക്തമായ പരിഹാരങ്ങളിൽ ഒന്നാണ് പുനർജന്മസിദ്ധാന്തം (rebirth doctrine). മഹാഭാരതത്തിൽ കൃഷ്ണൻ അർജുനനോട് പ്രവർത്തനത്തെക്കുറിച്ച് മാത്രമല്ല സംസാരിക്കുന്നത്; മരണത്തിന്റെ അർത്ഥം തന്നെ പുനർരൂപപ്പെടു ത്തുകയാണ്. മരണം അവസാനമല്ല, മറിച്ച് ഒരു ഇടവേളയാണെന്ന് അവിടെ അവതരിപ്പിക്കപ്പെടുന്നു. ആത്മാവ് ശരീരങ്ങൾക്കിടയിലൂടെ, കാലങ്ങളിലൂടെ തുടരുന്നു എന്ന ആശയം മുന്നോട്ടുവയ്ക്കപ്പെടുന്നു. ഈ വിശ്വാസം ഒരു വ്യക്തമായ മാനസിക പ്രവർത്തനം (psychological function) നിർവഹിക്കുന്നു: മരണം അവസാനമല്ലെങ്കിൽ ഭയം കുറയുന്നു; സ്വയം തുടരുന്നുവെങ്കിൽ നഷ്ടം സഹിക്കാവുന്നതാകുന്നു; അക്രമവും ആത്മഹൂതിയും അഭൗമ തലത്തിൽ (കോസ്മിക്)തലത്തിൽ ന്യായീകരിക്കപ്പെ ടുന്നു[29].ആധുനിക കാഴ്ചപ്പാടിൽ ഇത് ഒരു ഗുരുതര പ്രശ്നം ഉയർത്തുന്നു. പുനർജന്മം യാഥാർത്ഥ്യമാണെ ങ്കിൽ, ആ പുരാതന ലോകത്തിൽ നിന്ന് മടങ്ങിയെത്തിയവർ എവിടെയാണ്? ആധുനിക ലോകത്തിൽ ഒരാളും തന്റെ

മുൻജീവിതത്തെ ക്കുറിച്ച് പരിശോധനയ്ക്ക് വിധേയമായ ഓർമ്മകളോടെ പ്രത്യക്ഷപ്പെട്ടിട്ടില്ല. വൈദ്യുതി, ആന്റിബയോട്ടിക്കുകൾ, ഡിജിറ്റൽ നെറ്റ്വർക്കുകൾ, ബഹിരാകാശയാത്ര തുടങ്ങിയവയെക്കുറിച്ച് അതിശയം പ്രകടിപ്പിക്കുന്ന ഒരു പുരാതനബോധവും കാണുന്നില്ല. സിവിലിസേഷനുകൾ അതിശയകരമാ യി മാറിയിട്ടും, ഈ ലോകങ്ങളെ ബന്ധിപ്പിക്കുന്ന അനുഭവസേതു ഇല്ലാത്തത് പുനർജന്മത്തിന്റെ അക്ഷരാർത്ഥ വ്യാഖ്യാനത്തെ ശക്തമായി ചോദ്യം ചെയ്യുന്നു[30].

നമ്മൾ കാണുന്നത് തലമുറമാറ്റമാണ്. മനുഷ്യൻ സന്തതികളിലൂടെ തുടരുന്നു, എന്നാൽ അത് ബോധത്തിന്റെ തുടർച്ചയല്ല, ജൈവ തുടർച്ചയാണ്. ഒരാൾ സമ്പത്ത്, ഭൂമി, അധികാരം, പ്രതിഷ്ഠ എന്നിവ സമ്പാദിച്ചേക്കാം. അവന്റെ മക്കൾ അതിന്റെ നേട്ടം അനുഭവിച്ചേക്കാം. എന്നാൽ ആ സമ്പാദകൻ അതിനെക്കുറിച്ച് ഒന്നും അറിയുന്നില്ല. അവൻ അതിന്റെ സുഖവും സംഘർഷവും അനുഭവിക്കുന്നില്ല. അവന്റെ കാഴ്ചപ്പാടിൽ, അവൻ സ്വന്തമാക്കിയതെല്ലാം മരണത്തോടെ പൂർണ്ണമായി വിട്ടുനൽകപ്പെട്ടിരിക്കുന്നു. ഉടമസ്ഥത ബാക്കി ഒന്നുമില്ലാതെ ലയിക്കുന്നു[31].

ഇതാണ് മനുഷ്യന്റെ പരിശ്രമത്തിന്റെ വിഡംബന. അധികം സമ്പാദനവും "ലെഗസി-ഒസ്യത്ത്" എന്ന ഭാഷയിലാണ് ന്യായീകരിക്കപ്പെടുന്നത്. മനുഷ്യർ സ്ഥാപനങ്ങളും സാമ്രാജ്യങ്ങളും സമ്പത്തുകളും നിർമ്മിക്കുന്നത് തങ്ങളിൽ എന്തെങ്കിലും തുടരുന്നു എന്ന വിശ്വാസത്തിലാണ്. പക്ഷേ ബോധമില്ലാത്ത തുടർച്ച, ഇല്ലായ്മയോട് വ്യത്യാസമില്ല. സൃഷ്ടാവിന്റെ ബോധമില്ലാതെ നിലനിൽക്കുന്ന ഒരു ഘടന ജീവന്റെ തുടർച്ചയല്ല; അത് വസ്തുവിന്റെ നിലനിൽപ്പു മാത്രമാണ്[32]. ആശയങ്ങൾ ഇതിൽ നിന്ന് വ്യത്യസ്തമാണ്. സമ്പത്തിനേക്കാൾ ഭിന്നമായി, ആശയങ്ങൾ സൃഷ്ടാക്കളിൽ നിന്ന് വേർപെട്ട് സമൂഹത്തിൽ സഞ്ചരിക്കുന്നു. നൈതിക മാനദണ്ഡങ്ങൾ, ശാസ്ത്രീയ

അറിവുകൾ, കലാരൂപങ്ങൾ, രാഷ്ട്രീയ സ്ഥാപനങ്ങൾ—ഇവ എല്ലാം സൃഷ്ടാക്കളെ മറികടന്ന് മറ്റുള്ളവരുടെ ജീവിതത്തെ സ്വാധീനിക്കുന്നു. എന്നാൽ ഇവിടെയും വ്യക്തി അവയിലൂടെ ജീവിക്കുന്നില്ല. ആശയം നിലനിൽക്കുന്നു, പക്ഷേ അതിന്റെ പ്രയോജനം ജീവിച്ചിരിക്കുന്നവർക്കാണ്, മരിച്ചവർക്കല്ല[33]. ഇതാണ് നിർണായകമായ വേർതിരിവ്. മനുഷ്യൻ ഭാവിയിൽ സ്വയം ജീവിക്കുന്നില്ല. അവൻ ഒരിക്കലും അനുഭവിക്കാത്ത ഒരു ഭാവിക്കുവേണ്ടിയാണ് പ്രവർത്തിക്കുന്നത്. അതിനാൽ അർത്ഥം പിന്നോട്ടല്ല, മുന്നോട്ടാണ്. നൈതിക പ്രവർത്തനം മറ്റുള്ളവരുടെ ജീവിതം മെച്ചപ്പെടുത്തുന്നു, പക്ഷേ പ്രവർത്തകനെ മരണാനന്തരം ഒന്നും നൽകുന്നില്ല. അമരത്വത്തിന്റെ സ്ഥാനത്ത് ഉത്തരവാദിത്വമാണ് (responsibility) ഏക യുക്തിസഹമായ നൈതിക അടിത്തറ[34]. ഈ പശ്ചാത്തലത്തിൽ പുനർജന്മ വാഗ്ദാനം ഒരു വാസ്തവവാദമല്ല, മറിച്ച് ഒരു നൈതിക സാങ്കേതികവിദ്യ (moral technology) ആണെന്ന് തോന്നുന്നു. അത് മരണഭീതിയെ കുറയ്ക്കുകയും ആത്മഹൂതിയെ ന്യായീകരിക്കുകയും സമൂഹങ്ങളെ സ്ഥിരപ്പെടുത്തുകയും ചെയ്യുന്നു. അസ്തിത്വ വാദ ദർശനം (existential philosophy) ഈ ആശ്വാസത്തെ നിരസിക്കുന്നത് നിരാശകൊണ്ടല്ല, സത്യസന്ധത യോടുള്ള പ്രതിബദ്ധത കൊണ്ടാണ്[27].

മരണത്തിന്റെ അന്തിമത്വം ഉത്തരവാദിത്വത്തെ ക്ഷീണിപ്പിക്കുന്നില്ല; അത് മൂർച്ചപ്പെടുത്തുകയാണ്. ഈ ജീവിതം മാത്രമേ അനുഭവിക്കപ്പെടുന്നുള്ളൂ എന്നറിയുമ്പോൾ, ഓരോ പ്രവർത്തിയും തിരിച്ചു പിടിക്കാനാവാത്ത ഭാരമാകുന്നു. പിന്നീടൊരു തിരുത്തലുമില്ല, പുനർജന്മപരിഹാരവുമില്ല, ഐഹികമല്ലാത്ത (Cosmic) നഷ്ടപരിഹാരവുമില്ല. ഇവിടെ ചെയ്യുന്ന ഓരോ പ്രവൃത്തിയും മറ്റുള്ളവരെ സ്ഥിരമായി ബാധിക്കുന്നു, എന്നാൽ മരണാനന്തരം സ്വയം ഒന്നും

ലഭിക്കുന്നില്ല[34].പേരുകൾ നിലനിൽക്കാം. സ്മാരകങ്ങൾ ഉയർന്ന് നിൽക്കാം. ഗ്രന്ഥങ്ങൾ നൂറ്റാണ്ടുകൾക്കുശേഷവും വായിക്കപ്പെ ടാം. പക്ഷേ ഇവ പ്രതിഫലങ്ങൾ അല്ല. അവ ഫലങ്ങളാണ്. മരിച്ചവർക്ക് സ്മരണം ലഭിക്കുന്നില്ല; ജീവനുള്ളവർക്കാണ്. ഓർമ്മയെ ജീവൻതുടർച്ച യുമായി കലർത്തുന്നത് ചരിത്രപരമായ നിലനിൽപ്പിനെ വ്യക്തിപരമായ നിലനിൽപ്പായി തെറ്റിദ്ധരിക്കുന്നതാണ്[31].

അതിനാൽ മനുഷ്യാവസ്ഥ ദുഃഖകരമോ വിജയകരമോ അല്ല. അത് പരിമിതമാണ്. മനുഷ്യൻ മരിക്കുന്നു, അവന്റെ ലോകം അവസാനിക്കുന്നു, ചരിത്രം അവനില്ലാതെ തുടരുന്നു. ഇതറിഞ്ഞുകൊണ്ട് പ്രവർത്തനത്തിന് നൽകാവുന്ന ഏക ന്യായീകരണം അമരത്വമല്ല, ഉത്തരവാദിത്വമാണ്. പുനർജന്മമല്ല, നിയന്ത്രണബോധമാണ്. വ്യക്തിപരമായ ലെഗസിയല്ല, പൊതുലഭ്യതയാണ്. അർത്ഥം മരണത്തിൽ നിന്ന് മനുഷ്യനെ രക്ഷിക്കുന്നില്ല. അത് ഭാവിയെ കൂടുതൽ നാശകരമാകാതിരിക്കാൻ മാത്രമാണ് സഹായിക്കുന്നത്. മനുഷ്യൻ തന്റെ മരണത്തോടെ എല്ലാം അവസാനിക്കുന്നുവെന്ന് വ്യക്തമായി തിരിച്ചറിയുന്ന നിമിഷം, അവന്റെ സ്വയംബോധത്തിൽ (self-awareness) ഒരു നിർണായക മാറ്റം സംഭവിക്കുന്നു. തന്റെ ബോധവും അനുഭവങ്ങളും മരണം കടന്നുപോകില്ലെന്ന്, തന്റെ ലോകം അവനോടൊപ്പം തന്നെ അവസാനിക്കുമെന്ന് മനസ്സിലാകുമ്പോൾ, ചരിത്രവും ഭാവിയും തമ്മിലുള്ള ബന്ധത്തിൽ നിന്ന് അവൻ സ്വയം വേർതിരിച്ചറി യാൻ തുടങ്ങുന്നു. ആശയങ്ങൾ നിലനിൽക്കാം, സാമ്രാജ്യങ്ങൾ ഉയർന്നുനിന്നേക്കാം, പക്ഷേ അവയൊന്നും അവനിൽ നിന്ന് അനുഭവിക്കപ്പെ ടുന്നില്ല എന്ന തിരിച്ചറിവ്, മനുഷ്യനെ അടിസ്ഥാനപരമായി മാറ്റുന്നു. ഈ ബോധം ശക്തമാകുമ്പോൾ, “സ്വന്തം ജീവിതം ഉപേക്ഷിച്ച് മറ്റൊരാളുടെ അധികാരത്തിനായി യുദ്ധത്തിൽ മരിക്കുക” എന്ന ആശയം തന്നെ അർത്ഥശൂന്യമായി മാറുന്നു[35].

ചരിത്രപരമായി നോക്കുമ്പോൾ, യുദ്ധങ്ങൾ നടക്കുന്നത് മനുഷ്യർ യുദ്ധത്തിനായി പോകാൻ തയ്യാറാകുന്നതിനാലാണ്. രാജാക്കന്മാർക്കും രാഷ്ട്രങ്ങൾക്കും സ്വതന്ത്രമായി യുദ്ധം നടത്താനാവില്ല. മനുഷ്യശരീരങ്ങളാണ് യുദ്ധത്തിന്റെ യഥാർത്ഥ ഇന്ധനം. ഒരാൾ തന്റെ ജീവിതം അവസാനിച്ചാൽ അതിന് ശേഷം ഒന്നും അവനില്ലെന്ന് ഉറപ്പോടെ അറിയുമ്പോൾ, അവൻ ഒരു രാജാവിന്റെ പേരിൽ, ഒരു പതാകയുടെ കീഴിൽ, അല്ലെങ്കിൽ ഒരു സിംഹാസനത്തിന്റെ തുടർച്ചയ്ക്കായി സ്വന്തം ജീവൻ ബലിയർപ്പിക്കില്ല. ഈ തിരിച്ചറിവ് വ്യാപകമായാൽ, യുദ്ധം സ്വയം നിലച്ചുപോകും[36].

ഇതാണ് ചരിത്രത്തിൽ അധികാരഘടനകൾ ഏറ്റവും കൂടുതൽ ഭയപ്പെട്ട സത്യം. അതിനാലാണ് രാജഭക്തിയുടെ (royal loyalty) ആശയങ്ങൾ മനുഷ്യബോധത്തിൽ ശക്തമായി കുത്തിവയ്ക്കപ്പെട്ടത്. രാജാവ് ദൈവത്തിന്റെ പ്രതിനിധിയാണ്, രാജ്യം വിശുദ്ധമാണ്, യുദ്ധമരണം മഹത്വമാണ്, ബലി അമരത്വത്തിലേക്കുള്ള വഴി ആണ്—ഇത്തരം ആശയങ്ങൾ മനുഷ്യന്റെ മരണബോധത്തെ മങ്ങലാക്കാൻ രൂപപ്പെടുത്തിയ മാനസിക സാങ്കേതികവിദ്യകളാണ്. ഈ സിദ്ധാന്തങ്ങൾ മനുഷ്യനെ തന്റെ ശരീരപരമായ അന്തിമത്വത്തിൽ നിന്ന് മാറ്റി, ഒരു വലിയ കഥയുടെ ഭാഗമാക്കുന്നു[37].

വിഭാഗീയതയും (sectarianism) ഇതേ പ്രവർത്തനമാണ് നിർവഹിക്കുന്നത്. “നമ്മൾ” എന്ന കൂട്ടത്തിന്റെ തുടർച്ച “ഞാൻ” എന്ന വ്യക്തിയുടെ അവസാനത്തെക്കാൾ പ്രധാനമാണെന്ന ബോധം സൃഷ്ടിക്കപ്പെടുന്നു. മതം, വംശം, ഭാഷ, രാഷ്ട്രം—ഇവയെല്ലാം വ്യക്തിയെ അതിജീവിക്കുന്ന ഘടകങ്ങളായി അവതരിപ്പിക്കപ്പെടുന്നു. ഇതിലൂടെ വ്യക്തിയുടെ ജീവൻ ഒരു ഉപാധിയായി മാറുന്നു. മനുഷ്യബോധത്തിൽ പതിയുന്ന ഏറ്റവും ശക്തമായ രാഷ്ട്രീയ-മതപരമായ സന്ദേശങ്ങളിൽ ഒന്നാണ് ഇത്: നീ മരിച്ചാലും രാജ്യം തുടരും, നീ വീണാലും മതം ജയിക്കും, നീ ഇല്ലാതായാലും ചരിത്രം മുന്നോട്ട് പോകും, നിന്റെ

ജീവൻ പോയാലും "ലക്ഷ്യം" വിജയിക്കും എന്ന അവകാശവാദം. ഇവിടെ "ലക്ഷ്യം" വ്യക്തിയുടെ ജീവിതമല്ല; അത് രാജ്യം, മതം, വംശം, പതാക, ആശയം, സിംഹാസനം, ദൈവിക ഇച്ഛ എന്നീ അഭ്രാന്തമായ സമാഹാരങ്ങളാണ്. ഈ ആശയം മനുഷ്യനിൽ നിക്ഷേപിക്കപ്പെടുമ്പോൾ, വ്യക്തിയുടെ ജീവൻ സ്വാഭാവികമായി കൈവശം വയ്ക്കുന്ന കേന്ദ്രമൂല്യം നഷ്ടപ്പെടുന്നു. മനുഷ്യൻ അവശ്യഘടകമല്ല, പകരം മാറ്റിസ്ഥാപിക്കാവുന്ന ഒരു ഉപാധിയായി ചുരുങ്ങുന്നു. ഇതോടെ മരണത്തിന്റെ വിലയും മാറുന്നു. മരണം ഇനി അന്തിമ ദുരന്തമല്ല; ഒരു സംഭാവനയായി, ഒരുതരം സമർപ്പണമായി ചിത്രീകരിക്കപ്പെടുന്നു. ആരാണ് മരിച്ചത് എന്നത് പ്രസക്തിയില്ലാതാകുന്നു; ലക്ഷ്യം മുന്നോട്ട് പോയോ എന്നതാണ് മാത്രം ചോദ്യം. "ഞാൻ പോയാലും കാര്യം നിലനിൽക്കും, അതുകൊണ്ട് എന്റെ ജീവൻ വിലകുറവല്ല, ഉന്നതമാണ്" എന്ന വികൃതമായ ആത്മന്യായീകരണം ഇവിടെ രൂപപ്പെടുന്നു. ഇതാണ് ഏറ്റവും അപകടകരമായ ഘട്ടം, കാരണം ഈ നിമിഷത്തിൽ മനുഷ്യന്റെ സ്വയംരക്ഷാബോധം തന്നെ മറിഞ്ഞുപോകുന്നു. സാമൂഹ്യശാസ്ത്രപരമായി ഇത് വ്യക്തിയെ ഉപാധിയാക്കുന്ന പ്രക്രിയ, അതായത് instrumentalization of the human being എന്നാണു വിശേഷിപ്പിക്കപ്പെടുന്നത്. മനുഷ്യൻ യുദ്ധത്തിനായി തയ്യാറാകുന്നത് അവൻ മരണത്തെ ഭയപ്പെടാത്തതിനാലല്ല, മറിച്ച് തന്റെ മരണം അർത്ഥശൂന്യമല്ലെന്ന് അവനെ വിശ്വസിപ്പി ച്ചതിനാലാണ്. ഈ ധാരണ ഇല്ലെങ്കിൽ, യുദ്ധം സാധ്യമാകില്ല[38].

ആധുനിക രാഷ്ട്രീയ ശാസ്ത്രവും മനഃശാസ്ത്രവും ചൂണ്ടിക്കാട്ടുന്നത്, മനുഷ്യൻ തന്റെ ജീവൻ അപകടത്തിലാക്കുന്നത് ശുദ്ധമായ അധികാരബ ന്ധത്തിനുവേണ്ടിയല്ല, മറിച്ച് അർത്ഥത്തിനു വേണ്ടിയാണെന്നതാണ്. മരണം അർത്ഥശൂന്യ മാകുന്നിടത്ത്, അനുസരണം തകരുന്നു. അതുകൊണ്ടാണ്

ഭരണകൂടങ്ങൾ മരണത്തെ മഹത്വ വൽക്കരിക്കുകയും, യുദ്ധത്തെ ധാർമ്മികമാ ക്കുകയും, ബലിയെ ഉന്നതമാക്കുകയും ചെയ്യുന്നത്. വ്യക്തി തന്റെ ജീവൻ അവസാനിച്ചാലും "എന്തെങ്കിലും" തുടരുന്നു എന്ന വിശ്വാസമാണ് അവനെ മുന്നോട്ട് തള്ളുന്നത്[39].ഈ പശ്ചാത്തലത്തിൽ, "യുദ്ധത്തിനായി ആളില്ലെങ്കിൽ യുദ്ധങ്ങൾ അവസാനിക്കും" എന്ന വാചകം ഒരു നൈതിക മുദ്രാവാക്യമല്ല, മറിച്ച് ഒരു സാമൂഹ്യശാസ്ത്ര സത്യമാണ്. മനുഷ്യൻ തന്റെ മരണത്തിന്റെ അന്തിമത്വം പൂർണ്ണമായി ഉൾക്കൊള്ളുന്ന ഒരു സമൂഹത്തിൽ, അധികാരം മനുഷ്യശരീരങ്ങളെ ഉപകരണങ്ങളാക്കി മാറ്റാൻ കഴിയില്ല. രാജാക്കന്മാർ നിലനിൽക്കാം, ആശയങ്ങൾ നിലനിൽക്കാം, പക്ഷേ യുദ്ധം നടത്താൻ മനുഷ്യർ തയ്യാറാകില്ല[40].

അതുകൊണ്ടുതന്നെയാണ് ചരിത്രത്തിലുടനീളം അധികാരം എല്ലായ്പ്പോഴും മനുഷ്യബോധത്തെ നിയന്ത്രിക്കാൻ ശ്രമിച്ചത്. മരണം അവസാനമല്ലെന്ന് പറയുക, ബലി ഫലപ്രദമാണെന്ന് പറയുക, അനുസരണം മഹത്വമാണെന്ന് പറയുക—ഇവയൊക്കെ യുദ്ധം തുടരാൻ ആവശ്യമായ മാനസിക നിബന്ധനകളാണ്. മനുഷ്യൻ ഈ മിഥ്യാഭോധങ്ങളിൽ നിന്ന് പുറത്തുകടക്കുന്ന നിമിഷം, യുദ്ധം തന്റെ സാമൂഹിക അടിത്തറ തന്നെ നഷ്ടപ്പെടുന്നു. ഈ തിരിച്ചറിവ് അപകടകരമാണ്. കാരണം അത് അധികാരത്തെ ചോദ്യം ചെയ്യുന്നു. എന്നാൽ അതേ സമയം, അത് മനുഷ്യനെ സ്വതന്ത്രനാക്കുന്നു. തന്റെ ജീവൻ ഒരിക്കലും തിരിച്ചുകിട്ടില്ലെന്ന് അറിഞ്ഞ മനുഷ്യൻ, അത് മറ്റൊരാളുടെ അഭിലാഷത്തിനായി എളുപ്പത്തിൽ കൈമാറില്ല. ഈ ബോധമാണ് യുദ്ധങ്ങളുടെ യഥാർത്ഥ എതിർപ്പ്. ആയുധങ്ങൾ അല്ല, ആശയങ്ങ ളാണ് യുദ്ധം അവസാനിപ്പിക്കുന്നത്—മരണത്തെ അതിന്റെ യഥാർത്ഥ രൂപത്തിൽ തിരിച്ചറിയുന്ന ആശയങ്ങൾ.

ഏതെങ്കിലും ഒരു സമൂഹം യുദ്ധം ഉപേക്ഷിക്കുകയും സമാധാന മാർഗങ്ങൾ മാത്രം പിന്തുടരുകയും ചെയ്യാമെന്ന്

തീരുമാനിച്ചാലും, ആ തീരുമാനം സ്വയം പ്രാബല്യത്തിൽ വരുന്നതല്ല. സമാധാനം ഒരൊറ്റ സമൂഹത്തിന്റെ നൈതിക തിരഞ്ഞെടുപ്പല്ല; അത് പരസ്പര ആശ്രിതമായ ഒരു ഘടനയാണ്. അന്തർദേശീയ രാഷ്ട്രീയശാസ്ത്രം (international relations) ചൂണ്ടിക്കാണിക്കുന്നതുപോലെ, ഒരു സമൂഹം സമാധാനം തിരഞ്ഞെടുത്തിട്ടും സമീപസമൂഹങ്ങൾ അതിനെ പിന്തുണയ്ക്കുന്നില്ലെങ്കിൽ, ആ സമാധാനനിലപാട് തന്നെ അപകടത്തിലാകുന്നു. ഇതാണ് സുരക്ഷാ ദ്വന്ദ്വം (security dilemma) എന്ന ആശയം വ്യക്തമാക്കുന്നത്: ഒരാൾ പ്രതിരോധത്തി നായി ചെയ്യുന്ന തയ്യാറെടുപ്പ്, മറ്റൊരാളുടെ കാഴ്ചയിൽ ആക്രമണ ഭീഷണിയായി തോന്നുന്നു, അതോടെ സമാധാനാഭിലാഷം തന്നെ സംഘർഷത്തിലേക്ക് വഴുതിവീഴുന്നു[41].

ഇന്ത്യയുടെ സ്ഥിതി ഇതിന്റെ വ്യക്തമായ ഉദാഹരണമാണ്. ഭാരതം ആഗോള തലത്തിൽ ഒരു ശക്തമായ രാഷ്ട്രമാണ്, സമാധാനം പിന്തുടരുന്ന ഒരു രാഷ്ട്രീയനിലപാട് ഔദ്യോഗികമായി സ്വീകരിച്ചിട്ടു ള്ളതുമാണ്. എന്നാൽ അതേ സമയം, അതിർത്തി ലംഘനങ്ങളും ഭീകരവാദ പിന്തുണയും പോലുള്ള നടപടികൾ പാകിസ്ഥാൻ പോലുള്ള രാജ്യങ്ങളിൽ നിന്ന് ആവർത്തിക്കപ്പെടുമ്പോൾ, സമാധാനം മാത്രം നിലനിർത്തുക പ്രായോഗികമായി അസാധ്യമാ കുന്നു. ഇവിടെ ആയുധപ്രയോഗം ആക്രമണത്തി ന്റെ അഭിലാഷമല്ല; അത് പ്രതിരോധത്തിന്റെ അനിവാര്യതയായി മാറുന്നു. സമാധാനം ആഗ്രഹിക്കുന്നതും യുദ്ധം ചെയ്യേണ്ടി വരുന്നതുമായ ഈ വൈരുധ്യം നൈതിക പരാജയമല്ല, ഘടനാപ രമായ നിർബന്ധമാണ്[42].

ഇതേ വൈരുധ്യം യൂറോപ്യൻ യൂണിയന്റെ അനുഭവത്തിലും കാണാം. യൂറോപ്യൻ യൂണിയൻ സ്വയം ഒരു സമാധാനപദ്ധതിയായാണ് രൂപപ്പെട്ടത്. എന്നാൽ NATOയുടെ (നാറ്റോ) സൈനിക പിന്തുണ ഇല്ലാതെ യൂറോപ്യൻ യൂണിയന്റെ സമാധാനകാഴ്ച പ്പാട്

നിലനിൽക്കില്ല എന്ന യാഥാർത്ഥ്യം ഇപ്പോൾ തുറന്നു പറയപ്പെടുന്നു. കാരണം, അന്തർദേശീയ സംവിധാനം (international system) അനാർക്കിക് സ്വഭാവമുള്ളതാണ്; അതിൽ സമാധാനം ഉറപ്പാക്കാൻ ഒരു കേന്ദ്ര അധികാരവുമില്ല. അതിനാൽ തന്നെ, സമാധാനം നിലനിർത്താൻ സൈനിക ശേഷി തന്നെ മുൻകൂട്ടി നിർമ്മിക്കേണ്ടിവരുന്നു[43].

ഇവിടെ മനുഷ്യജീവിതത്തിന്റെ ഒരു അടിസ്ഥാന വൈരുധ്യം വെളിപ്പെടുന്നു. മനുഷ്യൻ സമാധാനം ആഗ്രഹിക്കുന്നു, എന്നാൽ സമാധാനം മാത്രം അവനെ രക്ഷിക്കില്ലെന്ന് അവൻ അനുഭവത്തിലൂടെ പഠിക്കുന്നു. അതുകൊണ്ടാണ് സമാധാനാഭിലാഷവും യുദ്ധസന്നദ്ധതയും ഒരേസമയം നിലനിൽക്കുന്നത്. ഈ അവസ്ഥ മനുഷ്യനെ ഒരു ചുരുളിയിൽ (loop) പൂട്ടുന്നു. ഈ ചുരുളിയിൽ നിന്ന് പൂർണ്ണമായ മോചനം ജൈവീകമായോ സ്വാഭാവികമായോ ഉണ്ടാകുമെന്ന് പ്രതീക്ഷിക്കുന്നത് യാഥാർത്ഥ്യമല്ല. മനുഷ്യന്റെ ചരിത്രം തന്നെ ഇതിന് സാക്ഷിയാണ്[44].

എങ്കിലും ഇതൊരു പൂർണ്ണ നിരാശയുടെ നിഗമനമല്ല. സമാധാനത്തിനുള്ള ആന്തരിക ആഗ്രഹം, യുദ്ധം ഒഴിവാക്കാനുള്ള ദൃഢനിശ്ചയം, മനുഷ്യൻ സൃഷ്ടിച്ച ഏറ്റവും ശക്തമായ നൈതിക ഊർജ്ജമാണ്. അത് യുദ്ധത്തെ പൂർണ്ണമായി ഇല്ലാതാക്കണമെന്നില്ല; പക്ഷേ അതിന്റെ വ്യാപ്തി കുറയ്ക്കാനും, അതിന്റെ നാശം നിയന്ത്രിക്കാനും, അതിനെ അവസാന പരിഹാരമായി മാത്രം നിലനിർത്താനും മനുഷ്യനെ പ്രേരിപ്പിക്കും. സമാധാനം ഒരു സ്വാഭാവിക അവസ്ഥയല്ല; അത് നിരന്തരമായ ശ്രമത്തിലൂടെ മാത്രമേ നിലനിൽക്കൂ. ഈ ശ്രമം തന്നെയാണ് മനുഷ്യബോധത്തിന്റെ ഏറ്റവും വലിയ പ്രതീക്ഷ.

References

1. Hobsbawm, E. (1994). The Age of Extremes. Vintage.

2. Gaddis, J. L. (2005). The Cold War. Penguin Press.

3. Mann, M. (1986). The Sources of Social Power, Vol. 1. Cambridge University Press.

4. LeDoux, J. (1996). The Emotional Brain. Simon & Schuster.

5. Nietzsche, F. (1886/2002). Beyond Good and Evil. Penguin.

6. Wilson, E. O. (1975). Sociobiology: The New Synthesis. Harvard University Press.

7. Baumeister, R. F. (2010). Is there anything good about men? Oxford University Press.

8. Buss, D. M. (2019). Evolutionary Psychology: The New Science of the Mind. Routledge.

9. Mauss, M. (1925/2002). The Gift. Routledge.

10. Hrdy, S. B. (2009). Mothers and Others. Harvard University Press.

11. Dawkins, R. (1976/2006). The Selfish Gene. Oxford University Press.

12.Bauman, Z. (1989). Modernity and the Holocaust. Cornell University Press.

13.LeDoux, J. (2015). Anxious: Using the Brain to Understand and Treat Fear and Anxiety. Viking.

14.Arendt, H. (1951). The Origins of Totalitarianism. Harcourt Brace.

15.Gambetta, D. (1993). The Sicilian Mafia: The Business of Private Protection. Harvard University Press.

16.Foucault, M. (1977). Discipline and Punish. Pantheon Books.

17.Becker, E. (1973). The Denial of Death. Free Press.

18. Patterson, O. (1982). Slavery and Social Death. Harvard University Press.

19. Davis, D. B. (1988). The Problem of Slavery in Western Culture. Oxford University Press.

20. Lerner, G. (1986). The Creation of Patriarchy. Oxford University Press.

21. Mann, M. (1986). The Sources of Social Power, Vol. 1. Cambridge University Press.

22. Armstrong, K. (2014). Fields of Blood: Religion and the History of Violence. Knopf.

23. Simmel, G. (1908/1971). On Individuality and Social Forms. University of Chicago Press.

24. Thompson, E. P. (1971). The Moral Economy of the English Crowd. Past & Present.

25. Pinker, S. (2011). The Better Angels of Our Nature. Viking.

26. Hunt, L. (2007). Inventing Human Rights. W. W. Norton.

27. Heidegger, M. (1962). Being and Time. Harper & Row.

28. Ricoeur, P. (1984). Time and Narrative, Vol. 1. University of Chicago Press.

29. Dennett, D. (1991). Consciousness Explained. Little, Brown and Company.

30. Epicurus. (1994). The Art of Happiness. Penguin Classics.

31. Arendt, H. (1958). The Human Condition. University of Chicago Press.

32. Dawkins, R. (1976). The Selfish Gene. Oxford University Press.

33. Sartre, J.-P. (1946). Existentialism Is a Humanism. Yale University Press.

34. Becker, E. (1973). The Denial of Death. Free Press.

35. Becker, E. (1973). The Denial of Death. Free Press.

36. Tilly, C. (1990). Coercion, Capital, and European States. Blackwell.

37. Weber, M. (1978). Economy and Society. University of California Press.

38. Anderson, B. (1983). Imagined Communities. Verso.

39. Arendt, H. (1963). On Revolution. Viking Press.

40. Foucault, M. (1980). Power/Knowledge. Pantheon.

41. Jervis, R. (1978). Cooperation under the security dilemma. World Politics, 30(2), 167–214.

42. Hobbes, T. (1651/1996). Leviathan. Cambridge University Press.

43. Waltz, K. N. (1979). Theory of International Politics. McGraw-Hill.

44. Arendt, H. (1963). On Revolution. Viking Press.

www.ingramcontent.com/pod-product-compliance
Lightning Source LLC
LaVergne TN
LVHW090322210926
848480LV00001B/333
* 9 7 9 8 9 0 3 6 2 1 7 6 7 *